സി പി ഐ (എം)
പഠന ഗ്രൂപ്പിന്റെ റിപ്പോർട്ട്

cpi m padana groupinte report

•

first edition
december 2017

•

typesetting & published
chintha publishers, thiruvananthapuram

•

cover
vinod

വിതരണം

ദേശാഭിമാനി ബുക്ക് ഹൗസ്
H O തിരുവനന്തപുരം-695 035
Ph: 0471-2303026, 6063020
www.chinthapublishers.com
chinthapublishers@gmail.com

ബ്രാഞ്ചുകൾ

ഹെഡ്ഡാഫീസ് ബ്രാഞ്ച് കുന്നുകുഴി • സ്റ്റാച്യു തിരുവനന്തപുരം • കെ എസ് ആർ ടി സി ബസ് സ്റ്റേഷൻ ആലപ്പുഴ • കെ എസ് ആർ ടി സി ബസ് സ്റ്റേഷൻ എറണാകുളം • മച്ചിങ്ങൽ ലെയ്ൻ തൃശൂർ • ഐ ജി റോഡ് കോഴിക്കോട് • മാവൂർ റോഡ് കോഴിക്കോട് • എൻ ജി ഒ യൂണിയൻ ബിൽഡിങ് കണ്ണൂർ • സെൻട്രൽ ബസ് ടെർമിനൽ കോംപ്ലക്സ് താവക്കര കണ്ണൂർ

CO - 2792 / 4503
ISBN - 978-93-86637-60-4

സി പി ഐ (എം)
പഠന ഗ്രൂപ്പിന്റെ റിപ്പോർട്ട്

പഠനഗ്രൂപ്പ് അംഗങ്ങൾ

ചിന്ത പബ്ലിഷേഴ്സ്
തിരുവനന്തപുരം-695 035

ഉള്ളടക്കം

പ്രസാധകക്കുറിപ്പ്

2014 ജൂണിൽ ചേർന്ന സി പി ഐ (എം) കേന്ദ്രകമ്മിറ്റി യോഗം ഇന്ത്യയിൽ നവലിബറൽ പരിഷ്കാരങ്ങൾ നടപ്പി ലാക്കിത്തുടങ്ങിയിട്ട് കാൽ നൂറ്റാണ്ട് പിന്നിടുന്ന വേളയിൽ രാജ്യത്തെ സാമൂഹിക - സാമ്പത്തിക സാഹചര്യ ങ്ങളിൽ അതുണ്ടാക്കിയ മാറ്റങ്ങളെക്കുറിച്ചും വിവിധ വർഗ്ഗങ്ങളിൽ ആ നയങ്ങൾ ചെലുത്തിയ സ്വാധീനങ്ങളെക്കുറിച്ചും പഠ നം നടത്താൻ തീരുമാനിച്ചു. ബഹുജനപ്രസ്ഥാനങ്ങൾ വി കസിപ്പിക്കുന്നതിനും വർഗ്ഗസമരം ശക്തിപ്പെടുത്തുന്നതിനും വേണ്ട മൂർത്തമായ മുദ്രാവാക്യങ്ങളും അടവുകളും രൂപീ കരിക്കുന്നതിന് ഇതാവശ്യമാണ്. 2015 ഏപ്രിലിൽ ചേർന്ന പാർട്ടിയുടെ 21-ാം കോൺഗ്രസിനായുള്ള തയ്യാറെടുപ്പുകൾ ക്കിടയിൽ പൊളിറ്റ് ബ്യൂറോ ഇതിനായി മൂന്ന് പഠനഗ്രൂപ്പു കളെ ചുമതലപ്പെടുത്തി.

1. തൊഴിലാളിവർഗ്ഗവും അനുബന്ധ മേഖലകളും
2. കാർഷിക വർഗ്ഗവും അവയിൽ വന്ന മാറ്റങ്ങളും
3. ഇടത്തരം വർഗ്ഗവും നഗരപ്രദേശങ്ങളും

ഈ പഠനഗ്രൂപ്പുകളുടെ റിപ്പോർട്ടുകൾ നവലിബറൽ വാഴ്ചയ്ക്കു കീഴിൽ രാജ്യത്തെ അദ്ധ്വാനിക്കുന്ന ജനതയുടെ സാമൂഹിക - സാമ്പത്തിക സ്ഥിതികളിൽവന്ന മാറ്റങ്ങൾ സം ബന്ധിച്ച ഗൗരവതരമായ പഠനങ്ങളാണ്. വർഗ്ഗ -ബഹുജ ന സംഘടനാപ്രവർത്തകരെ സംബന്ധിച്ചിടത്തോളം വള രെ പ്രയോജനപ്രദമാണ് ഈ പഠനങ്ങൾ.

ചിന്ത പബ്ലിഷേഴ്സ്

നവലിബറൽ നയങ്ങൾക്കുകീഴിൽ തൊഴിലാളിവർഗ്ഗത്തിന്റെ സ്ഥിതിയിലെ മാറ്റങ്ങൾ

1. ഇപ്പോൾ സുദീർഘവും അഗാധവുമായ പ്രതിസന്ധിയിൽ അകപ്പെട്ടിരിക്കുന്ന, ലോകമുതലാളിത്തത്തിന്റെ നവലിബറൽ ആഗോളവല്ക്കരണത്തിലേക്കുള്ള പരിവർത്തനഘട്ടം വികസിത മുതലാളിത്ത ലോകത്തിലെ 'സുവർണ്ണയുഗ'ത്തിന്റെ തകർച്ചയിൽനിന്ന് ഉയർന്നുവന്നതാണ്. ആഗോളതലത്തിലെ ചില പ്രമുഖ പ്രവണതകളാണ് ഈ ഘട്ടത്തിന്റെ സവിശേഷത - ധനകാര്യവല്ക്കരണം, ആഗോള ഉല്പാദനവും ആഗോള ഉല്പാദനശൃംഖലകളും, മന്ദഗതിയിലുള്ള വളർച്ചയും ലോക ഉല്പാദനത്തിന്റെ പുനർവിതരണവും, മൂന്നാം ലോക സ്ഥാപനങ്ങളുടെ (firms) വിപുലീകരണവും അന്താരാഷ്ട്രവല്ക്കരണവും, വർദ്ധിച്ചുവരുന്ന ചൂഷണവും അസമത്വങ്ങളും. മൂലധനത്തിന്റെ ചലനക്ഷമതയ്ക്കും (mobility) തൊഴിലാളികളുടെ കരുതൽസേനയുടെ അന്താരാഷ്ട്രവല്ക്കരണത്തിനും ഒപ്പം ചെലവുചുരുക്കൽ നയങ്ങളും കൂടിച്ചേർന്ന് തൊഴിലാളികളുടെ കൂലിയും മറ്റാനുകൂല്യങ്ങളും കുറയ്ക്കുന്നതിനിടയാക്കുന്നു; തൽഫലമായി ലോകത്തുടനീളം അസമത്വം വർദ്ധിക്കുന്നു. ഇവയ്ക്കൊപ്പം നവലിബറലിസത്തിൻകീഴിൽ പൊതു ആസ്തികളുടെ സ്വകാര്യവല്ക്കരണവും കൂടിചേരുന്നത്, തങ്ങളുടെ കുറ്റമറ്റ സാമ്പത്തികനയമായി ഇതിനെ വരിച്ച വികസ്വരരാജ്യങ്ങളിലെ വൻകിടമുതലാളിമാരുടെ താല്പര്യങ്ങൾക്ക് അനുയോജ്യമായിരിക്കും.

2. ഈ കാലഘട്ടത്തിൽ ലോകത്തിൽ അതിവേഗം വികസിച്ചുകൊണ്ടിരിക്കുന്ന സമ്പദ്ഘടനകളിൽ ഒന്നാണ് ഇന്ത്യ. സമീപകാലംവരെ താരതമ്യേന ചെറിയൊരു വിഭാഗം വരുന്ന ഇന്ത്യൻ ബിസിനസ് കുടുംബങ്ങൾ ആധിപത്യം പുലർത്തുന്ന കോർപറേറ്റ് മേഖല സമ്പദ്

ഘടനയുടെ ഇതര വിഭാഗങ്ങളേക്കാൾ വേഗം വളരുകയാണ്. സ്വകാര്യ കോർപറേറ്റ് പ്രവർത്തനങ്ങളുടെ കേന്ദ്ര ബിന്ദു (focus) മാനുഫാക്ചറിങ് മേഖലയെ പിന്തള്ളി സേവന - കൺസ്ട്രക്ഷൻ മേഖലകൾ തൽസ്ഥാനത്തു വരുന്നത് വർദ്ധിച്ചുകൊണ്ടിരിക്കുകയാണെങ്കിലും ഇന്ത്യയിലെ വൻകിട മുതലാളിവർഗ്ഗം ഇപ്പോഴും മാനുഫാക്ചറിങ് മേഖലയിൽ ഗണ്യമായ സാന്നിദ്ധ്യം തുടരുക തന്നെയാണ്; വാസ്തവത്തിൽ മുൻകാലത്തെക്കാൾ ആ മേഖലയിൽ ആധിപത്യം പുലർത്തുകയുമാണ്. ഇപ്പോൾ ആ വർഗ്ഗത്തിലെ പ്രധാനപ്പെട്ട ഒരു വിഭാഗത്തിന് (ഭാരതി, ഇൻഫോസിസ്, എച്ച് ഡി എഫ് സി തുടങ്ങിയവ) മാനുഫാക്ചറിങ്ങിൽ വളരെ ചെറിയ ഇട പെടലേയുള്ളൂ; ആ മേഖലയിൽ ഇടപെടുന്നവർപോലും തങ്ങളുടെ മാനുഫാക്ചറിങ് ഇതര പ്രവർത്തനങ്ങൾ (ഐ ടി, ടെലികോം സേവനങ്ങൾ, ചില്ലറ വ്യാപാരം, ഇൻഷുറൻസ് മുതലായവ) വിപുലപ്പെടുത്തിയിരിക്കുകയാണ്.

3. ദ്രുതഗതിയിലുള്ള കോർപറേറ്റ് വളർച്ചയുടെ മുഖ്യഗുണഭോക്താക്കൾ ഇന്ത്യൻ ബിസിനസ് ഗ്രൂപ്പുകളാണെന്ന് വ്യക്തമാണ്. വിദേശ ബഹുരാഷ്ട്ര സ്ഥാപനങ്ങളുടെ സാന്നിദ്ധ്യം കൂടുതൽ ശ്രദ്ധേയമായി മാറിയിട്ടുണ്ടെങ്കിലും ചില മേഖലകളിൽ അവ ആധിപത്യം പുലർത്തുന്നുണ്ടെങ്കിലും ഇന്ത്യൻ കോർപറേറ്റ് മേഖലയിൽ ഒരെണ്ണത്തിനേയും വിദേശ സ്ഥാപനങ്ങൾ ഏറ്റെടുക്കുകയെന്നത് സംഭവിച്ചിട്ടില്ല. ഇന്ത്യയിൽ ബഹുരാഷ്ട്ര കുത്തകകളുടെ താല്പര്യം മുഖ്യമായും വിപണി തേടൽ വിധത്തിലുള്ളതാണ്; ലോകവിപണിക്കു വേണ്ടിയുള്ള ഉല്പാദന സ്ഥലമായി ഇന്ത്യയെ ഉപയോഗിക്കുന്നതിൽ കേന്ദ്രീകരിച്ചുള്ളതല്ല. അങ്ങനെ ഇന്ത്യയിലേക്കുള്ള വിദേശ മൂലധന ഒഴുക്ക് കൂടുതലും 'ധനപരമായ' സ്വഭാവത്തിലുള്ളതാണ്. അതേസമയം തന്നെ, ഇന്ത്യൻ സ്ഥാപനങ്ങൾ, വലിയ തോതിലുള്ള അന്താരാഷ്ട്രവല്ക്കരണത്തിന്റെ ദിശയിലേക്കുള്ള സുപ്രധാന ചുവടുവെയ്പുകൾ നടത്തിയിട്ടുമുണ്ട് - മുഖ്യമായും വിദേശങ്ങളിലുള്ളവയുടെ ഏറ്റെടുക്കലുകളിലൂടെ (Acquisitions). ഇന്ത്യയുടെ കയറ്റുമതി വർദ്ധിച്ചിട്ടുള്ളപ്പോൾതന്നെ, ഇന്ത്യയിലെ ഉല്പാദനപ്രവർത്തനങ്ങൾ കൂടുതൽ ഇറക്കുമതി ആശ്രിതമായി മാറിയിരിക്കുന്നതിനാൽ ഇറക്കുമതി അതിവേഗം വളരുന്ന പ്രവണതയുമുണ്ട്.

4. ഇന്ത്യയിലെ മുതലാളിത്ത വികസനത്തിന്റെ ഇന്നത്തെ ദിശയിൽ തൊഴിലാളിവർഗ്ഗം ചുരുങ്ങിവരുന്നതിലുപരി വിപുലപ്പെടുകയാണ്. ഈ വർദ്ധനവിലെ മഹാഭൂരിപക്ഷവും സംഘടിതമേഖലയിലെ ഫാക്ടറികളിലല്ലെങ്കിലും, ഉല്പാദനത്തിലെ കൂലിവേല മുഖ്യമായും കാർഷികേതര പ്രവർത്തനങ്ങളിൽ (കൺസ്ട്രക്ഷനിലും സേവനങ്ങളിലും ഉൾപ്പെടെ) കഴിഞ്ഞ രണ്ടു ദശകക്കാലമായി വർദ്ധിച്ചിരിക്കുകയാണ്. മാനുഫാക്ചറിങ് ഇതര പ്രവർത്തനങ്ങളിൽ സംഘ

ടിത സ്വകാര്യമേഖലാ തൊഴിലുകളിൽ വർദ്ധനവുണ്ടായിട്ടുണ്ട്. എന്നാൽ ഇതിന്റെ തീരെ ചെറിയൊരു ഭാഗം മാത്രമാണ് ഉയർന്ന ശമ്പളം ലഭിക്കുന്ന വെള്ളക്കോളർ ജീവനക്കാർ. അസംഘടിതമേഖലയിലും കൺസ്ട്രക്ഷൻ മേഖലയെ ഒഴിവാക്കിയാൽ കൂട്ടിച്ചേർക്കപ്പെട്ടിട്ടില്ലാത്ത (un incorporated) കാർഷികേതര എസ്റ്റാബ്ലിഷ്മെന്റുകളിൽ ജോലി ചെയ്യുന്ന 380 ലക്ഷത്തിലേറെ തൊഴിലാളികളുണ്ട്. അതിൽ 270 ലക്ഷം ആളുകൾ ദിവസക്കൂലിക്കാരായ തൊഴിലാളികളാണ് (hired workers). അതിനുപുറമേ വീട് അധിഷ്ഠിത തൊഴിലാളി വിഭാഗമുണ്ട്; ഇവർ ശരിയായ അർത്ഥത്തിൽ സ്വയം തൊഴിൽ ചെയ്യുന്നവരല്ല; മറിച്ച് തൊഴിലുടമകൾക്കുവേണ്ടി പണിയെടുക്കുന്നവരാണ്. എന്നാൽ, കൂലിവേലക്കാർ ശ്രദ്ധേയമായവിധം വർദ്ധിച്ചത് (സംഘടിതവിഭാഗങ്ങളിൽ എന്നപോലെ അസംഘടിത വിഭാഗങ്ങളിലും) കൺസ്ട്രക്ഷൻ മേഖലയിലും അനുബന്ധ പ്രവർത്തനങ്ങളിലുമാണ്. ഇന്ത്യൻ തൊഴിൽസേനയിലെ 11 ശതമാനത്തോളം പേർക്ക് (500 ലക്ഷം) ഈ മേഖലകളിലാണ് തൊഴിൽ നല്കിയിരിക്കുന്നത്. ആയതിനാൽ ഇന്ത്യയിലെ തൊഴിലാളിവർഗ്ഗസേന ലോകത്തിലെ മിക്ക രാജ്യങ്ങളിലേയും അദ്ധ്വാനിക്കുന്ന ജനവിഭാഗത്തെയുംകാൾ ഏറെ വലിപ്പമുള്ളതാണ്. ഈ തൊഴിലാളിവർഗ്ഗത്തിന്റെ സാഹചര്യവും സവിശേഷതകളും ഇന്ത്യയിലെ മുതലാളിത്ത വികാസത്തിന്റെ ചരിത്രപരമായ പരിമിതസ്വഭാവത്തിനൊപ്പം ആഗോളവല്ക്കരണത്തിന്റെ സ്വാധീനത്തെയും ഒരേപോലെ പ്രതിഫലിപ്പിക്കുന്നു.

5. കാർഷിക പ്രതിസന്ധിയും വർദ്ധിച്ച ജനസംഖ്യാസമ്മർദ്ദങ്ങളും, നഗരപ്രദേശങ്ങളിലെന്നപോലെ ഗ്രാമപ്രദേശങ്ങളിലും ഈ കാലഘട്ടത്തിൽ കാർഷികേതര ജോലികളിൽ തൊഴിൽതേടി കൂടുതൽ ആളുകൾ കാർഷികരംഗത്തുനിന്നു പുറത്തുപോകുന്നതിനിടയാക്കിയിട്ടുണ്ട്. കർഷകജനസാമാന്യത്തിന്റെ എണ്ണം ചുരുങ്ങിവരുന്നതിനൊപ്പം, സ്വയംതൊഴിൽ ചെയ്യുന്നവരുടെ അനുപാതം കുറഞ്ഞിരിക്കുകയുമാണ്; ഇത് ഉപജീവനത്തിനായി തങ്ങളുടെ അദ്ധ്വാനശക്തി വില്ക്കേണ്ടത് ആവശ്യമായി വരുന്നവരുടെ എണ്ണം പെരുകുന്നതിനിടയാക്കിയിരിക്കുന്നു.

6. എന്നാൽ, സംഘടിതമേഖലയിലെ തൊഴിലവസര വർദ്ധന, വിശേഷിച്ചും മാനുഫാക്ചറിങ് മേഖലയിൽ, അവരെയാകെ ഉൾക്കൊള്ളാൻ അപര്യാപ്തമാണ്. അവരിൽ ഏറെപ്പേരും കൺസ്ട്രക്ഷൻ തൊഴിലാളികൾ, റിക്ഷ വലിക്കുന്നവർ, ദിവസക്കൂലി വേലക്കാർ, തെരുവു കച്ചവടക്കാർ എന്നിങ്ങനെ അസംഘടിതമേഖലയിലെ വിവിധ രംഗങ്ങളിൽ തൊഴിൽ കണ്ടെത്തുന്നു. തൊഴിൽതേടി ഗ്രാമപ്രദേശങ്ങളിൽനിന്നും നഗരപ്രദേശങ്ങളിലേക്കുള്ള കുടിയേറ്റം - സംസ്ഥാനങ്ങൾക്കുള്ളിലും സംസ്ഥാനങ്ങൾക്കുപുറത്തേക്കും -

വൻതോതിൽ നടക്കുന്നുണ്ട്. അന്താരാഷ്ട്ര കുടിയേറ്റവും മികച്ച തൊഴിലവസരങ്ങൾ തേടിയുള്ള വിദഗ്ദ്ധ തൊഴിലാളികളുടെ കുടിയേറ്റവും വർദ്ധിച്ചിരിക്കുകയാണ്. വലിയൊരു വിഭാഗം തൊഴിലാളികൾ പ്രത്യേക തൊഴിൽ സീസണുകളിൽ തൊഴിൽതേടി അന്യ സംസ്ഥാനങ്ങളിലേക്ക് പോകുകയും (ഉദാഹരണത്തിന് ഇഷ്ടിക ക്കളങ്ങളിൽ പണി തേടി പോകുന്നവർ) കൃഷി സീസണാവുമ്പോൾ തങ്ങളുടെ ഗ്രാമങ്ങളിലേക്ക് മടങ്ങുകയും ചെയ്യുമ്പോൾതന്നെ നിരവധി ആളുകൾ കൺസ്ട്രക്ഷൻ തൊഴിലാളികൾ, ദിവസക്കൂലി വേലക്കാർ എന്നിത്യാദി തൊഴിലുകൾതേടി അടുത്തുള്ള പട്ടണങ്ങളിലേക്കും നഗരങ്ങളിലേക്കും നിത്യേന യാത്ര ചെയ്യുന്നു. കുടുംബം നിലനിർത്താൻ സഹായിക്കുന്നതിന് സ്ത്രീകളുടെ കൂലിയില്ലാവേലയിലും വീടധിഷ്ഠിത ജോലിയിലും ഉല്പാദനപരമല്ലാത്ത പ്രവർത്തനങ്ങൾക്ക് അദ്ധ്വാനം വില്ക്കുന്നതിലും വർദ്ധനവുണ്ടായിട്ടുണ്ട്.

7. 110 ലക്ഷത്തോളം ആളുകളാണ് സംഘടിതമേഖലയിലെ ഫാക്ടറികളിൽ പണിയെടുക്കുന്നത്. മൂന്നുകോടിയിൽ താഴെ ആളുകളാണ് സ്ഥിരം സംഘടിതമേഖലയിൽ തൊഴിൽ ചെയ്യുന്നത്. അവയിൽ 120 ലക്ഷം പേർ മാത്രമാണ് അതിവേഗം വളരുന്ന സ്വകാര്യമേഖലയിൽ പണിയെടുക്കുന്നത്. 1991 ൽ നവലിബറൽ നയവാഴ്ചയ്ക്ക് തുടക്കം കുറിച്ചതോടെ, പൊതുമേഖലയിലെ സ്ഥിരം തൊഴിലുകൾ 20 ലക്ഷത്തിലധികം കുറഞ്ഞിട്ടുണ്ട്; ഇതിൽ ഏറ്റവും ശ്രദ്ധേയമായത് ഈ കുറവിൽ ഏറെയും വ്യാവസായിക മേഖലയിലാണെന്നതാണ്. അതേസമയം, സ്വകാര്യമേഖലയിലെ സ്ഥിരം തൊഴിലുകളിലെ വർദ്ധന ഏകദേശം 40 ലക്ഷം മാത്രവുമാണ്; ഇതുതന്നെ മുഖ്യമായും മാനുഫാക്ചറിങ് ഇതര പ്രവർത്തനങ്ങളിലും.

8. വലിയ തോതിലുള്ള കരുതൽസേന യഥാർത്ഥ വേതനത്തിൽ കുറവുണ്ടാക്കാൻ അവസരമുണ്ടാക്കി; ഉല്പാദനപ്രവർത്തനങ്ങളിൽ തൊഴിലാളിവർഗ്ഗത്തെ ചൂഷണം ചെയ്യുന്നത് രൂക്ഷമാക്കാനും സഹായകമായി. ആധുനിക സാങ്കേതികവിദ്യകളുടെ ലഭ്യത, കൂലി സ്തംഭനാവസ്ഥയിലായിരിക്കുമ്പോൾപോലും ഉല്പാദനക്ഷമത കുത്തനെ വർദ്ധിക്കുന്നതിന് പര്യാപ്തമായി. ഇത് ലാഭത്തിനും മറ്റു മിച്ച വരുമാനങ്ങൾക്കും അനുകൂലമായി വരുമാനത്തിന്റെ കടുത്ത പുനർവിതരണം സാദ്ധ്യമാക്കിയിരിക്കുന്നു. സ്വകാര്യകോർപറേറ്റു മേഖലയിലെ ഉന്നതവിദ്യാഭ്യാസ യോഗ്യതയുള്ള വെള്ളക്കോളർ ജീവനക്കാരുടെ ശമ്പളത്തിൽ വർദ്ധനവുണ്ടാകുന്ന പ്രവണത വസ്തുതയായിരിക്കെ തന്നെ കൂലിവിഹിതത്തിൽ ഞെക്കിപ്പിഴിയൽ അനുവദിക്കപ്പെടുകയാണ്. ആഗോളതലത്തിൽ ചലിക്കുന്ന അന്താരാഷ്ട്ര തൊഴിൽസേനയുടെ ഭാഗമായി മാറിയിട്ടുള്ള ഇടത്തരം വർഗ്ഗത്തിൽ ഒരു വിഭാഗം സമ്പന്നരായത് നവലിബറലിസത്തിന് സംരക്ഷണവ

ലയം തീർക്കാൻ ഉപകരിച്ചു; കാരണം, ഈ സാമൂഹ്യവിഭാഗത്തിനാണ് മാധ്യമങ്ങളിലും അക്കാദമിക്കുകൾക്കിടയിലും ബ്യൂറോക്രസിയിലും മറ്റും ശക്തമായ സാന്നിദ്ധ്യമുള്ളത്. എന്നാൽ, എല്ലാ വിഭാഗത്തിലും ഒന്നുപോലെ തൊഴിലാളികളും ജീവനക്കാരും ഒന്നുപോലെ, അവരെ തമ്മിൽ വേർതിരിക്കുന്ന വരുമാന വ്യത്യാസങ്ങൾ ഉണ്ടായിരുന്നിട്ടും, മൂലധനത്തിന്റെ വർദ്ധിതമായ നൃശംസതകൾക്ക് വിധേയരാണ്; 'കാര്യക്ഷമത'യ്ക്കും ഉയർന്ന ഉല്പാദനക്ഷമതയ്ക്കുംവേണ്ടിയുള്ള നിരന്തരമായ മുറവിളിക്കും അവർ വിധേയരാകുന്നു.

9. മുതലാളിത്തത്തിന്റെ ഈ ഘട്ടത്തിന്റെ സവിശേഷത, തൊഴിലാളികളുടെ ചെലവിൽ ലാഭം പരമാവധിയാക്കുന്നതിനു സൗകര്യമൊരുക്കിക്കൊടുക്കുന്നതിനായി ഭരണകൂടം പ്രവർത്തിക്കുന്നത് വർദ്ധിക്കുന്നതോടെ മൂലധനത്തിന്റെ നിഷ്ഠൂരത ശക്തിപ്പെടുത്തുന്നതിനുള്ള നാനാവിധ രീതികളും ഉപകരണങ്ങളും നടപ്പാക്കുന്നുവെന്നതാണ്. ഉല്പാദനക്ഷമത വർദ്ധിപ്പിക്കുന്നതിനും വർദ്ധിച്ച ഉല്പാദനത്തിനനുസരിച്ച് തൊഴിലുടമകൾ തൊഴിലാളികൾക്ക് അർഹമായ വിഹിതത്തെ കവർന്നെടുക്കാനുംവേണ്ട നടപടികൾ തൊഴിലുടമകൾ സ്വീകരിക്കുകയാണ്.

10. തൊഴിൽവിപണിയെ 'അയവേറിയതാ'ക്കുന്നതിനും തൊഴിലാളികളെ 'തന്നിഷ്ടംപോലെ നിയമിക്കാനും പിരിച്ചുവിടാനും' തൊഴിലുടമകൾക്ക് സ്വാതന്ത്ര്യം നല്കുന്നതിനും തൊഴിൽനിയമങ്ങൾ ഭേദഗതി ചെയ്യുന്നത് നവലിബറൽ നയങ്ങളുടെ സുപ്രധാന ഘടകമായിരിക്കുകയാണ്; പ്രായോഗികമായി തീരെ ചെറിയൊരു വിഭാഗം തൊഴിലാളികൾ മാത്രമേ ഈ തൊഴിൽനിയമങ്ങളുടെ പരിധിയിൽ വരുന്നുള്ളൂവെങ്കിലും ഇതാണവസ്ഥ. വ്യവസായതർക്ക നിയമം, ട്രേഡ് യൂണിയൻ നിയമം, കരാർ തൊഴിൽ (നിയന്ത്രണവും നിർമ്മാർജ്ജനം ചെയ്യലും) നിയമം തുടങ്ങിയവപോലുള്ള പ്രധാനപ്പെട്ട തൊഴിൽനിയമങ്ങൾ ഭേദഗതി ചെയ്യാനുള്ള നീക്കങ്ങൾക്ക് സമീപകാലത്ത് വേഗത വർദ്ധിച്ചിരിക്കുകയാണ്; രാജസ്ഥാൻ ഗവൺമെന്റ് അവ ഇതിനകംതന്നെ ഭേദഗതി ചെയ്തു കഴിഞ്ഞു; കേന്ദ്ര ഗവൺമെന്റ് അതിനുള്ള പ്രക്രിയയിലാണ്. തൊഴിൽനിയമങ്ങൾ നിലനില്ക്കുമ്പോൾപോലും അവ നടപ്പാക്കപ്പെടുന്നുവെന്ന് ഉറപ്പുവരുത്തുന്നതിലുപരി അവയുടെ ലംഘനങ്ങളെ പ്രോത്സാഹിപ്പിക്കുക എന്ന പങ്കാണ് ഭരണകൂടം ഇപ്പോൾ വഹിക്കുന്നത്.

11. നിക്ഷേപങ്ങളെ ആകർഷിക്കുന്നതിന്റെയും മാനുഫാക്ചറിങ് പ്രോത്സാഹിപ്പിക്കുന്നതിന്റെയും പേരിൽ പ്രത്യേക സാമ്പത്തിക മേഖലകൾ/ദേശീയ മാനുഫാക്ചറിങ് - നിക്ഷേപ മേഖലകൾ/പ്രത്യേക നിക്ഷേപ പ്രദേശങ്ങൾ/കയറ്റുമതി അധിഷ്ഠിത യൂണിറ്റുകൾ തുടങ്ങിയവ സൃഷ്ടിക്കുകയാണ്. അവിടങ്ങളിൽ തൊഴിൽനി

യമങ്ങൾ ഒഴിവാക്കപ്പെടുകയോ തൊഴിൽനിയമ പരിശോധനകൾ നിയന്ത്രിച്ചുകൊണ്ട് നിർബ്ബാധം അവ ലംഘിക്കാൻ അനുവദിക്കപ്പെടുകയോ ആണ്. നികുതിയിലും മറ്റും നല്കുന്ന ഇളവുകളും ഒഴിവാക്കലുകളും ഉൾപ്പെടെയുള്ള ആനുകൂല്യങ്ങൾ ഒരു നിശ്ചിത കാലത്തേക്ക് ഉപയോഗപ്പെടുത്തുന്ന വ്യവസായങ്ങൾ, ആ കാലാവധി കഴിയുന്നതോടെ അവിടെനിന്നു തങ്ങളുടെ യൂണിറ്റുകൾ മറ്റു പ്രത്യേക സാമ്പത്തിക മേഖലകളിലേക്ക് മാറ്റിക്കൊണ്ടുപോകുന്നതിന്റെ നിരവധി ഉദാഹരണങ്ങളുണ്ട്; അതേസമയം അവിടങ്ങളിൽ പണിയെടുക്കുന്ന തൊഴിലാളികൾക്ക് തൊഴിൽ നഷ്ടപ്പെടുകയും ചെയ്യുന്നു.

12. നവലിബറൽ വാഴ്ചയ്ക്ക് മുമ്പ്, സമരങ്ങളിലൂടെ എന്നപോലെ കോടതി ഇടപെടലുകളിലൂടെയും തൊഴിലാളികൾക്ക് തങ്ങളുടെ നിയമാനുസൃതമായ അവകാശങ്ങളുടെ നിർവ്വഹണം ഉറപ്പാക്കാൻ കഴിയുമായിരുന്നു. ഉദാഹരണത്തിന്, ഉരുക്ക് (ദുർഗാപ്പൂർ, ഇസ്കൊ - IISCO, റൂർക്കേല, ഭീലായ് സ്റ്റീൽ പ്ലാന്റ് കാന്റീൻ തൊഴിലാളികൾ തുടങ്ങിയവ), സിവിൽ വ്യോമയാനം (എയർ ഇന്ത്യ, ഇന്ത്യൻ എയർലൈൻസ്, എയർപോർട്ട് അതോറിറ്റി ഓഫ് ഇന്ത്യ), വൈദ്യുതി (ഹരിയാന, ഹിമാചൽപ്രദേശ് തുടങ്ങിയ ചില സംസ്ഥാന ഇലക്ട്രിസിറ്റി ബോർഡുകളിൽ), ട്രാൻസ്പോർട്ട് തുടങ്ങിയവയിലെ ആയിരക്കണക്കിന് കരാർ തൊഴിലാളികൾ കരാർ തൊഴിൽ (നിയന്ത്രണവും നിർമ്മാർജ്ജനവും) നിയമം ഉപയോഗിച്ച് സ്ഥിരനിയമനം നേടിയെടുത്തിരുന്നു. എന്നാൽ തുടർന്ന് നവലിബറൽ കാലത്തിന്റെ വരവോടെ സാഹചര്യം മാറി; സെയിലും കോൾഇന്ത്യയും ഫയൽ ചെയ്ത റിവ്യു ഹർജിയിന്മേലുള്ള സുപ്രീംകോടതിയുടെ വിധിന്യായത്തിൽ മുമ്പ് എയർ ഇന്ത്യ കേസിൽ സുപ്രീംകോടതിതന്നെ പുറപ്പെടുവിച്ച വിധിയെ ഭാഗികമായി അസാധുവാക്കിയത് അതിന്റെ തുടക്കമായിരുന്നു. നിയമവ്യാഖ്യാനം നടത്തുന്നതിൽ നവലിബറലിസത്തിൻകീഴിൽ ജുഡീഷ്യറി കൂടുതൽ മൂലധനത്തിനനുകൂലമായി മാറുകയാണുണ്ടായത്.

13. നവലിബറൽ ആഗോളവല്ക്കരണത്തിൻകീഴിൽ മൂലധനത്തിന്റെ നൃശംസതയെ ശക്തിപ്പെടുത്തുന്നതിന് സ്വീകരിച്ച രീതികളിൽ ഒന്ന് തൊഴിലാളിവർഗ്ഗത്തിന്റെ ഘടനയിൽ കൊണ്ടുവന്ന കടുത്ത മാറ്റങ്ങളാണ്. നിയമപരമായ യാതൊരു ആനുകൂല്യവുമില്ലാത്ത തൊഴിലാളികളുടെ അനുപാതം വർദ്ധിക്കുകയുണ്ടായി; നിയമപരമായ സംരക്ഷണമുള്ള തൊഴിലാളികളുടെ അനുപാതമാകട്ടെ കുത്തനെ കുറയുകയുമുണ്ടായി. തൊഴിലുകൾ, ഇടങ്ങൾ, തൊഴിലുടമകൾ എന്നിവ നിരന്തരം മാറ്റിക്കൊണ്ടിരിക്കേണ്ടുന്നവിധം തീർത്തും അസ്ഥിരമായ ഒരു സാഹചര്യത്തെയാണ് വലിയൊരു വിഭാഗം തൊഴിലാളികൾ നേരിടുന്നത്; എന്നാൽ സാമ്പത്തികസ്ഥിരതയെ

സംബന്ധിച്ചിടത്തോളം വളരെ ചെറിയ നേട്ടമേ ഉണ്ടാകുന്നുള്ളൂ. അതിനുംപുറമെ, ഇന്ത്യയിൽ, തൊഴിലാളിക്കുമേൽ മൂലധനത്തിന്റെ പിടിമുറുക്കം ശക്തിപ്പെടുത്താനുള്ള സംവിധാനങ്ങൾ ഈ 'ആധുനിക'മായവയിൽ മാത്രം ഒതുങ്ങിനില്ക്കുന്നില്ല. ജാതി, മതം, ലിംഗം തുടങ്ങിയ മറ്റു സംവിധാനങ്ങളും ഈ ആവശ്യത്തിനായി ഉപയോഗപ്പെടുത്തപ്പെടുന്നു.

14. വ്യത്യസ്ത മേഖലകളിലെ തൊഴിലാളികളുടെ അവസ്ഥയിൽ വന്ന മാറ്റങ്ങളുടെ ചുരുക്കം ചില വിശദാംശങ്ങൾ ചുവടെ രേഖപ്പെടുത്തുന്നു.

(i) സംഘടിത മേഖലയിലെ തൊഴിലാളികൾ

പൊതുമേഖലയും സ്വകാര്യമേഖലയും ഉൾപ്പെടെയുള്ള സംഘടിത മേഖലയിലെ സ്ഥിരം തൊഴിലാളികളുടെ എണ്ണം ഗണ്യമായി കുറഞ്ഞിരിക്കുകയാണ്. സ്ഥിരംതൊഴിലാളികൾക്ക് താരതമ്യേന മികച്ച കൂലിയും സാമൂഹ്യസുരക്ഷാ ആനുകൂല്യങ്ങളും ഉണ്ടെങ്കിലും അവർ ഇന്ന് ആപല്ക്കരമായ തൊഴിൽ സാഹചര്യങ്ങളെയാണ് അഭിമുഖീകരിക്കുന്നത്. വലിയതോതിൽ കരാർ തൊഴിലാളികളെ നിയമിക്കുന്നതിനുപുറമെ, തങ്ങളുടെ കൂലിച്ചെലവ് കുറച്ചുകൊണ്ടുവരുന്നതിനൊപ്പം യൂണിയൻവല്ക്കരണത്തെ തടയുന്നതിനും സ്ഥിരം തൊഴിലാളികളുടെ വിലപേശൽ ശേഷി കുറയ്ക്കുന്നതിനും തൊഴിലുടമകൾ വിവിധ നടപടികൾ സ്വീകരിക്കുകയാണ്. 'തൊഴിൽ പരിശീലനം നേടുന്നവർ' (On Job Trainees -OJT), 'ദീർഘകാല പരിശീലനത്തിലുള്ള ജീവനക്കാർ' (Long Term Trainee Employees -LTTE), 'നിശ്ചിതകാല കരാറുകൾ (Fixed Term Contracts - FTC), 'ജൂനിയർ എക്സിക്യൂട്ടീവുകൾ' തുടങ്ങിയവ പോലുള്ള വ്യത്യസ്ത സംവർഗ്ഗങ്ങൾ (Categories) ഒരേ ജോലിക്കായി തന്നെ നിയോഗിക്കപ്പെടുകയാണ്. സ്ഥിരം ജീവനക്കാർക്കുള്ള കൂലിയുടെ ചെറിയൊരു ഭാഗം മാത്രമേ അവർക്ക് നല്കുന്നുള്ളൂ. ഉദാഹരണത്തിന്, ജാപ്പനീസ് കമ്പനിയായ കെൻസ്റ്ററിന്റെ തമിഴ്നാട് യൂണിറ്റിൽ ട്രെയിനികളുടെ എണ്ണം 1080 ആണ്; അതേസമയം സ്ഥിരം ജീവനക്കാരാകട്ടെ 73 പേർ മാത്രവും. ആന്ധ്രാപ്രദേശിലെ ശ്രീകാകുളത്തെ റെഡ്ഡിലാബ് ഒരു ഭക്ഷണശാല (മെസ്) ആരംഭിച്ചു; അവിടെ വിദ്യാർത്ഥികൾക്ക് ഭക്ഷണം കഴിക്കാൻ അനുവാദം നല്കി; വിദൂര വിദ്യാഭ്യാസം നേടുന്നതിനും അനുവദിക്കപ്പെട്ടു; അവർ കമ്പനിയിൽ ജോലിയെടുക്കണം.

ഉല്പാദനക്ഷമത വർദ്ധിപ്പിക്കുന്നതിനും തൊഴിലാളികളിൽനിന്ന് പരമാവധി മിച്ചം ഊറ്റിയെടുക്കുന്നതിനും ആധുനിക സാങ്കേതികവിദ്യയുടെ ഉപയോഗം, യന്ത്രവല്ക്കരണം, ആട്ടോമേഷൻ, റോബോട്ട്വല്ക്കരണം, തൊഴിൽസമയം വർദ്ധിപ്പിക്കൽ, കൂലി കുറയ്ക്കൽ തുടങ്ങിയ പല രീതികൾ തൊഴിലുടമകൾ സ്വീകരിച്ചുവരുന്നു. ഫ്രീകിന്റ് ടൈം ആന്റ് മോഷൻ (FTM) പഠനങ്ങൾ, ഇ മാനേജ്മെന്റ്, സെൽഫ് മാനേജ്മെന്റ് ടീമുകൾ

(SMTs) തുടങ്ങിയ വ്യത്യസ്തങ്ങളായ മാനേജ്മെന്റ് ടെക്നിക്കുകൾ ഉല്പാദനക്ഷമത വർദ്ധിപ്പിക്കുന്നതിനായി ഉപയോഗിക്കപ്പെട്ടു. തൊഴിലാളികൾ മാനേജ്മെന്റിന്റെ ഭാഗമായാണ്, തൊഴിലാളികളായല്ല പരിഗണിക്കപ്പെടുന്നത് എന്ന തരത്തിൽ അവരിൽ വ്യാമോഹം സൃഷ്ടിക്കുന്നതിന് അവരെ 'അസോസിയേഷൻ', ടീം അംഗങ്ങൾ എന്നെല്ലാം വിളിച്ചു. അശോക് ലെയ്‌ലൻഡ് കൈക്കൊണ്ട ആൾ ടൈം മാനേജ്മെന്റ് സിസ്റ്റ (ATMS) പ്രകാരം തൊഴിലാളികൾക്ക് എട്ടു മണിക്കൂറിൽ 480 മിനിറ്റും ജോലി ചെയ്യേണ്ടതായി വന്നു; അവർക്ക് ടോയ്‌ലെറ്റിൽ പോകാൻപോലും കഴിയുമായിരുന്നില്ല. അദ്ധ്വാനംകൊണ്ട് ക്ലേശിക്കുന്ന തൊഴിലാളികൾക്ക് ക്ഷീണമകറ്റാൻ ആവശ്യമായ ചുരുങ്ങിയ ഇടവേളകൾപോലും അനുവദിക്കപ്പെടുന്നില്ല. നിരവധി ബഹുരാഷ്ട്ര കോർപറേഷനുകളിൽ 'ടോട്ടൽ പ്രൊഡക്ഷൻ മാനേജ്മെന്റ് (TPM)' എന്ന സമ്പ്രദായത്തിലൂടെ സാമൂഹ്യമായി ആവശ്യമായ അദ്ധ്വാനത്തിന്റെ സമയവും വിലയും ബോധപൂർവ്വം കുറയ്ക്കാൻ ശ്രമിക്കുകയാണ്. തൽഫലമായി, ആധുനിക സംഘടിതമേഖലാ വ്യവസായങ്ങളിലെ തൊഴിലാളികൾ താരതമ്യേന മെച്ചപ്പെട്ട കൂലിയും മറ്റാനുകൂല്യങ്ങളും ലഭിക്കുന്നുണ്ടെങ്കിലും മാനസികവും മനഃശാസ്ത്രപരവുമായ ഒട്ടേറെ സമ്മർദങ്ങളും പീഡനങ്ങളും നേരിടുകയാണ്.

2011–12 ൽ നടത്തിയ ഒരു പഠനമനുസരിച്ച്, സംഘടിത മാനുഫാക്ചറിങ് മേഖലയിലെ മൊത്തം തൊഴിൽസേനയുടെ 77.5 ശതമാനത്തിനും എഴുതപ്പെട്ട കരാറില്ല; മറ്റൊരു 2.43 ശതമാനത്തിന് ഒരു വർഷത്തിൽ താണ കാലത്തേക്ക് മാത്രമുള്ള എഴുതപ്പെട്ട കരാറേയുള്ളൂ. സംഘടിത മേഖലയിലെ ശമ്പളക്കാരായ മൊത്തം സ്ഥിരം തൊഴിലാളികളുടെ 70 ശതമാനത്തിലധികം പേർക്കും എഴുതപ്പെട്ട കരാറൊന്നുമില്ല. സ്ത്രീത്തൊഴിലാളികളുടെ അവസ്ഥ വളരെ മോശപ്പെട്ടതാണ്. 2011–12 ൽ 91 ശതമാനം പേർക്കും എഴുതപ്പെട്ട കരാറൊന്നുമില്ല; 6.3 ശതമാനം പേർക്കു മാത്രമേ മൂന്നു വർഷത്തിലേറെ കാലത്തേക്ക് എഴുതപ്പെട്ട കരാറുള്ളൂ. സ്ഥിരം തൊഴിലാളികളിലെ 60 ശതമാനം പേരും പ്രോവിഡന്റ് ഫണ്ട്, പെൻഷൻ, ആരോഗ്യസംരക്ഷണം തുടങ്ങിയ സാമൂഹ്യ സുരക്ഷാ ആനുകൂല്യങ്ങൾക്കൊന്നും അർഹതയില്ല. സ്ത്രീത്തൊഴിലാളികളുടെ സ്ഥിതിയാകട്ടെ, പുരുഷ തൊഴിലാളികളുടേതിനെക്കാൾ പരിതാപകരവുമാണ്.

തൊഴിലാളികളും മേൽനോട്ടം വഹിക്കുന്ന ജീവനക്കാരും (supervisory staff) തമ്മിലുള്ള അസമത്വം 2000 നുശേഷമുള്ള കാലത്ത് സംഘടിത മാനുഫാക്ചറിങ് മേഖലയിൽ വർദ്ധിച്ചിരിക്കുകയാണ്. മാനേജീരിയൽ സ്റ്റാഫിന്റെ ശമ്പളം തൊഴിലാളികളുടേതുമായി താരതമ്യപ്പെടുത്തുമ്പോൾ കുത്തനെ വർദ്ധിച്ചതായാണ് കണ്ടത്.

(ii) സംഘടിതമേഖലയിലെ അസംഘടിത വിഭാഗത്തിലെ തൊഴിലാളികൾ

നവലിബറൽ നയങ്ങൾക്കുകീഴിൽ തൊഴിൽ ബന്ധങ്ങളുടെ രൂപം വലിയ തോതിൽ മാറിയിരിക്കുകയാണ്. വലിയൊരു വിഭാഗം തൊഴിലാളികളെ സംബന്ധിച്ചിടത്തോളം വ്യക്തവും തിരിച്ചറിയാവുന്നതുമായ തൊഴിലുടമ-തൊഴിലാളിബന്ധം നിലവിലില്ല; സ്വകാര്യമേഖലയിൽ മാത്രമല്ല, പൊതുമേഖലയിലും ഗവൺമെന്റു മേഖലയിലും ഇതാണവസ്ഥ. സംഘടിതമേഖലയിലെ അസംഘടിത വിഭാഗം തൊഴിലാളികളുടെ - അതായത്, ആപല്ക്കരമായ തൊഴിൽ സാഹചര്യങ്ങളുള്ളവരും തൊഴിൽ സുരക്ഷയില്ലാത്തവരും വരുമാന സുരക്ഷ ഇല്ലാത്തവരും സാമൂഹ്യസുരക്ഷയില്ലാത്തവരും നിയമപരമായ സംരക്ഷണം ഇല്ലാത്തവരുമായ തൊഴിലാളികളുടെ - അനുപാതം നവലിബറൽ വാഴ്ചയിൽ വർദ്ധിച്ചിരിക്കുകയാണ്. എന്നാൽ, തൊഴിലാളികളെ അസംഘടിതമേഖലയിലെ തൊഴിലാളികൾ എന്ന നിലയിൽ കണക്കാക്കാനുമാവില്ല.

വിപണി വ്യതിയാനത്തിന്റെ ഫലമായുള്ള ബാദ്ധ്യതകൾ പലവിധത്തിൽ തൊഴിലാളികളുടെ ചുമലിലേക്ക് മാറ്റുകയാണ് - കരാർവല്ക്കരണം, ഔട്ട്സോഴ്സിങ്, താല്ക്കാലികവല്ക്കരണം, തൊഴിൽകരാറുകൾ, താല്ക്കാലികക്കാരെയും ദിവസക്കൂലിക്കാരെയും അപ്രന്റീസുകൾ അഥവാ ട്രെയിനികളെയുമെല്ലാംകൊണ്ട് ഒരേ ജോലി ചെയ്യിക്കൽ, വീട് അധിഷ്ഠിത ജോലി തുടങ്ങിയവ.

അസംഘടിതമേഖലയിലെ സംരംഭങ്ങൾക്കായുള്ള ദേശീയ കമ്മിഷൻ റിപ്പോർട്ട് (2009) പ്രകാരം സാമ്പത്തിക പരിഷ്കരണാനന്തരം സംഘടിതമേഖലയിൽ ഉണ്ടായ തൊഴിലവസര സൃഷ്ടി പൊതുവിൽ അനൗപചാരിക സ്വഭാവത്തിലുള്ളതാണ്. 1990 കളുടെ ആദ്യകാലത്ത് മാനുഫാക്ചറിങ് മേഖലയിലെ തൊഴിലവസരങ്ങളിലെ വർദ്ധന പ്രധാനമായും സ്ഥിരേതര സ്വഭാവത്തിലുള്ളവയായിരുന്നു എന്ന് നിരവധി പഠനങ്ങൾ വെളിപ്പെടുത്തുന്നുണ്ട്. രാജ്യത്തെ മാനുഫാക്ചറിങ് മേഖലയിലെ താല്ക്കാലിക തൊഴിലാളികളുടെയും കരാർ തൊഴിലാളികളുടെയും വിഹിതം (അഡ്മിനിസ്ട്രേറ്റീവ് ജീവനക്കാരെയും മാനേജീരിയൽ ജീവനക്കാരേയും ഒഴിവാക്കിയാൽ) 1992-2001 കാലത്ത് ഇരട്ടിയായിട്ടുണ്ട്. തൊഴിലാളികൾക്ക് തൊഴിൽസുരക്ഷ നല്കുന്ന തൊഴിൽനിയമങ്ങൾ നിലനിൽക്കവെ തന്നെ, നേരിട്ട് നിയമിതരായ സ്ഥിരംതൊഴിലാളികളുടെ സ്ഥാനത്ത് ആപല്ക്കരമായ തൊഴിൽബന്ധങ്ങളുള്ള അനൗപചാരിക തൊഴിലാളികളെ പകരംവെയ്ക്കുകയാണ്. 2003-04നും 2009-10 നും ഇടയ്ക്ക് നേരിട്ട് നിയമിതരാകുന്ന തൊഴിലാളികൾക്കുള്ള തൊഴിലവസരങ്ങൾ വർദ്ധിച്ചത് 5.1 ശതമാനം മാത്രമാണ്; എന്നാൽ കരാർ തൊഴിലാളികൾക്കുള്ള തൊഴിലവസരങ്ങൾ 12.4 ശതമാനം കണ്ട് വർദ്ധിക്കുകയുണ്ടായി. മൊത്തം സംഘടിത തൊഴിലിൽ കരാർ തൊഴിലാളികളുടെ വിഹിതം 1995-96 ൽ 10.5 ശതമാനമായിരുന്നത് 2009-10 ൽ 25.7 ശതമാനമായി വർദ്ധിച്ചിട്ടുണ്ട്;

അതേസമയം നേരിട്ട് നിയമിതരാകുന്ന തൊഴിലാളികളുടെ വിഹിതം ഇതേ കാലഘട്ടത്തിൽ 68.3 ശതമാനത്തിൽനിന്നും 52.4 ശതമാനമായി ഇടിഞ്ഞു. മുൻകാലങ്ങളുമായി താരതമ്യപ്പെടുത്തുമ്പോൾ 2000 ത്തിനു ശേഷമുള്ള ആദ്യപതിറ്റാണ്ടിന്റെ അവസാനത്തോടുകൂടി വൻകിടകമ്പനികളിൽ കൂടുതൽ കരാർ തൊഴിലാളികളെ നിയമിക്കുന്ന രീതി വർദ്ധിച്ചിരിക്കുകയാണെന്ന കാര്യം ശ്രദ്ധേയമാണ്. (50 ൽ അധികം തൊഴിലാളികളെ നിയമിക്കുന്നത്). 2009-10 ഓടുകൂടി, 5000 ൽ അധികം തൊഴിലാളികളുള്ള കമ്പനികളിൽ, മൊത്തം തൊഴിലാളികളുടെ ഏകദേശം പകുതിയോളം പേരും കരാർ തൊഴിലാളികളായി.

കരാർ സമ്പ്രദായം പൊതുവെ വൈദഗ്ദ്ധ്യം കുറച്ചു മാത്രം വേണ്ടതും അപ്രധാനവുമായ ജോലികളിൽ ഒതുങ്ങിനിന്നിരുന്ന ഉദാരവല്ക്കരണത്തിനു (Liberalisation) മുമ്പുള്ള കാലത്തിൽനിന്നും വ്യത്യസ്തമായി, നവലിബറൽ വാഴ്ചയുടെ വരവോടുകൂടി ഉന്നത സ്ഥാനങ്ങളിലൊഴികെ മിക്കവാറും എല്ലാ തലങ്ങളിലുമുള്ള ജോലികളിൽ കരാർ തൊഴിലാളികൾ/ജീവനക്കാർ നിയമിക്കപ്പെടുകയാണ്. പൊതുമേഖലായൂണിറ്റുകളിൽ 50 ശതമാനത്തോളവും മിക്ക ബഹുരാഷ്ട്ര കോർപ്പറേഷനുകളുടെ ആധുനിക വ്യവസായ യൂണിറ്റുകൾ ഉൾപ്പെടെ സ്വകാര്യ മേഖലയിൽ 70 ശതമാനത്തിലധികവും പൊതുവിൽ കരാർ തൊഴിലാളികളാണ്.

ഓഫ് ലോഡിങ്/ഔട്ട്സോഴ്സിങ്/ഉല്പാദന പ്രക്രിയയെ വ്യത്യസ്ത ഭാഗങ്ങളായോ മൊത്തമായോ വ്യത്യസ്ത ഏജൻസികൾക്ക് നല്കൽ എന്നിവയിലൂടെ തൊഴിലിടത്തിന്റെ വികേന്ദ്രീകരണവും ശകലീകരണവും നടക്കുന്നുണ്ട്. ഈ ജോലികൾ മിക്കപ്പോഴും വ്യത്യസ്ത ഇടങ്ങളിൽവെച്ചായിരിക്കും ചെയ്യുന്നത് - പലപ്പോഴും അത് സ്വറ്റ്ഷോപ്പുകളിൽ(sweat shops) വച്ചാകാം, അല്ലെങ്കിൽ അത് ചെയ്യുന്നത് തൊഴിലാളികളുടെ വീട്ടിൽവെച്ചാകാം, ഒരേ വളപ്പിനുള്ളിൽ വെച്ചുതന്നെയുമാകാം. എന്നാൽ മുഖ്യ തൊഴിലുടമയുമായി തൊഴിലാളികൾക്ക് നേരിട്ട് ഒരു ബന്ധവുമുണ്ടാവില്ല; തൊഴിലാളികളോട് തനിക്കൊരുത്തരവാദിത്വവുമില്ലെന്ന് തൊഴിലുടമ നിഷേധിക്കുകയും ചെയ്യും.

'ഓൺലൈൻ വിപണനം' എന്ന പ്രവണത നിലവിൽ വന്നിരിക്കുകയാണ്; അടുത്തകാലത്തായി അത് വിപുലപ്പെട്ടുവരികയുമാണ്. സംഭരിച്ചുവെയ്ക്കുന്ന ചരക്കുകളെ പരിമിതപ്പെടുത്തുന്നതിനും ഡിമാൻഡനുസരിച്ച് തൊഴിലാളികളെ ഏർപ്പെടുത്തുന്നതിനും വിവരസാങ്കേതിക വിദ്യയെ ഉപയോഗപ്പെടുത്തുകയാണ്.

ആട്ടോ മൊബൈൽ മേഖലപോലെയുള്ള തീർത്തും സങ്കീർണ്ണവും പരിഷ്കൃതവും ആധുനികവുമായ ഉല്പാദനപ്രക്രിയയിൽ ഏർപ്പെടുന്ന മേഖലകളിൽപോലും മാരുതിയിലും ഹ്യുണ്ടായിയിലും മറ്റും കാണുന്നതുപോലെ സ്ഥിരം തൊഴിലാളികൾക്കൊപ്പം അതേ ഷോപ്പ് ഫ്ളോറിൽ തന്നെ കരാർ തൊഴിലാളികളെ നിയോഗിക്കുന്നത് വർദ്ധിച്ചുവരിക

യാണ്. സംഘടിതമേഖലയിലെ തൊഴിലാളികൾക്ക് ഏറെക്കുറെ തൊഴിൽ സുരക്ഷയുണ്ടെന്ന മിത്ത് തന്നെ മാരുതിയെപ്പോലെയുള്ള ബഹുരാഷ്ട്ര കോർപറേഷനുകളിലെ സംഭവങ്ങൾ തുറന്നു കാണിച്ചിരിക്കുകയാണ്. മാരുതിയിൽ ഏകദേശം 500 സ്ഥിരം തൊഴിലാളികളെയും 1500 ഓളം കരാർ തൊഴിലാളികളെയും ജോലിയിൽനിന്നു പിരിച്ചുവിടുകയുണ്ടായി. നോക്കിയയിൽ, മൈക്രോസോഫ്ട് ആ കമ്പനിയെ ഏറ്റെടുത്തതോടെ, 8000 തൊഴിലാളികൾക്ക് ജോലി നഷ്ടപ്പെട്ടു.

ലാഭവിഹിതത്തിലെ ഭീമമായ വർദ്ധനയുമായി (1980 കളിൽ 15 ശതമാനത്തോളമായിരുന്നത് 2009 ൽ 55 ശതമാനമായി താരതമ്യപ്പെടുത്തുമ്പോൾ കൂലിയുടെ വിഹിതം കുത്തനെ ഇടിയുന്നതിന് ഇടയാക്കിയ മുഖ്യഘടകം അനിയന്ത്രിതമായ കരാർവല്ക്കരണമാണ് എന്നു കാണാം.

(iii) അസംഘടിതമേഖലയിലെ തൊഴിലാളികൾ

കർഷകത്തൊഴിലാളികൾ ഒഴികെയുള്ള അസംഘടിതമേഖലയിലെ തൊഴിലാളികളുടെ എണ്ണം നവലിബറൽവാഴ്ചയിൽ വർദ്ധിച്ചുവരികയാണ്. അസംഘടിത തൊഴിലാളികൾ മൊത്തം തൊഴിലാളികളുടെ ഏകദേശം 94 ശതമാനം വരും. ഇത് അസംഘടിതമേഖലയിലെ തൊഴിലാളികൾ മാത്രം ഉൾപ്പെടുന്നതല്ല; മറിച്ച്, കാർഷികമേഖലയിലുള്ളവർ കൂടി ഉൾപ്പെടുന്നതാണ്. എന്നാൽ കാർഷികപ്രതിസന്ധിയും കാർഷികമേഖലയിൽ ലഭ്യമാകുന്ന തൊഴിൽദിനങ്ങളുടെ എണ്ണത്തിലെ കുത്തനെയുള്ള ഇടിവുംമൂലം ഈ തൊഴിലാളികളിലെ വലിയൊരു വിഭാഗം നഗരങ്ങളിലെയും ഗ്രാമപ്രദേശങ്ങളിലെയും കാർഷികേതര ജോലികൾ തേടാൻ നിർബ്ബന്ധിതരാകുന്നു. ഇൻസ്റ്റിറ്റ്യൂട്ട് ഓഫ് അപ്ലൈഡ് മാൻ പവർ റിസർച്ചിന്റെ ഒരു പ്രബന്ധത്തിൽ പറയുന്നതുപ്രകാരം ഇന്ത്യയിൽ സ്വാതന്ത്ര്യാനന്തരം ഇതാദ്യമായി 2004-05 നും 2011-12 നും ഇടയ്ക്ക് കാർഷികമേഖലയിൽ തൊഴിൽ ചെയ്തിരുന്ന ആളുകളുടെ എണ്ണത്തിൽ 367 ലക്ഷത്തിന്റെ കുറവുണ്ടായിരിക്കുകയാണ്. ഇന്ന്, ഗ്രാമപ്രദേശങ്ങളിലെ മിക്കവാറും തൊഴിലാളികളെ 'കർഷകത്തൊഴിലാളികൾ' എന്ന നിലയിൽമാത്രം വർഗ്ഗീകരിക്കാൻ കഴിയില്ല; കാരണം അവർക്ക് നിലനില്പിനായി ഒരു വർഷത്തിൽ 8 മാസത്തിലേറെക്കാലം കാർഷികേതര ജോലികളിൽ ഏർപ്പെടേണ്ടതായി വരുന്നു. ഈ തൊഴിലാളികളെ സംഘടിപ്പിക്കുന്നതിന് ട്രേഡ്യൂണിയനുകൾ കൂടുതൽ മുൻകൈയെടുക്കേണ്ടത് ആവശ്യമായിരിക്കുന്നു.

അസംഘടിത മേഖലയിലെ തൊഴിലാളികളുടെ ജോലിയുടെ സാഹചര്യം ഐകരൂപ്യമുള്ളതല്ല; അവർ ജോലി ചെയ്യുന്ന മേഖല/തൊഴിൽ (trade), അവരുടെ വൈദഗ്ദ്ധ്യം, ജൻഡർ, ജാതി, തൊഴിലിടം, പ്രവാസികളാണെങ്കിൽ സംസ്ഥാനം തുടങ്ങിയവയ്ക്കനുസൃതമായി അത് വളരെ ഏറെ വ്യത്യസ്തമായിരിക്കും. അവരിൽ സ്വയം തൊഴിൽ ചെയ്യുന്നവർ, ഭവനാധിഷ്ഠിത തൊഴിലാളികൾ (Home based Workers),

ദിവസക്കൂലിക്കാരായ തൊഴിലാളികൾ തുടങ്ങിയ വിഭാഗങ്ങളും ഉൾപ്പെടുന്നു. ചരക്കുകടത്തും യാത്രക്കാരെ കൊണ്ടുപോകുന്നതും ഉൾപ്പെടെയുള്ള സ്വകാര്യ ഗതാഗത സംവിധാനം പോലെയുള്ള ചില അസംഘടിത മേഖലാ വിഭാഗങ്ങൾ രാജ്യത്തിന്റെ സമ്പദ്ഘടനയിൽ സുപ്രധാന സ്ഥാനം വഹിക്കുന്നതും ദശലക്ഷക്കണക്കിനു തൊഴിലാളികൾക്ക് തൊഴിൽ നല്കുന്നതുമാണ്.

അസംഘടിതമേഖലയിലെ തൊഴിലാളികളെ സംബന്ധിച്ചിടത്തോളം അവരുടെ കൂലിയുമായോ തൊഴിൽ സാഹചര്യങ്ങളുമായോ ബന്ധപ്പെട്ട് വളരെ തുച്ഛമായ നിയമപരിരക്ഷ മാത്രമേ ലഭിക്കുന്നുള്ളൂ. എന്തെങ്കിലും നിയമങ്ങൾ നിലവിലുണ്ടെങ്കിൽതന്നെ അതൊന്നും ഫലപ്രദമായി നടപ്പാക്കപ്പെടുന്നതുമില്ല. 2011-12 ൽ താല്ക്കാലിക തൊഴിലാളികളിൽ(casual workers) 93 ശതമാനം പേരും സാമൂഹ്യസുരക്ഷാ ആനുകൂല്യങ്ങൾക്കൊന്നും അർഹതയില്ലാത്തവരാണെന്നും അവരുടെ അവസ്ഥ കൂടുതൽ വഷളാകുകയാണെന്നുമാണ് കാണുന്നത്.

നവലിബറൽ വാഴ്ചയിൽ ആരോഗ്യ - വിദ്യാഭ്യാസ രംഗങ്ങളിൽ നിന്നുമുള്ള ഗവൺമെന്റിന്റെ പിന്മാറ്റവും തൽസ്ഥാനം സ്വകാര്യമേഖല ഏറ്റെടുത്തതും അസംഘടിതമേഖലയിലെ തൊഴിലാളികളെയാണ് ഏറെ ദോഷകരമായി ബാധിച്ചിട്ടുള്ളത്. അസംഘടിതമേഖലയിലെ തൊഴിലാളികളുടെ കുടുംബങ്ങളുടെ ആരോഗ്യവും വിദ്യാഭ്യാസവുമായി ബന്ധപ്പെട്ട ചെലവുകൾ വളരെയധികം വർദ്ധിച്ചിരിക്കുകയാണ്; ഇത് അവരിൽ ഏറെപ്പേരെയും കടബാദ്ധ്യതയിൽ അകപ്പെടുത്തിയിരിക്കുന്നു. പല നഗരങ്ങളിലും നടക്കുന്ന സൗന്ദര്യവല്ക്കരണവും ചേരിനിർമ്മാർജ്ജന പരിപാടികളും അവരെ നഗരപ്രാന്തങ്ങളിലേക്ക് പോകാൻ നിർബ്ബന്ധിതരാക്കുന്നത്, ജോലി സ്ഥലത്തേക്ക് പോകാനും തിരിച്ചെത്താനുമുള്ള അവരുടെ യാത്രാസമയവും യാത്രക്കൂലിയും വർദ്ധിപ്പിച്ചിരിക്കുന്നു. അസംഘടിതമേഖലയിലെ തൊഴിലാളികളിൽ അധികംപേരും വൃത്തിഹീനവും ജനങ്ങൾ തിങ്ങിനിറഞ്ഞതുമായ (crowded) സാഹചര്യങ്ങളിൽ നഗരങ്ങളിലെ ചേരികളിൽ കഴിഞ്ഞുകൂടാൻ നിർബ്ബന്ധിതരാകുന്നു.

കരാർ തൊഴിലാളികൾ, തെരുവ് കച്ചവടക്കാർ തുടങ്ങിയ വിഭാഗങ്ങളെ സംബന്ധിച്ചിടത്തോളം തൊഴിൽവിപണിയുടെ നിയന്ത്രണത്തിലും 'ക്രമപ്പെടുത്തലി'ലും ക്രിമിനൽ വിഭാഗങ്ങൾ വഹിക്കുന്ന പങ്ക് വർദ്ധിച്ചുവരികയാണ്. ചേരികൾ സ്ഥാപിക്കുന്നതും നിയന്ത്രിക്കുന്നതും ഉൾപ്പെടെ വർദ്ധിച്ചുവരുന്ന നഗരവല്ക്കരണത്തിൽനിന്നും ഉരുവം കൊള്ളുന്ന ഭൂമി ഇടപാടുകളിൽ ഈ പ്രാദേശിക മാഫിയകൾ സജീവവുമാണ്. അങ്ങനെ, തൊഴിലിടങ്ങളിൽ അവരെ തൊഴിലുടമകൾ ചൂഷണം ചെയ്യുന്നതിനുപുറമേ, തങ്ങളുടെ പാർപ്പിടങ്ങളിൽ അസംഘടിതമേഖലാ തൊഴിലാളികൾ ഈ മാഫിയകളുടെ പിടിയിൽ കഴിഞ്ഞുകൂടാനും നിർബ്ബന്ധിതരാണ്.

ഭവനാധിഷ്ഠിത തൊഴിലാളികൾ

നവലിബറൽ വാഴ്ചയിൽ, ചില ബഹുരാഷ്ട്ര കോർപറേഷനുകൾ പോലും തങ്ങളുടെ ജോലികൾ ഭവനാധിഷ്ഠിത തൊഴിലാളികൾക്ക് ഔട്ട് സോഴ്സ് ചെയ്യാൻ തുടങ്ങിയതോടെ, ഭവനാധിഷ്ഠിത തൊഴിലാളികൾ വർദ്ധിച്ചുവരുന്നതായാണ് കാണുന്നത്. ജോലി തൊഴിലാളികളിലേക്ക് കൈമാറിയെത്തുന്നത് കോൺട്രാക്ടർമാരുടെയും സബ്കോൺട്രാക്ടർ മാരുടെയും ഏജൻറുമാരുടെയും ഇടത്തട്ടുകാരുടെയും ഒരു ശൃംഖലയി ലൂടെയാണ്. പലപ്പോഴും തൊഴിലാളികൾക്ക് പ്രധാന തൊഴിലുടമയെ ക്കുറിച്ച് ഒരു അറിവും ഉണ്ടായിരിക്കില്ല. ഭവനാധിഷ്ഠിത തൊഴിലാളി കൾ തൊഴിലുടമകളുടെ റിക്കാർഡുകളിലോ ഗവൺമെന്റിന്റെ സർവ്വേ കളിലോ കാണപ്പെടുന്നില്ല; തൊഴിലാളിയെ സംബന്ധിച്ച് മുഖ്യതൊഴി ലുടമ അദൃശ്യനാണ്; ഗവൺമെന്റിനും ഭരണസംവിധാനത്തിനും ഭവനാ ധിഷ്ഠിത തൊഴിലാളികളും അദൃശ്യരാണ്; തൊഴിലുടമ - തൊഴിലാളി ബന്ധം പൂർണ്ണമായും മൂടപ്പെട്ടിരിക്കുന്നു(masked); ചൂഷണം രൂക്ഷമാണ്. നവലിബറൽ വാഴ്ചയ്ക്കുകീഴിൽ വിവര സാങ്കേതികവിദ്യയുടെ വർദ്ധിച്ച (advanced) ഉപയോഗത്തോടുകൂടി, ഐടിയിലും ഐടി അധിഷ്ഠിത സേവനങ്ങളിലും ഭവനാധിഷ്ഠിത തൊഴിലാളികൾ നിയോഗിക്കപ്പെട്ടു തുടങ്ങി. അവർ വിദ്യാസമ്പന്നരും ഭവനാധിഷ്ഠിത തൊഴിലാളികളിലെ മറ്റു വിഭാഗങ്ങളേക്കാൾ മെച്ചപ്പെട്ട വേതനം ലഭിക്കുന്നവരുമായിരിക്കാ മെങ്കിലും അവർക്കും എന്തെങ്കിലും കൃത്യമായ തൊഴിൽസുരക്ഷയോ സാമൂഹ്യ സുരക്ഷയോ ലഭിക്കുന്നില്ല; കടുത്ത ചൂഷണവും അവർ നേരി ടുന്നു.

ഭവനാധിഷ്ഠിത തൊഴിലാളികളിൽ മഹാഭൂരിപക്ഷം പേരും സ്ത്രീ കളാണ്. പലപ്പോഴും അവരെ ബോധപൂർവ്വം 'സ്വയം തൊഴിൽ ചെയ്യു ന്നവർ' എന്ന് ഉയർത്തിക്കാണിക്കാറുമുണ്ട്; അസംസ്കൃത പദാർത്ഥം തൊഴിലാളിക്ക് വില്ക്കുന്നതായാണ് കാണിക്കുന്നത്; അവസാന ഉല്പന്നം അവരിൽനിന്നും വാങ്ങിക്കപ്പെടുന്നതായും കാണിക്കുന്നു; തൊഴിലുടമ - തൊഴിലാളിബന്ധം മറച്ചുപിടിക്കാനാണിത്.

പൊതുവിൽ ഭവനാധിഷ്ഠിത തൊഴിലാളികൾക്ക് ഒരു നിയമവും ബാധകമാകുന്നില്ല. കേരളം, തമിഴ്നാട്, കർണ്ണാടകം തുടങ്ങിയ ചില സംസ്ഥാനങ്ങളിൽ ക്ഷേമ ആനുകൂല്യങ്ങൾ പ്രദാനം ചെയ്യുന്നതിന് ചില നിയമങ്ങളുണ്ടെങ്കിലും അവ അവരുടെ തൊഴിൽ സാഹചര്യങ്ങളുമായി ബന്ധപ്പെടുന്നവയല്ല. 2006 ൽ രാജ്യത്തെ പത്തു സംസ്ഥാനങ്ങളിൽ സി ഐ ടി യു നടത്തിയ ഒരു സർവ്വേ വെളിപ്പെടുത്തിയത്, ഭവനാധിഷ്ഠിത തൊഴിലാളികളെ സംബന്ധിച്ച ഐ എൽ ഒ കൺവെൻഷന്റെ നിർവ്വച നപ്രകാരം ഭവനാധിഷ്ഠിത തൊഴിലാളികളുടെ 86 ശതമാനവും തൊഴി ലാളികളാണെന്നും അവർ സ്വയം തൊഴിലിൽ ഏർപ്പെട്ടവരല്ലെന്നുമാണ്. ചെയ്യുന്ന ജോലിയുടെ അളവനുസരിച്ചുള്ള കൂലി (piece rate wage) എന്ന നിലയിൽ തുച്ഛമായ വേതനമാണ് അവർക്കു ലഭിക്കുന്നത്. പല

പ്പോഴും കുട്ടികൾ ഉൾപ്പെടെയുള്ള തങ്ങളുടെ കുടുംബാംഗങ്ങളുടെ സഹായത്തോടുകൂടി പ്രതിദിനം 8–10 മണിക്കൂറിലേറെ സമയം പണിയെടുക്കുന്നുണ്ടെങ്കിലും ഭവനാധിഷ്ഠിത ജോലിയിൽനിന്നും ശരാശരി പ്രതിമാസം ലഭിക്കുന്ന വരുമാനം 1000 രൂപയിലും താഴെയാണെന്നാണ് സർവ്വെ കണ്ടെത്തിയത്. ഇത് ചൂഷണത്തിന്റെ വ്യാപ്തിയെയാണ് കാണിക്കുന്നത്. അതിനുംപുറമെ, തങ്ങളുടെ കുടുംബപരമായ ഉത്തരവാദിത്വങ്ങൾക്കനുസരിച്ച് ജോലി ചിട്ടപ്പെടുത്താൻ കഴിയുമെന്നതിനാൽ സ്ത്രീകൾ ഭവനാധിഷ്ഠിത ജോലിയോട് താല്പര്യം കാണിക്കുന്നു എന്ന പൊതു സങ്കൽപനത്തിനു വിരുദ്ധമായി, സ്ത്രീകൾ അധികവും ഭവനാധിഷ്ഠിത ജോലിയേക്കാൾ സ്ഥിരം ജോലി ലഭിക്കുന്നതിനാണ് മുൻഗണന നല്കുന്നത് എന്നും കണ്ടെത്തപ്പെടുകയുണ്ടായി; മറ്റൊരു പോംവഴിയും ഇല്ലാതെ വരുമ്പോഴാണ് അവർ ഭവനാധിഷ്ഠിത തൊഴിൽ ഏറ്റെടുക്കുന്നത്.

സ്വയം തൊഴിലിലേർപ്പെടുന്ന തൊഴിലാളികൾ

സ്വയംതൊഴിൽ നവലിബറൽ വാഴ്ചയുടെ ഉല്പന്നമല്ലെങ്കിലും അതിനുകീഴിൽ സ്വയംതൊഴിൽ ചെയ്യുന്നവരുടെ എണ്ണം വർദ്ധിച്ചിരിക്കുകയാണ്. ഗ്രാമങ്ങളിൽനിന്നു നഗരങ്ങളിലേക്ക് കുടിയേറുന്ന ഗ്രാമീണ തൊഴിലാളികളുടെ ഗണ്യമായ വിഭാഗങ്ങൾ റിക്ഷാക്കാരോ തെരുവുകച്ചവടക്കാരോ ആട്ടോ ഡ്രൈവർമാരോ മറ്റുമായാണ് ജോലി ചെയ്യുന്നത്. അവർക്ക് എന്തെങ്കിലും വരുമാനമോ സാമൂഹ്യസുരക്ഷയോ ഇല്ല. അവർ സ്വയംതൊഴിലിൽ ഏർപ്പെടുന്നത് അവർ അത് സ്വയം തെരഞ്ഞെടുക്കുന്നതാണെന്നതിലുപരി കൂടുതലും കഷ്ടപ്പാടുകാരണമാണ്. സ്വയംതൊഴിലിലേർപ്പെടുന്ന തൊഴിലാളികളിൽ വലിയൊരു വിഭാഗം സ്ത്രീകളാണ്. പലപ്പോഴും അവർ കൂലിയില്ലാ വേലയിലാണ് ഏർപ്പെടുന്നത്.

(iv) സ്കീം തൊഴിലാളികൾ

ദരിദ്രർക്കുമേൽ നവലിബറൽ വാഴ്ച സൃഷ്ടിക്കുന്ന പൊള്ളിക്കുന്ന പ്രത്യാഘാതത്തിന് ആശ്വാസം പകരുന്നതിനുള്ള ലേപനം എന്ന നിലയിൽ കേന്ദ്ര ഗവൺമെന്റും ഒപ്പം പല സംസ്ഥാന ഗവൺമെന്റുകളും നിരവധി 'സ്കീമുകൾ' ആരംഭിച്ചിട്ടുണ്ട്. എന്നാൽ ഈ സ്കീമുകളിൽ നിയമിച്ചിട്ടുള്ള തൊഴിലാളികൾക്ക് ജീവനക്കാർ/തൊഴിലാളികൾ എന്ന സ്ഥാനം നിഷേധിച്ചിരിക്കുകയാണ്; കൂലിയെയും മറ്റാനുകൂല്യങ്ങളെയും സംബന്ധിച്ചുള്ള നിയമ വ്യവസ്ഥകൾ അവർക്ക് ബാധകമാക്കാതിരിക്കാൻ മാത്രമാണിത്. 'സാമൂഹ്യപ്രവർത്തകർ', 'വളന്റിയർമാർ', 'ആക്ടിവിസ്റ്റുകൾ', 'യശോദകൾ', 'മമതകൾ', 'ഗസ്റ്റുകൾ' തുടങ്ങിയ പേരുകളിലാണ് അവർ അറിയപ്പെടുന്നത്. അവരിൽ ചിലർക്ക് 'ഓണറേറിയം' എന്നോ 'ഇൻസെന്റീവ്' എന്നോ 'നിശ്ചിതവേതനം' (consolidated pay) എന്നോ പേരിൽ നാമമാത്രമായ തുക നല്കപ്പെടുന്നുണ്ട്; ചിലർ

ക്ക് അതുപോലും നല്കുന്നില്ല; 'യൂസേഴ്സ് ചാർജുകൾ' ഈടാക്കി അവർക്കാവശ്യമായ തുക സ്വയം സമാഹരിക്കാനാണ് നിർദ്ദേശിക്കപ്പെട്ടിരിക്കുന്നത്. നമ്മുടെ മാനവിക വികസന സൂചികകൾ മെച്ചപ്പെടുത്തുന്നതിൽ സംഭാവന നല്കിക്കൊണ്ടിരിക്കുന്ന ഐ സി ഡി എസ്, എൻ ആർ എച്ച് എം, എസ് എസ് എ, ഉച്ചഭക്ഷണ പരിപാടി തുടങ്ങിയവപോലെയുള്ള ഇന്ത്യാ ഗവൺമെന്റിന്റെ വിവിധ സ്കീമുകളിൽ/പരിപാടികളിൽ പണിയെടുക്കുന്നവരായി ഇത്തരം തൊഴിലാളികൾ/ജീവനക്കാർ ഏകദേശ കണക്കുപ്രകാരം ഒരു കോടിയോളം ഉണ്ട്; ഇവരിലേറെയും സ്ത്രീകളാണ്.

ഈ സ്കീം തൊഴിലാളികളിലെ മഹാഭൂരിപക്ഷംപേരും ഗ്രാമപ്രദേശങ്ങളിലും ആദിവാസിമേഖലകളിലുമാണ് ജോലി ചെയ്യുന്നത്. രാജ്യത്തിന്റെ ഏറ്റവും ഉൾപ്രദേശങ്ങളിലുമാണ് ഇവ അധികവും.

അംഗനവാടി ജീവനക്കാരെപ്പോലെയുള്ള സ്കീം തൊഴിലാളികളിലെ ചില വിഭാഗങ്ങൾ രാജ്യത്തെ മിക്കവാറും സംസ്ഥാനങ്ങളിൽ സുസംഘടിതരാണ്; അവർ തങ്ങളുടെ ആവശ്യങ്ങൾ ഉയർത്തി ഉശിരൻ സമരങ്ങളിൽ ഏർപ്പെടുകയുമാണ്. ആശകളും (ASHAs) ഉച്ചഭക്ഷണ പാചകത്തൊഴിലാളികളും പല സംസ്ഥാനങ്ങളിലും സംഘടിച്ചുവരികയാണ്.

തങ്ങളുടെ ജോലിയുടെ സ്വഭാവം കാരണം, ഈ തൊഴിലാളികൾക്ക് പണിയെടുക്കുന്ന ജനങ്ങളുമായി, പ്രത്യേകിച്ച് ദരിദ്രരും സാമൂഹ്യമായി അടിച്ചമർത്തപ്പെടുന്നവരുമായ വിഭാഗങ്ങൾ, കർഷകർ, കർഷകത്തൊഴിലാളികൾ, അസംഘടിതമേഖലയിലെ തൊഴിലാളികൾ എന്നിവയുമായി, ഉറ്റബന്ധമാണുള്ളത്. സ്കീംതൊഴിലാളികളെ സംഘടിപ്പിക്കുന്നതും അവരുടെ രാഷ്ട്രീയബോധനിലവാരം ഉയർത്തുന്നതിനും നിരന്തരമായ പരിശ്രമങ്ങൾ നടത്തുന്നതും രാജ്യത്തിന്റെ മുക്കിലും മൂലയിലും വരെയും വിപുലമായ ജനവിഭാഗങ്ങളിലേക്കും നമ്മുടെ പരിപാടികളും നയങ്ങളും കൊണ്ടെത്തിക്കുന്നതിനും നമുക്ക് സഹായകരമാകുമെന്നാണ് പല സംസ്ഥാനങ്ങളിലെയും നമ്മുടെ അനുഭവം തെളിയിക്കുന്നത്.

(v) ഇടത്തരം ജീവനക്കാർ

ശമ്പളത്തിന്മേലുള്ള ചെലവുകൾ വെട്ടിക്കുറയ്ക്കുന്നതിന് ജീവനക്കാരുടെ എണ്ണത്തിൽ കുത്തനെ കുറവു വരുത്തുന്നത് നവലിബറൽ നയങ്ങളുടെ അവിഭാജ്യ ഭാഗമായിരിക്കുകയാണ്. ബാങ്കുകൾ, ഇൻഷ്വറൻസ്, കേന്ദ്ര - സംസ്ഥാന ഗവൺമെന്റ് ഡിപ്പാർട്ടുമെന്റുകൾ, റെയിൽവെ തുടങ്ങിയവ പോലെയുള്ള നിരവധി മേഖലകളിൽ നിലവിലുള്ള ജീവനക്കാർക്ക് ജോലി ഭാരത്തിൽ ഭീമമായ വർദ്ധനവിന് ഇത് ഇടയാക്കിയിരിക്കുന്നു. ട്രേഡ് യൂണിയൻ അവകാശങ്ങൾ ഇല്ലാത്തവരും കൂടുതൽ സമയം ജോലി ചെയ്യാൻ നിർബ്ബന്ധിതരുമായ 'ഓഫീസർ'/ 'എക്സിക്യൂട്ടീവ് കാറ്റഗറികളിലുള്ളവരുടെ എണ്ണം വർദ്ധിച്ചുവരികയാണ്. ചില പൊതുമേഖലാ ബാങ്കുകളിൽ ഇന്ന് ഓഫീസർമാരും ക്ലർക്കുമാരും തമ്മി

ലുള്ള അനുപാതം 3:1 ആയി വർദ്ധിച്ചിരിക്കുകയാണ്. തൊഴിൽ നിയമങ്ങൾ ബാധകമാക്കുന്നത് ഒഴിവാക്കുന്നതിനായി ജോലികളുടെ സാങ്കേതിക നാമത്തിൽ മാറ്റം വരുത്തിയിരിക്കുകയാണ്. 'സെയിൽസ് പേഴ്സൺ' എന്ന പദത്തിനുപകരം 'സെയിൽസ് എക്സിക്യൂട്ടീവ്' എന്നുപയോഗിക്കുന്നത് വർദ്ധിച്ചിരിക്കുകയാണ്. ജീവനക്കാർ സംഘടിതരാകുന്നത് തടയുന്നതിനായാണ് ഇത്തരം നടപടികൾ കൈക്കൊള്ളുന്നത്.

തൊഴിൽസുരക്ഷയുടെ അഭാവവും ഒരു ജോലിയിൽനിന്നു മറ്റൊന്നിലേക്ക് നീങ്ങുകയെന്ന സങ്കല്പനവും ഉന്നതവിദ്യാഭ്യാസവും ക്വാളിഫിക്കേഷനുമുള്ളവരും താരതമ്യേന മെച്ചപ്പെട്ട ശമ്പളം ലഭിക്കുന്നവരുമായ സ്വകാര്യമേഖലാ ജീവനക്കാരിൽ ചില വിഭാഗങ്ങൾക്കിടയിലെ അംഗീകൃത മാനദണ്ഡമായി മാറിയിരിക്കുകയാണ്. എന്നാൽ, ടാർജെറ്റ് കൈവരിക്കുന്നതിനു ജോലിയുടെ സമ്മർദ്ദം ഇവർക്ക് വളരെയേറെ നേരിടേണ്ടതായി വരുന്നു; ഈ വിഭാഗങ്ങൾക്കിടയിൽപോലും കീഴടങ്ങലിന്റെ അവസ്ഥയും രൂക്ഷമാണ്.

മാർക്കറ്റിങ്ങിനും ഭരണപരമായ കാര്യങ്ങൾക്കുമായി ഒന്നിച്ച് റിക്രൂട്ടിങ് നടത്തുന്നതിനെ തുടർന്ന് പൊതുമേഖലാ ബാങ്കുകളിൽ ഒരാൾ തന്നെ ബഹുവിധ ജോലികൾ നിർവ്വഹിക്കേണ്ടുന്ന സംവിധാനം നടപ്പാക്കിത്തുടങ്ങിയിരിക്കുന്നു. പൊതുമേഖലാ ബാങ്കുകളിൽ ജോലികൾ ഔട്ട്സോഴ്സ് ചെയ്യുന്നതിനുള്ള നടപടികൾ കൈക്കൊണ്ടുവരികയാണ്. ഉദാഹരണത്തിന്, വായ്പകളുടെ പ്രോസസിങ് ജോലികൾ, റിലയൻസ് ഫിനാൻസിന് ഔട്ട്സോഴ്സ് ചെയ്യാനും ഒടുവിൽ വായ്പ അനുവദിക്കുന്ന ജോലി മാത്രം ബാങ്കിൽ നിലനിർത്താനും സ്റ്റേറ്റ് ബാങ്ക് ഓഫ് ഇന്ത്യ തീരുമാനമെടുത്തിരിക്കുകയാണ്. ഇത് ക്രമേണ സ്ഥിരം തൊഴിലുകൾ കുറച്ചുകൊണ്ടു വരുന്നതിനുള്ള ഒരു നീക്കമാണ്.

മെച്ചപ്പെട്ട വേതനവും ജോലി സാഹചര്യങ്ങളുമുണ്ടെങ്കിലും പാർപ്പിടത്തിനായുള്ള ചെലവും ഈ വിഭാഗങ്ങൾക്കുപോലും താങ്ങാനാകാത്ത സ്വകാര്യ ആരോഗ്യ - വിദ്യാഭ്യാസ ചെലവുകളും കുത്തനെ ഉയർന്നതും അവരുടെ മക്കളുടെ തൊഴിൽ ലഭ്യതയും വൈദ്യുതി, ഗതാഗതം തുടങ്ങിയ അടിസ്ഥാന ആവശ്യങ്ങളുടെ ലഭ്യതയുമെല്ലാം നഗരപ്രദേശങ്ങളിലെ അടിസ്ഥാനവർഗ്ഗങ്ങളെ സംബന്ധിച്ചിടത്തോളം ഉൽക്കണ്ഠപ്പെടുത്തുന്ന ഗൗരവതരമായ വിഷയങ്ങളാണ്. ഭീമമായ അഴിമതി ആരോപണങ്ങളും അവരെ ആശങ്കപ്പെടുത്തുന്ന പ്രശ്നങ്ങളാണ്. എന്നാൽ, ഇവയെ നവലിബറൽ നയങ്ങളുമായി ബന്ധപ്പെടുത്തുകയെന്നതും ഈ നയങ്ങൾക്കെതിരെ പൊരുതാൻ അവരെ ബോദ്ധ്യപ്പെടുത്തുന്നതുമാണ് നമുക്ക് മുന്നിലുള്ള വെല്ലുവിളി.

(vi) ഐ ടി മേഖല

ഐ ടിയിലെയും ഐ ടി അധിഷ്ഠിത സേവനങ്ങളിലെയും ജീവനക്കാരുടെ എണ്ണം വർദ്ധിച്ചിരിക്കുകയാണ്. ഈ ജീവനക്കാരിൽ ചെറി

യൊരു വിഭാഗത്തിനുമാത്രമാണ് നല്ല വേതനം ലഭിക്കുന്നത്. അതേസമയം അവരിൽ അധികം പേർക്കും കുറഞ്ഞ വേതനമാണ് കിട്ടുന്നത്. മെച്ചപ്പെട്ട വേതനം ലഭിക്കുന്ന ജീവനക്കാർക്കുപോലും വികസിത മുതലാളിത്ത രാജ്യങ്ങളിൽ അതേ ജോലി ചെയ്യുന്ന ജീവനക്കാർക്ക് ലഭിക്കുന്ന വേതനത്തിന്റെ ചെറിയൊരു ഭാഗമാണ് വേതനമായി ലഭിക്കുന്നത്. അതിനും പുറമെ, ജീവനക്കാരന്റെ വിഹിതം കമ്പനി ഈടാക്കുന്ന തുകയുടെ പത്തുശതമാനത്തോളം മാത്രമാണെന്നാണ് റിപ്പോർട്ടു ചെയ്യപ്പെടുന്നത്. ഈ ജീവനക്കാർ കൂടുതൽ സമയം ജോലി ചെയ്യേണ്ടതായി വരുന്നു എന്നു മാത്രമല്ല, ടാർജെറ്റ് എത്തിക്കുന്നതിന് കടുത്ത സമ്മർദം നേരിടേണ്ടതായും വരുന്നു. അതിനുംപുറമേ, കുറഞ്ഞ ശമ്പളം ലഭിക്കുന്ന ജീവനക്കാരുടെ വൈദഗ്ദ്ധ്യം സ്ഥിരമായി വർദ്ധിപ്പിച്ചുകൊണ്ട് ഉല്പാദനക്ഷമത ഉയർത്തുന്നതിനാണ് ശ്രമിക്കുന്നത്. 'വിഭവം' (resource) എന്ന പദം ജീവനക്കാരുമായും കമ്പ്യൂട്ടറുകളുമായും ബന്ധപ്പെട്ട് ഒരേപോലെ ഉപയോഗിക്കുന്നുണ്ട്. അങ്ങനെ അവർ ഉപയോഗിക്കുന്ന യന്ത്രസാമഗ്രികളുടെതന്നെ അവിഭാജ്യഭാഗമാണ് തങ്ങളും എന്ന മനഃശാസ്ത്രപരമായ ചിന്തയും ജീവനക്കാർക്കിടയിൽ സൃഷ്ടിക്കപ്പെടുന്നു.

എന്നാൽ, ഈ ഐ ടി ജീവനക്കാർ പൊതുവെയുള്ള ജീവനക്കാരുമായി തങ്ങളെ താദാത്മ്യപ്പെടുത്താൻ തയ്യാറല്ല. താരതമ്യേന മെച്ചപ്പെട്ട വേതനവും തൊഴിലിടത്തിന്റെ പരിസരവും മറ്റും ചൂഷണത്തിനു മറയിടാൻ പറ്റിയവിധമാക്കുകയും നവലിബറൽ നയങ്ങളുടെ നേട്ടങ്ങളെക്കുറിച്ച് അവരിൽ വ്യാമോഹം സൃഷ്ടിക്കുകയും ചെയ്യുന്നു. പൊതുവിൽ അവർ ട്രേഡ് യൂണിയനുകളിൽ ചേരാൻ വിമുഖരാണ്. തൊഴിൽമാറ്റവും വ്യക്തിഗതമായ വിലപേശലുമാണ് ട്രേഡ് യൂണിയനുകളിൽ സംഘടിക്കുന്നതിനെക്കാൾ മികച്ച പോംവഴി എന്നാണ് പൊതുവിൽ കരുതപ്പെടുന്നത്.

എന്നാൽ, സ്ഥിതിഗതികൾ ഇപ്പോൾ മാറുകയാണ്. ആഗോള പ്രതിസന്ധിയുടെ ആരംഭത്തോടെ അവരിൽ പലരും പ്രയാസങ്ങൾ നേരിടുകയാണ്. ഈ മേഖലയിലെ തൊഴിലവസരങ്ങൾ കുറഞ്ഞുവരുന്നു, അതീവ വൈദഗ്ദ്ധ്യം വേണ്ട തൊഴിലുകൾ വികസിത രാജ്യങ്ങളിലേക്കും വൈദഗ്ദ്ധ്യം കുറഞ്ഞ തൊഴിലുകൾ വിയത്നാമിനെയും ഫിലിപ്പൈൻസിനെയും പോലെയുള്ള കുറഞ്ഞ കൂലിക്ക് തൊഴിലാളിയെ കിട്ടുന്ന വിപണികളിലേക്കും മാറ്റിക്കൊണ്ടുള്ള സാങ്കേതിക വിദ്യയിൽ പുനഃസംഘാടനംമൂലം തൊഴിലാളികൾ മറ്റു രാജ്യങ്ങളിലേക്ക് മാറിപ്പോവുകയാണ്. കഴിഞ്ഞ വർഷങ്ങളിൽ ലാഭം (profit margins) കുറയുന്നതുമൂലം ചില കമ്പനികൾ ശമ്പളവർദ്ധനയിൽ കുറവുവരുത്തുകയോ അതു പാടെ നിർത്തലാക്കുകയോ ചെയ്യുകയാണ്. തേയ്മാന നിരക്കിനെപ്പോലെതന്നെ, ജീവനക്കാരുടെ വിലപേശൽ ശേഷിയും ഗണ്യമായി കുറഞ്ഞുവരുന്നു. മുൻനിരയിലുള്ള ഇന്ത്യൻ കമ്പനികൾ ഇപ്പോൾ ഒരു കൺസോർഷ്യമായി സ്വയം സംഘടിക്കുകയും ജീവനക്കാരെ സംബന്ധിച്ച വിവരങ്ങൾ

പരസ്പരം പങ്കുവയ്ക്കുകയും ചെയ്യുന്നു. ഇത് ഇനിയുള്ള കാലത്ത് ജീവനക്കാരുടെ വ്യക്തിഗതമായ വിലപേശൽ ശേഷി പിന്നെയും കുറയ്ക്കുന്നതിനിടയാക്കുന്നു. പല ഐ ടി പ്രൊഫഷണലുകളും ഇപ്പോൾ തങ്ങളുടെ വിലപേശൽ ശേഷിയേക്കാൾ ഏറെ ഉൽക്കണ്ഠപ്പെടുന്നത് ജോലി നിലനിർത്തുന്നതിനെ കുറിച്ചാണ്.

ഐ ടി മേഖലയിലെ ചെറുപ്പക്കാരായ ജീവനക്കാർ, കോർപറേറ്റുകളുടെ നിയന്ത്രണത്തിലുള്ള മാധ്യമങ്ങൾ ഒത്താശ ചെയ്യുന്ന സംസ്കാരത്തിന്റെയും മൂല്യങ്ങളുടെയും സ്വാധീനത്തിലാണ്. ഇടതുപക്ഷ പ്രത്യയശാസ്ത്രം പൊതുവെ പഴഞ്ചനാണെന്നാണ് അവർ കരുതുന്നത്.

(vii) സ്ത്രീത്തൊഴിലാളികൾ

സ്ത്രീകളുടെ തൊഴിൽസേനയിലെ പങ്കാളിത്തം ഗണ്യമായി കുറഞ്ഞുവരികയാണ്; വിശേഷിച്ചും ഗ്രാമപ്രദേശങ്ങളിൽ സ്ത്രീകൾക്ക് തൊഴിൽ നഷ്ടപ്പെടുന്നതും നഗരപ്രദേശങ്ങളിൽ തൊഴിൽ ലഭ്യത വർദ്ധിക്കുന്നതിലൂടെ ഈ നഷ്ടം നികത്താനാകാത്തതും മൂലമാണിത്. സ്ത്രീത്തൊഴിലാളികളിൽ വർദ്ധനവുണ്ടാകുന്ന ഇടങ്ങളിൽ വീടുകളിലെ സഹായി എന്ന നിലയിലുള്ള ജോലിയും കൺസ്ട്രക്ഷൻ തൊഴിലാളികളുടെ ജോലിയും മാത്രമാണ് ലഭിക്കുന്നത്. ഐ എൽ ഒയുടെ അഭിപ്രായപ്രകാരം, സ്ത്രീകൾക്ക് തൊഴിലവസരങ്ങളിലുണ്ടായിട്ടുള്ള കുറവ് എല്ലാ പ്രായത്തിൽപെട്ടവരിലും എല്ലാ വിദ്യാഭ്യാസ നിലവാരത്തിൽപെട്ടവരിലും നഗരങ്ങളിലും ഗ്രാമങ്ങളിലുമെല്ലാം ഒരേപോലെ സംഭവിക്കുകയാണ്.

ഏകദേശം 96 ശതമാനം സ്ത്രീകളും അസംഘടിത മേഖലയിലാണ് ജോലി ചെയ്യുന്നത്. ലക്ഷക്കണക്കിനു സ്ത്രീകൾ ഭവനാധിഷ്ഠിത തൊഴിലാളികൾ എന്ന നിലയിൽ ജോലി ചെയ്യുന്നു; ഇവർ നൂറുകണക്കിനു വ്യത്യസ്ത ജോലികളിലാണ് ഏർപ്പെട്ടിട്ടുള്ളത്. സ്കീം തൊഴിലാളികളിൽ മഹാഭൂരിപക്ഷം പേരും സ്ത്രീകളാണ്. അവർക്ക് നിയമപരമായ ഒരു പരിരക്ഷയും ലഭിക്കുന്നില്ല. തൊഴിലിടങ്ങളിൽ സ്ത്രീകൾക്കെതിരായ അക്രമം വർദ്ധിച്ചുവരികയാണ്.

സ്ത്രീത്തൊഴിലാളികളുടെ അനുപാതം കുറഞ്ഞുവരികയാണെങ്കിലും അവരുടെ ദൃഷ്ടിഗോചരത്വം (visibility) വർദ്ധിക്കുകയാണ്; ട്രേഡ് യൂണിയൻ സമരങ്ങളിലെ അവരുടെ പങ്കാളിത്തം വർദ്ധിച്ചുവരുന്നതുൾപ്പെടെയുള്ള വിവിധ ഘടകങ്ങൾ മൂലമാണിത്.

(viii) യുവതൊഴിലാളികൾ

രാജ്യത്തിന്റെ ജനസംഖ്യാപരമായ ആകാരത്തി(Profile)നനുസൃതമായി, ഫോക്സ്കോൺ, നോക്കിയ, മാരുതി, ഹ്യുൺഡായ്, ടൊയോട്ടോ തുടങ്ങിയവയുടെ കാര്യത്തിൽ കാണുന്നതുപോലെ വളർന്നുവരുന്ന ആധുനിക ഹൈടെക് വ്യവസായങ്ങളിൽ ഉൾപ്പെടെ രാജ്യത്തെ തൊഴിൽ

സേനയിൽ വലിയൊരു വിഭാഗം യുവതൊഴിലാളികൾ ഉൾപ്പെടുന്നു. സ്വകാര്യ സംഘടിതമേഖലയിലെ ഈ ഹൈടെക് വ്യവസായങ്ങളിൽ വളർന്നുവരുന്ന തൊഴിൽബന്ധങ്ങളുടെ ഫലമായുള്ള ചൂഷണത്തിന്റെ അതിഭീകരമായ രൂപങ്ങളുടെ മുഖ്യ ഇരകളാണ് ഈ യുവതൊഴിലാളികളിൽ അധികംപേരും. ഈ വ്യവസായങ്ങൾ താരതമ്യേന ചെറിയ സംഖ്യ വരുന്ന സ്ഥിരം തൊഴിലാളികൾക്കൊപ്പം അസംഖ്യം കരാർ തൊഴിലാളികളെയും അപ്രന്റീസുകളെയും ട്രെയ്നികളെയും മറ്റും നിയമിക്കുന്നു - എല്ലാ പേരും ഒരേ പോലെ കാതലായ (core) പ്രവർത്തനങ്ങളിൽ ഏർപ്പെട്ടിരിക്കുന്നു.

തൊഴിലിനോടും ട്രേഡ്യൂണിയനുകളോടുമുള്ള ഈ യുവ തൊഴിലാളികളുടെ സമീപനം, അവരുടെ ആഗ്രഹാഭിലാഷങ്ങൾ, അവരുടെ സംസ്കാരം, അവർ ഒഴിവുസമയം ചെലവിടുന്ന രീതി, എന്തിന് അവരുടെ ഭാഷപോലും പഴയ തൊഴിലാളികളുടേതിൽനിന്നും തീർത്തും വ്യത്യസ്തമാണ്. സ്മാർട്ട്ഫോണുകളുടെയും സാമൂഹ്യ മാധ്യമങ്ങളുടെയും ഉപയോഗം വ്യാപകമാണ്.

ഉന്നതവിദ്യാഭ്യാസമുള്ളവരും സാങ്കേതികമായ യോഗ്യതയുള്ളവരും ഉയർന്ന ഇടത്തരം കുടുംബങ്ങളിൽനിന്നുവരുന്നവരുമായ ഈ യുവ തൊഴിലാളികളിലെ ചെറിയൊരു വിഭാഗം ജോലി സുരക്ഷയെക്കുറിച്ച് വലിയ ഉൽക്കണ്ഠയൊന്നുമുള്ളവരല്ല; അവർ തങ്ങൾക്ക് സംതൃപ്തി നല്കുന്ന ജോലിക്കായുള്ള നിരന്തര അന്വേഷണത്തിലുമാണ്. ഇതിനിടയ്ക്ക് കുറേക്കാലം തൊഴിൽരഹിതരായിരിക്കുന്നതിലും അവർക്ക് വലിയ ഉൽക്കണ്ഠയില്ല. ഈ വിഭാഗത്തിൽനിന്നുള്ള പലരും കരുതുന്നത് തങ്ങൾക്കിഷ്ടമുള്ള മാന്യമായ തൊഴിൽ തെരഞ്ഞെടുക്കാൻ ആഗോളവല്ക്കരണം അവസരം പ്രദാനം ചെയ്യുന്നതായാണ്. എന്നാൽ മഹാഭൂരിപക്ഷം വരുന്ന യുവജനങ്ങളെയും സംബന്ധിച്ചിടത്തോളം ഇതല്ല അവസ്ഥ. താഴ്ന്ന ഇടത്തരം കുടുംബങ്ങളിൽനിന്നും ദരിദ്ര കുടുംബങ്ങളിൽനിന്നും വരുന്നവരും മികച്ച വിദ്യാഭ്യാസ സ്ഥാപനങ്ങളിൽ പോകാൻ പറ്റാതായവരുമായ, സംഘടിതമേഖലയിൽ പോലുമുള്ള മിക്കവാറും യുവ തൊഴിലാളികൾക്ക് കുറഞ്ഞ ശമ്പളം ലഭിക്കുന്നതും യാതൊരു സാമൂഹ്യസുരക്ഷാ ആനുകൂല്യങ്ങളും ഇല്ലാത്തതുമായ തൊഴിലുകളാണ് കണ്ടെത്താനാവുന്നത്. രാജ്യത്തെ മൊത്തം തൊഴിൽ സേനയിൽ 94 ശതമാനത്തോളംപേരും അസംഘടിതമേഖലയിലാണെന്നിരിക്കെ, യുവതൊഴിലാളികളിലെ മഹാഭൂരിപക്ഷവും അസംഘടിത മേഖലയിലാണ് പണിയെടുക്കുന്നത്.

അഭ്യസ്തവിദ്യരും സാങ്കേതികമായ യോഗ്യതയുള്ളവരും ആധുനിക ഹൈടെക് വ്യവസായങ്ങളിൽ ജോലിയുള്ളവരും താരതമ്യേന നല്ല വേതനം ലഭിക്കുന്നവരുമായ യുവ തൊഴിലാളികൾ ട്രേഡ് യൂണിനുകളിൽ ചേരുന്നതിലും സമരങ്ങളിലേക്ക് വരുന്നതിലും തല്പരരല്ല എന്ന ഒരു പൊതുധാരണയുണ്ട്. ചെറുപ്പക്കാർക്കിടയിൽ വ്യക്തിമാഹാത്മ്യവാദം

പ്രോത്സാഹിപ്പിക്കുന്നതും കൂട്ടായ പ്രക്ഷോഭങ്ങളെ പരിഹസിക്കുന്നതുമായ നവലിബറൽ സംസ്കാരത്തിന്റെ സ്വാധീനംമൂലം ഒരു പരിധിവരെ ഇതു ശരിയായിരിക്കാം. അതേസമയം തന്നെ, ബഹുരാഷ്ട്ര കോർപ്പറേഷനുകളുടെ മാനുഫാക്ചറിങ് യൂണിറ്റുകളിൽ ഉൾപ്പെടെ നിരവധി ഫാക്ടറികളിൽ യുവ തൊഴിലാളികൾ തങ്ങൾ അനീതിയാണെന്നു കരുതുന്ന മാനേജ്മെന്റിന്റെ ചില നടപടികൾക്കെതിരെ അവരുടെ രോഷം പ്രകടിപ്പിക്കാൻ മിന്നൽ പണിമുടക്കുകളിലേക്കു പോകുന്നതിന്റെ നിരവധി ദൃഷ്ടാന്തങ്ങളുണ്ട്. മാരുതി സുസുക്കിയിലും ഹ്യൂൺഡായ്യിലും നോക്കിയയിലും ഫോക്സ്കോണിലും മറ്റുംപോലെ ഇത്തരം തൊഴിലാളികൾ അടിച്ചമർത്തലുകളെ നേരിട്ടുകൊണ്ടുപോലും തങ്ങളുടെ ഡിമാൻഡുകൾ നേടിയെടുക്കുന്നതിന് പണിമുടക്ക് ഉൾപ്പെടെയുള്ള സമരങ്ങളിൽ അണിനിരക്കുന്നതിന്റെ നിരവധി ദൃഷ്ടാന്തങ്ങളുമുണ്ട്. വലിയ പ്രതീക്ഷകളോടെ ജോലിയിൽ ചേർന്ന അവർ തൊഴിലിടങ്ങളിൽ മാനേജ്മെന്റ് തങ്ങളോട് പെരുമാറുന്ന രീതി കണ്ട് അതിവേഗം വ്യാമോഹമുക്തരാകുന്നു; പലപ്പോഴും അവർ തങ്ങൾക്കുമേൽ അടിച്ചേല്പ്പിക്കുന്ന വിവേചനപരമായ തൊഴിൽബന്ധങ്ങൾക്കെതിരെ അതിശക്തമായി പ്രതിഷേധിക്കുന്നതും കാണാവുന്നതാണ്. രാജ്യത്തിന്റെ നാനാഭാഗങ്ങളിൽ ഈ വ്യവസായങ്ങളിൽ പലതിലും വികസിച്ചുവരുന്ന അസ്വസ്ഥതയിലും സ്വയംഭൂവായി പെട്ടെന്നുണ്ടാകുന്ന നിരവധി സമരങ്ങളിലും ഇത് പ്രതിഫലിക്കുന്നുണ്ട്.

ചുരുക്കം ചില കേന്ദ്രങ്ങളിലൊഴികെ, നമ്മുടെ ട്രേഡ് യൂണിയനുകൾ ഇനിയും ഈ വിഭാഗങ്ങളിൽ എത്തുകയോ അവരെ സംഘടിപ്പിക്കുകയോ ചെയ്തിട്ടില്ല. ട്രേഡ്യൂണിയൻ പ്രവർത്തനത്തിന്റെ പഴയശൈലികൾ ഈ തൊഴിലാളികളെ ആകർഷിക്കുന്നില്ല. ഈ തൊഴിലാളികളെ സംഘടിപ്പിക്കുമ്പോൾ ട്രേഡ് യൂണിയൻ പ്രവർത്തകർ ധൈഷണികമായും രാഷ്ട്രീയമായും സംഘടനാപരമായും സ്വയം സജ്ജരാവുകയും അനുയോജ്യമായ പ്രവർത്തനശൈലികളും ഭാഷയുടെ ഉപയോഗവും അവലംബിക്കുകയും മറ്റും ചെയ്യേണ്ടത് അനുപേക്ഷണീയമാണ്, എന്നാൽ അതേസമയംതന്നെ വർഗ്ഗപരമായ കാഴ്ചപ്പാട് കൈവെടിയാനും പാടില്ല. ഈ ജോലി നിർവ്വഹിക്കുന്നതിന് യുവകേഡർമാർ വളരെയേറെ അനിവാര്യമാണ്. നമ്മുടെ ഭാഗത്തുനിന്ന് ഇത്തരം ഇടപെടലുകൾ ഉണ്ടായില്ലെങ്കിൽ ഈ യുവതൊഴിലാളികൾ നാനാവിധങ്ങളിൽപെട്ട പിന്തിരിപ്പനും അറുപഴഞ്ചനുമായ ആശയങ്ങളുടെ സ്വാധീനത്തിനു വിധേയരാകും.

(ix) യൂണിയൻവല്ക്കരണം

നവലിബറൽ വാഴ്ചയിൽ തൊഴിലാളികളെ സംഘടിപ്പിക്കൽ, പ്രത്യേകിച്ചും സ്വകാര്യ സംഘടിത വ്യവസായങ്ങളിലെ തൊഴിലാളികളെ സംഘടിപ്പിക്കൽ, ട്രേഡ് യൂണിയനുകളെ സംബന്ധിച്ചിടത്തോളം ഗൗര

വതരമായ വെല്ലുവിളിയായി മാറിയിരിക്കുന്നു. ട്രേഡ് യൂണിയനുകളുടെ രജിസ്ട്രേഷൻ ദുഷ്കരമായി തീർന്നിരിക്കുകയാണ്. പ്രധാനമായും പ്രതികാര നടപടികളും പലപ്പോഴും പ്രലോഭനങ്ങളും തൊഴിലാളികൾ യൂണിയനുകളിൽ ചേരുന്നതിൽനിന്നും തടയുന്നതിനുള്ള തൊഴിലുടമകളുടെ അടവുകളായി പ്രയോഗിക്കുന്നുണ്ട്. തൊഴിൽനിയമങ്ങൾ നടപ്പിലാക്കുന്നതിനുള്ള ഭരണസംവിധാനത്തെ ഭരണകൂടംതന്നെ ബോധപൂർവ്വം ഫലപ്രദമല്ലാതാക്കിയിരിക്കുന്നു. സംഘടിതമേഖലയിലെ തൊഴിലാളികളുടെ മൂന്നിലൊന്നുഭാഗം പേർക്കു മാത്രമേ തങ്ങളുടെ തൊഴിലിടത്തിൽ യൂണിയൻ ലഭ്യമായിട്ടുള്ളൂ. 2004-05 ൽ മൊത്തം തൊഴിലാളികളുടെ 36.2 ശതമാനം പേർക്ക് തങ്ങളുടെ തൊഴിലിടത്തിലെ യൂണിയനെക്കുറിച്ച് അറിയാമായിരുന്നു; 2011-12 ആയപ്പോൾ ഈ സംഖ്യ 31.5 ശതമാനമായി പിന്നെയും താണു. സ്ഥിരം തൊഴിലാളികൾക്കിടയിൽ പോലും 2011-12 ൽ 34.5 ശതമാനം പേർക്കു മാത്രമേ അവരുടെ തൊഴിൽസ്ഥലത്ത് യൂണിയനുണ്ടായിരുന്നതായി അറിവുണ്ടായിരുന്നുള്ളൂ. തങ്ങളുടെ തൊഴിൽസ്ഥലത്ത് യൂണിയന്റെ സാന്നിദ്ധ്യത്തെക്കുറിച്ച് അറിവുണ്ടായിരുന്ന തൊഴിലാളികൾക്കിടയിൽപോലും 2004-05 ൽ 76 ശതമാനം പേർ മാത്രമേ ഏതെങ്കിലുമൊരു ട്രേഡ് യൂണിയനിൽ അംഗമായുള്ളൂ; 2011-12 ൽ ഇതു പിന്നെയും താണ് 66.3 ശതമാനത്തിലെത്തി.

ട്രേഡ്യൂണിയൻ നേതൃത്വത്തിലെ ചില വിഭാഗങ്ങൾക്കിടയിൽ പോലും നവലിബറൽനയങ്ങൾ വ്യാമോഹങ്ങൾ സൃഷ്ടിച്ചിരിക്കുകയാണ്. അവർക്കിടയിൽ അവസരവാദ പ്രവണതകൾ വളർത്തിയിട്ടുമുണ്ട്. ഇടതുപക്ഷനേതൃത്വത്തിലുള്ള ട്രേഡ്യൂണിയനുകളുടെ നേതൃത്വത്തിലെ ചില വിഭാഗങ്ങളും നവലിബറൽവാഴ്ചയുടെ ഗുണപരമായ ഫലങ്ങളിൽ വിശ്വസിക്കുന്നതായി കാണപ്പെടുന്നുണ്ട്. ചില കേസുകളിൽ വ്യവസായതലത്തിൽ സമയത്തിന് ഇടപെടുന്നതിൽ വീഴ്ചയും മുൻകൈയെടുക്കാതിരിക്കലും നിഷ്ക്രിയത്വവും ഇതിന്റെ ഫലമായി ഉണ്ടായി. ഈ നയങ്ങൾ മാറ്റുന്നതിനുള്ള ഫലപ്രദമായ സമരത്തിന് തൊഴിലാളിവർഗ്ഗത്തെ സജ്ജരാക്കുന്നതിനാവശ്യമായ നടപടികൾ കൈക്കൊള്ളുന്ന കാര്യത്തിൽ പാർട്ടിയുടെയും പാർട്ടി നേതൃത്വത്തിലുള്ള ട്രേഡ് യൂണിയനുകളുടെയും ഇടപെടൽ തികച്ചും അപര്യാപ്തമായിരുന്നു.

തൊഴിലാളിവർഗ്ഗത്തിന്റെ സാമൂഹ്യ-സാമ്പത്തിക സാഹചര്യങ്ങൾ

15. ഈ കാലഘട്ടം സംയുക്ത ട്രേഡ്യൂണിയൻ സമരങ്ങളിൽ ചില മുന്നേറ്റങ്ങൾക്കും സാക്ഷ്യംവഹിക്കുന്നുണ്ട്. കഴിഞ്ഞ ഏതാണ്ട് അഞ്ചുവർഷത്തിനിടയിൽ ഐ എൻ ടി യു സിയും ബി എം എസും ഉൾപ്പെടെയുള്ള കേന്ദ്ര ട്രേഡ്യൂണിയനുകൾ രാജ്യവ്യാപക പൊതു പണിമുടക്കുകൾ ഉൾപ്പെടെ സംയുക്ത പ്രചരണ പരിപാടികളും സമരങ്ങളും സംഘടിപ്പിച്ചുവരികയാണ്. ഇപ്പോൾ, ഓഹരി വിറ്റഴിക്കൽ,

എഫ് ഡി ഐ എന്നിവപോലെയുള്ള നയ പ്രശ്നങ്ങൾ ഉൾപ്പെടെയുള്ള അവകാശപത്രിക ഉൾപ്പെടുത്തി പതിനൊന്ന് കേന്ദ്രട്രേഡ് യൂണിയനുകൾ സംയുക്ത കാംപെയ്നുകൾ സംഘടിപ്പിച്ചുവരികയാണ്.

16. നവലിബറൽ ആഗോളവല്ക്കരണത്തിൻകീഴിൽ തൊഴിലാളിവർഗ്ഗത്തിന്റെ വിവിധ വിഭാഗങ്ങളുടെ (Segments) അവസ്ഥകൾ സംബന്ധിച്ച മേൽ സൂചിപ്പിച്ച വിശദാംശങ്ങൾ വെളിപ്പെടുത്തുന്നത്, മൂലധനത്തിന്റെ നിഷ്ഠൂരതതന്നെ പ്രകടമാകുന്നത്, ഈ വ്യത്യസ്ത വിഭാഗങ്ങൾക്കിടയിൽ വ്യത്യസ്തങ്ങളായ രൂപങ്ങൾ കൈക്കൊള്ളുമെന്നിരിക്കെത്തന്നെ രണ്ട് പ്രമുഖ പ്രവണതകൾ ഏറെക്കുറെ പൊതുവായിട്ടെന്നപോലെ വ്യക്തമായും ദൃഷ്ടിഗോചരമായിരിക്കുന്നു എന്നാണ്. തൊഴിൽ സമയത്തിലെ വർദ്ധനവും വർദ്ധിച്ച ജോലിഭാരവും സാർവ്വത്രിക സവിശേഷതയാണ്. അതിനുംപുറമെ, ചില വിഭാഗം ഇടത്തരം ജീവനക്കാർക്ക് ശമ്പളത്തിൽ ഗണ്യമായ വർദ്ധനവ് ഉണ്ടായിരിക്കെത്തന്നെ, വലിയൊരു വിഭാഗം തൊഴിലാളികൾ കൂലി കുറയ്ക്കലും കൂലി സ്തംഭനവും എന്ന അവസ്ഥ നേരിടുകയാണ്. ഇന്ത്യയിലെ സംഘടിത ഫാക്ടറിമേഖലയിൽ ഓരോ തൊഴിലാളിയുടെയും ശരാശരി യഥാർത്ഥ കൂലിയും ആളോഹരി പ്രതിശീർഷ വിഹിതവും കഴിഞ്ഞ രണ്ടു ദശകത്തിനിടയിൽ വർദ്ധിച്ചിട്ടേയില്ല എന്നത് ഒരു വസ്തുതയാണ്. 1990 കളുടെ തുടക്കത്തിലേതിനെക്കാൾ കുറവാണത് എന്നതാണ് വസ്തുത. ഈ വേതന നിലയെ 'ഉയർന്ന'തെന്ന് കണക്കാക്കാനുമാവില്ല. 2011-12 ൽ ഇത് പ്രതിമാസം ഓരോ തൊഴിലാളിക്കും 8,000 രൂപയിൽ കുറവായിരുന്നു; ഇത് കോർപറേറ്റ് മേഖലയിലെ ഫാക്ടറികളിലെ (പൊതുമേഖല ഉൾപ്പെടെ) ശരാശരി ഏകദേശം 10,000 രൂപയ്ക്കും ഉടമസ്ഥരും പാർട്ട്ണർഷിപ്പ് അടിസ്ഥാനത്തിലുള്ള ഫാക്ടറികളിലോ പ്രൊപ്രൈറ്റർഷിപ്പിലുള്ള സ്ഥാപനങ്ങളിലോ ലഭിക്കുന്ന നാലായിരത്തോളം രൂപയ്ക്കും ഇടയ്ക്ക് വ്യത്യാസപ്പെട്ടുമിരുന്നു. ഇൻ കോർപ്പറേറ്റ് ചെയ്യപ്പെടാത്ത സ്ഥാപനങ്ങളിലെ കൂലിവേലക്കാരുടെ ശരാശരി ശമ്പളം പ്രതിമാസം 4,000 രൂപയിലും കുറവാണെന്നും കണക്കാക്കപ്പെട്ടിരിക്കുന്നു.

കൂലികുറവ്, തൊഴിൽ ലഭ്യതയിലെ ക്രമരാഹിത്യം, ഇത്തരം ജോലിക്കായി പലപ്പോഴും ഒരു സ്ഥലത്തുനിന്ന് മറ്റൊരിടത്തേക്ക് നീങ്ങേണ്ടിവരുന്നത്, ഭരണകൂടം നല്കുന്ന സാമൂഹ്യ-സേവനങ്ങളിലെ വെട്ടിക്കുറവും നിയന്ത്രണങ്ങളും എന്നിവയെല്ലാം തൊഴിലാളിവർഗ്ഗ കുടുംബങ്ങളുടെ നിലനില്പ് ദുഷ്കരമാക്കുന്നു. ഇവയിൽ ചിലതുമൂലമുണ്ടാകുന്ന ചെലവിലെ വർദ്ധനവിനൊപ്പം കുറഞ്ഞ കൂലി വരുമാനം കൂടിയാകുമ്പോൾ സ്ത്രീകളുടെ കൂലിയില്ലാവേല (unpaid work) ഉൾപ്പെടെ വ്യത്യസ്തങ്ങളായ മാർഗ്ഗങ്ങളിലൂടെ അധികവരുമാനം സ്വരൂപിക്കാൻ തൊഴിലാളി

വർഗ്ഗ കുടുംബങ്ങളിലെ അംഗങ്ങളെ നിർബ്ബന്ധിതരാക്കുന്നു. ഈവിധത്തിൽ ഉല്പാദനമേഖലയിൽ വേതനം ലഭിക്കുന്ന തൊഴിലുകൾക്കുപുറമേയുള്ള എല്ലാത്തരത്തിലുമുള്ള തൊഴിലുകളിലും ഉപജീവനത്തിന്റെയും പൊതുവിൽ സാമൂഹ്യസേവനങ്ങളുടെയും പ്രശ്നങ്ങൾ തൊഴിലാളിവർഗ്ഗത്തിന്റെ ഉൽക്കണ്ഠകളായി മാറിയിരിക്കുന്നു. വിവിധ വിഭാഗങ്ങളിൽപെട്ട തൊഴിലാളിവർഗ്ഗത്തെ സംഘടിപ്പിക്കുമ്പോൾ അവരിൽ ചിലർ ഉല്പാദനമേഖലയിലെ സ്ഥാപനങ്ങളിൽനിന്നും വ്യത്യസ്തമായ മണ്ഡലങ്ങളിലായിരിക്കുകയും അവർ കൂലിവേലക്കാരായിരിക്കാമെങ്കിലും (wage worker) ഈ എല്ലാ പ്രശ്നങ്ങളെയും നമ്മുടെ ട്രേഡ്യൂണിയൻ പ്രവർത്തകർ നേരിടണം.

തൊഴിലാളിവർഗ്ഗത്തിന്റെ കാഴ്ചപ്പാടിലെ മാറ്റങ്ങൾ

17. തൊഴിലാളിവർഗ്ഗത്തിന്റെ ഈ അവസ്ഥകൾ ഈ വർഗ്ഗത്തിനുള്ളിൽ നിരവധി പിന്തിരിപ്പൻ പ്രത്യയശാസ്ത്ര-സാംസ്കാരിക പ്രവണതകൾ വളർന്നുവരാനുള്ള വളക്കൂറുള്ള മണ്ണൊരുക്കുന്നു; അവരുടെ ബോധമണ്ഡലത്തിന്റെ ഭാഗമായി ഇപ്പോൾതന്നെ നിലനില്ക്കുന്ന അത്തരം ആശയങ്ങൾ ശക്തിപ്പെടുന്നതിനും ഈ അവസ്ഥ ഇടയാക്കുന്നു. കോർപ്പറേറ്റ് നിയന്ത്രിത ദൃശ്യമാധ്യമങ്ങൾ ഇത്തരം പിന്തിരിപ്പൻ പ്രത്യയശാസ്ത്രങ്ങളെയും സാംസ്കാരിക വ്യവഹാരങ്ങളെയും പ്രോത്സാഹിപ്പിച്ചുകൊണ്ടിരിക്കുകയാണ്; തൊഴിലാളിവർഗ്ഗത്തിലെ വലിയൊരു വിഭാഗത്തെ സ്വാധീനിക്കാനും അവയ്ക്ക് കഴിയുന്നുണ്ട്. വ്യക്തിഗതമായ വിജയങ്ങളുമായി ബന്ധപ്പെട്ട ഒറ്റപ്പെട്ട കേസുകളെ മഹത്ത്വവല്ക്കരിക്കാൻ മാധ്യമങ്ങൾ ബോധപൂർവ്വം പരിശ്രമിക്കുന്നുണ്ട്. കൂട്ടായ പരിശ്രമങ്ങളെ, വിശിഷ്യാ ട്രേഡ്യൂണിയനുകളിലൂടെയുള്ളവയെ അപഹസിക്കാനും ഇവ ശ്രമിക്കുന്നു. തൊഴിലാളിവർഗ്ഗത്തിലെ ചില വിഭാഗങ്ങൾക്കിടയിൽ വിശേഷിച്ച്, വ്യക്തിഗതമായ പരിശ്രമങ്ങളിൽ വിശ്വസിക്കാൻ തല്പരരും ട്രേഡ്യൂണിയൻ പ്രവർത്തനങ്ങളിൽ സജീവമായി പങ്കെടുക്കാനുള്ള താല്പര്യം പ്രകടിപ്പിക്കാത്തവരുമായ, അഭ്യസ്തവിദ്യരും ചെറുപ്പക്കാരുമായ ഇടത്തരം വർഗ്ഗങ്ങളിൽപ്പെട്ടവർക്കിടയിൽ വ്യാമോഹം സൃഷ്ടിക്കുന്നതിന് ഈ മാധ്യമ പ്രചരണത്തിന് കഴിയുന്നുണ്ട്. മെച്ചപ്പെട്ട ശമ്പളം ലഭിക്കുന്ന സംഘടിത മേഖലയിലെ ജീവനക്കാരിലെ വിഭാഗങ്ങൾക്കിടയിൽ ഒഴിവുസമയം ചെലവഴിക്കുന്ന കാര്യത്തിലും ഉപഭോഗത്തിലും മറ്റുമെല്ലാം മാറ്റവുമുണ്ട്. ജാതിയുടെയും മതത്തിന്റെയും ഇത്തരം സ്വത്വാധിഷ്ഠിത സംഘടനകളുടെയും സ്വാധീനം തൊഴിലാളിവർഗ്ഗത്തിനിടയിൽ വർദ്ധിച്ചിരിക്കുകയാണ്; ഇത് വർഗ്ഗാധിഷ്ഠിത ഐക്യത്തെ പ്രതികൂലമായി ബാധിക്കുന്നുമുണ്ട്. ധനമേഖലയിലെ ജീവനക്കാരെപ്പോലെ ഇടത്തരം വർഗ്ഗങ്ങളിലെ ജീവനക്കാരിൽ ചില വിഭാഗങ്ങൾ സ്വകാര്യവല്ക്കരണംപോലെ

യുള്ള വിഷയങ്ങൾക്കെതിരായ സമരങ്ങളിൽ പങ്കെടുക്കുന്നുണ്ട്. അത് തങ്ങളെ നേരിട്ടു ബാധിക്കുന്നതുകൊണ്ടും യൂണിയനോടുള്ള കടപ്പാടുകൊണ്ടുമാണ്; എന്നാൽ നവലിബറൽ നയങ്ങൾ സൃഷ്ടിക്കുന്ന മൊത്തം പ്രത്യാഘാതം മനസ്സിലാക്കുന്ന കാര്യത്തിൽ അവർ വലിയ താല്പര്യം പ്രകടിപ്പിക്കുന്നുമില്ല.

18. പുരോഗമനപരമായ ഒരു തൊഴിലാളിവർഗ്ഗ പ്രസ്ഥാനത്തിന്റെ വികാസം നിശ്ചയമായും ഇത്തരം പ്രവണതകൾ വ്യാപകമായി വരുന്നത് സൃഷ്ടിക്കുന്ന വെല്ലുവിളികളെ നേരിടേണ്ടതായി വരുന്നു. എന്നാൽ, ശക്തമായ തൊഴിലാളിവർഗ്ഗ പ്രസ്ഥാനത്തിന്റെ വികാസംതന്നെയാണ് ഇത്തരം പ്രവണതകളെ ഫലപ്രദമായി ചെറുക്കാനുള്ള ഏക മാർഗം എന്ന കാര്യവും സദാ ഓർമ്മിച്ചിരിക്കണം. ഇത്തരമൊരു പ്രസ്ഥാനത്തിന്റെ അടിത്തറ സ്ഥിതിചെയ്യുന്നതും അതേ സാഹചര്യങ്ങളിൽതന്നെയാണ്. തൊഴിലാളിവർഗ്ഗത്തിന്റെ ബോധമണ്ഡലത്തിൽ അത് എങ്ങനെ പ്രകടമാക്കപ്പെട്ടാലും അതിനാധാരമായ വസ്തുനിഷ്ഠ യാഥാർത്ഥ്യം തൊഴിലാളിവർഗ്ഗത്തെ അടിച്ചമർത്തുന്നതും ചൂഷണംചെയ്യുന്നതും നിലനില്പിനുവേണ്ടിയുള്ള തൊഴിലാളിവർഗ്ഗത്തിന്റെ അവിരാമമായ പോരാട്ടവുമാണ്. ഈ സാഹചര്യങ്ങൾ തൊഴിലാളിവർഗ്ഗത്തിനുള്ളിൽ ഉൽക്കർഷേച്ഛ വളർന്നുവരുന്നതിനെ പ്രോത്സാഹിപ്പിക്കുന്നതാണെങ്കിൽപോലും ആ ആഗ്രഹാഭിലാഷങ്ങളെ അഭിമുഖീകരിക്കാനുള്ള അവരുടെ കഴിവിനെ തടയുന്നതും കൂടിയാണ്. ഈ വൈരുദ്ധ്യങ്ങളുടെ അർത്ഥം തൊഴിലാളിവർഗ്ഗത്തിലെ അംഗങ്ങൾക്കിടയിൽ മൂലധനത്തിന്റെ നൃശംസതയുടെ സൃഷ്ടിയായ ആ സാഹചര്യങ്ങളോട് കടുത്ത ശത്രുത വളർന്നുവരുന്നുവെന്നതാണ്. കുറേക്കാലത്തേക്ക് ഈ ശത്രുത പരസ്യമായി പ്രകടിപ്പിക്കുന്നതിൽനിന്ന് അവരെ തടയാൻ മുതലാളിത്ത നൃശംസതയ്ക്ക് കഴിഞ്ഞേക്കാം. അഥവാ അത്തരം പ്രകടനങ്ങളെ വഴിതിരിച്ചുവിടാൻ കഴിയുമായിരിക്കാം. എന്നാൽ, ഈ പ്രക്രിയയിൽ വർഗ്ഗപരമായ അടിച്ചമർത്തലും വർഗ്ഗഐക്യവും ചെറുത്തുനില്പും സൃഷ്ടിക്കുന്നതിനുള്ള അടിത്തറയും വികസിച്ചുവരുമെന്നുറപ്പാണ്. ഈ വികാര വിചാരങ്ങളെ മുകൾപ്പരപ്പിലേക്ക് കൊണ്ടുവരുന്നതിനും മൂലധനത്തിന്റെ കടന്നാക്രമണത്തിനെതിരായ ഫലപ്രദമായ സമരങ്ങളിലേക്ക് അവയെ വഴിതിരിക്കുന്നതിനും വിവിധ മണ്ഡലങ്ങളിൽ ഇടപെടുന്നതിന് ഉചിതമായ മാർഗങ്ങൾ കണ്ടെത്തേണ്ടത് നമ്മുടെ പാർട്ടിയുടെയും പാർട്ടി നയിക്കുന്ന ട്രേഡ്യൂണിയനുകളുടെയും ബാദ്ധ്യതയാണ്. ഈ ലക്ഷ്യപ്രാപ്തിക്ക് അനുപേക്ഷണീയമായത് ഒരു ദ്വിമുഖ കാഴ്ചപ്പാടും. തൊഴിലാളിവർഗ്ഗ പ്രസ്ഥാനത്തെ വികസിപ്പിക്കുന്നതിന് നവലിബറലിസം വലിയ വിഘ്നാതങ്ങൾ സൃഷ്ടിക്കുക മാത്രമല്ല ചെയ്തിട്ടുള്ളത്. മറിച്ച് അത് വലിയ അവസരങ്ങളും പ്രദാനംചെയ്യുന്നുണ്ട് എന്ന് അംഗീകരിക്ക

ലുമാണ്.

ഇന്ത്യയിലെ തൊഴിലാളിവർഗ്ഗത്തിനുള്ളിൽ അസംഖ്യം വൈവിദ്ധ്യങ്ങളുണ്ട് എന്നും ഈ വൈവിദ്ധ്യങ്ങൾ താല്ക്കാലികമല്ലെന്നു മാത്രമല്ല ഇന്ത്യൻമുതലാളിത്തത്തിന്റെ അവിഭാജ്യഘടകമാണ് അവയെന്നും അംഗീകരിക്കപ്പെട്ടാൽ, ഇതേ കാരണത്താൽതന്നെ തൊഴിലാളിവർഗ്ഗത്തിന്റെ നേതൃത്വപരമായ പങ്കിനെക്കുറിച്ച് നാം സംസാരിക്കേണ്ടതുണ്ടോ എന്നും തൊഴിലാളിവർഗ്ഗത്തിനുള്ളിലെ നേതൃത്വത്തിന്റെ പ്രശ്നത്തെ സംബന്ധിച്ച് നാം ചിന്തിക്കേണ്ടതില്ലല്ലോയെന്നും ചോദിക്കേണ്ടത് പ്രധാനപ്പെട്ട കാര്യമായി മാറുന്നു. തൊഴിലാളിവർഗ്ഗത്തിന്റെ വിവിധ വിഭാഗങ്ങളുടെ സാഹചര്യങ്ങളിൽ വ്യത്യാസങ്ങളുണ്ടായിരിക്കെ, ഈ എല്ലാ വിഭാഗങ്ങളിലും തൊഴിലാളിവർഗ്ഗ വിപ്ലവബോധം സ്വമേധയാ വികസിച്ചുവരുന്നതിനുള്ള സാദ്ധ്യത ഒരേപോലെയായിരിക്കില്ല എന്നത് ശരിതന്നെയാണ്. പലവിധ കാരണങ്ങളാൽ, ഇത്തരമൊരു ബോധത്തിന്റെ പരിപൂർണ്ണമായ വികാസം വളരെയേറെ പ്രയാസപൂർണ്ണമാകുന്നത് ഐ ടി തൊഴിലാളികളുടെ കാര്യത്തിലാണ്; കൃത്യമായ വ്യാവസായിക തൊഴിലാളികളുമായി താരതമ്യപ്പെടുത്തുമ്പോൾ സ്ഥിരമായ തൊഴിലുടമയോ സ്ഥിരം തൊഴിലിടമോ ഇല്ലാത്ത കാഷ്വൽതൊഴിലാളികളുടെ കാര്യത്തിലും ഇതുതന്നെയാണ് അവസ്ഥ. ഇതിനർത്ഥം, ഒരു സംയുക്ത തൊഴിലാളി വർഗ്ഗപ്രസ്ഥാനത്തിന്റെ വികാസത്തിന് ഫാക്ടറികളിൽ പണിയെടുക്കുന്ന വ്യാവസായിക തൊഴിലാളികളുടെ പ്രാധാന്യം ഐക്യപ്പെടുത്തേണ്ട തൊഴിലാളിവർഗ്ഗത്തിനുള്ളിലെ അവരുടെ ഗണപരമായ അനുപാതമോ ആ അനുപാതത്തിലേക്കുള്ള പ്രവണതയോ സൂചിപ്പിക്കുന്നതിനേക്കാൾ വളരെയധികമാണ്.

അവർ ഉയർന്ന ഉല്പാദനക്ഷമത നിലനിർത്തുന്നവരാകയാൽ വ്യാവസായിക തൊഴിലാളിവർഗ്ഗം പലപ്പോഴും തൊഴിലാളിവർഗ്ഗത്തിനുള്ളിലെ വിഭാഗങ്ങളിൽ, അസംഘടിതമേഖലകളിലുള്ളവരെക്കാൾ ഉയർന്ന കൂലി കിട്ടുന്നവരാണെങ്കിൽപോലും, വലിയതോതിലുള്ള ചൂഷണം അനുഭവിക്കുന്നവരാണ്. ഉല്പാദനത്തിൽ വർദ്ധിച്ചുവരുന്ന യന്ത്രവല്ക്കരണത്തിന്റെയും യന്ത്രങ്ങളുടെ ഘടകങ്ങളായി മാറ്റപ്പെടുന്ന അവസ്ഥയിലേക്ക് മനുഷ്യനെ ചുരുക്കുന്നതിന്റെയും അനന്തരഫലം ഏറ്റവും പ്രത്യക്ഷമായിത്തന്നെ അനുഭവിക്കുകയുമാണവർ. തൊഴിലാളിവർഗ്ഗത്തിലെ ഈ വിഭാഗത്തിന്റെ ശകലീകരണം (fragmentation), അതേസമയംതന്നെ മറ്റുവിധത്തിൽ അവരുടെ സാന്ദ്രീകരണവുമാണ് (concentration) അവരിൽ 70 ശതമാനംപേരും ജോലിചെയ്യുന്നത് കോർപ്പറേറ്റ് സംരംഭകരുടെ ഉടമസ്ഥതയിലുള്ള ഫാക്ടറികളിലാണ്. അതിനർത്ഥം അവർ സാന്ദ്രീകൃതമായ ഒരു വിഭാഗമെന്നനിലയിൽ അതേ ഫാക്ടറിയിൽ ജോലിചെയ്യുക മാത്രമല്ല, മറിച്ച് ഇത്തരത്തിലുള്ള ഓരോ സാന്ദ്രീകരണവും മൂലധനം തന്നെ സൃഷ്ടിച്ചിട്ടുള്ള തൊഴിലാളികളുടെ കൂടുതൽ വിപുലമായ സാന്ദ്രീകരണത്തിന്റെ ഭാഗംകൂടിയാണ്-കാരണം, പല കമ്പനികൾക്കും; നിര

വധി ഫാക്ടറികളുണ്ട്; ഇന്ത്യയിൽ വൻകിട മുതലാളിമാർ ഒരേസമയം ഒട്ടനവധി കമ്പനികളെ നിയന്ത്രിക്കുന്നു (ബിസിനസ് ഗ്രൂപ്പ്); അവ വ്യാവസായികേതര പ്രവർത്തനങ്ങളിൽ ഏർപ്പെടുന്നവ ഉൾപ്പെടെയുള്ളവയാണെന്നതും വർദ്ധിച്ചുവരികയാണ്. സർവ്വോപരി ഇന്ത്യയിൽ ബഹുരാഷ്ട്ര കോർപറേഷനുകളുടെ സാന്നിദ്ധ്യവും നിരവധി ഇന്ത്യൻ ബിസിനസ് ഗ്രൂപ്പുകളുടെ അന്താരാഷ്ട്രവല്ക്കരണവും ആഗോള ഉല്പാദന ശൃംഖലകളിലേക്കുള്ള ഇന്ത്യൻ വ്യവസായങ്ങളുടെ കൂട്ടിച്ചേർക്കലുമെല്ലാം (incorporation) ഈ തൊഴിലാളികളെ രാജ്യാതിർത്തികൾക്കും അപ്പുറം വ്യാപ്തിയുള്ള കൂടുതൽ വിപുലമായ സാന്ദ്രീകരണങ്ങളുടെ (concentration) ഭാഗമാക്കുന്നു.

ആഗോള മുതലാളിത്തസമ്പദ്ഘടന 2008 ലെ പ്രതിസന്ധിയിൽനിന്നും ഈടുറ്റ ഒരു കരകയറ്റം നടത്തുന്നതായുള്ള ഒരു സൂചനപോലും ഇനിയും ഉണ്ടായിട്ടില്ല. തുടക്കത്തിൽ ഈ കൊടുങ്കാറ്റിനെ ചെറുത്തു നില്ക്കുന്നതായി തോന്നിച്ച ഇന്ത്യൻ മുതലാളിത്തം ലാഭത്തിന്റെ വളർച്ചയിലെന്നപോലെ സാമ്പത്തികവളർച്ചയും മൂലധന സമാഹരണവും മന്ദഗതിയിലായിട്ടുള്ള ഒരു ഘട്ടത്തിലേക്ക് കടന്നിരിക്കുകയാണ്. സ്ഥൂല സാമ്പത്തികതലത്തിൽ, പ്രതിസന്ധിയുടെ അർത്ഥം മൂലധനത്തിന്റെയും അദ്ധ്വാനിക്കുന്ന ജനതയുടെയും പരസ്പരവിരുദ്ധമായ താല്പര്യങ്ങളെ പൊരുത്തപ്പെടുത്തുന്നതിനുള്ള (accommodation) സാദ്ധ്യത ധനനയത്തിൽ വളരെയേറെ നിയന്ത്രിതവും (restricted) അതുകൊണ്ടുതന്നെ, തൊഴിലാളിവർഗ്ഗം ശോചനീയാവസ്ഥയിലാകുമെന്ന ഭീഷണി വളരെ വലുതുമാണ്. അതേസമയംതന്നെ സ്വകാര്യ നിക്ഷേപകരുടെയും വിദേശ മൂലധനത്തിന്റെയും 'താല്പര്യങ്ങൾ' തൃപ്തിപ്പെടുത്താൻ കൂടുതൽ 'പരിഷ്കരണങ്ങ'ളിലേക്ക് നീങ്ങുകയുമാണ്. വ്യാവസായിക (മാനുഫാക്ചറിങ്) മേഖലയെ പ്രതിസന്ധി കൂടുതൽ രൂക്ഷമായി ബാധിക്കുകയുമാണ്; തൊഴിലാളിവർഗ്ഗത്തിന്റെ ചെലവിൽ ഈ പ്രതിസന്ധിയിൽനിന്ന് പുറത്തു കടക്കാൻ മുതലാളിമാർ ശ്രമിക്കും. തൊഴിലാളികൾ വലിയതോതിൽ ഇപ്പോൾ കേന്ദ്രീകരിച്ചിട്ടുള്ള കൺസ്ട്രക്ഷൻ മേഖലപോലും പ്രയാസപൂർണ്ണമായ ഘട്ടത്തെയാണ് നേരിടുന്നത്. അങ്ങനെ ആസന്നമായ ദിനങ്ങളിൽ പ്രതീക്ഷിക്കാനാവുന്നത്, മൂലധനവും അദ്ധ്വാനവും തമ്മിലുള്ള വൈരുദ്ധ്യം പിന്നെയും ഏറെ രൂക്ഷമാകുമെന്നതാണ്-ഉല്പാദനസംരംഭങ്ങൾക്കുള്ളിലും സമൂഹത്തിന്റെ വിപുലമായ തലത്തിലും, വിശിഷ്യ, സാമ്പത്തിക നയങ്ങളുടെ പ്രശ്നത്തിലും ഒരേപോലെ ഇത് രൂക്ഷമാകുകയാണ്.

നിലനില്ക്കുന്ന സാദ്ധ്യതകളെ ഫലപ്രദമായി ഉപയോഗപ്പെടുത്തിക്കൊണ്ട് തൊഴിലാളിവർഗ്ഗത്തെ സംഘടിപ്പിക്കുന്നതിനും നവലിബറൽ നയങ്ങൾക്കെതിരായ പോരാട്ടം ശക്തിപ്പെടുത്തുന്നതിനും പാർട്ടി നയിക്കുന്ന ട്രേഡ്യൂണിയനുകൾക്ക് മാർഗദർശനം നല്കുന്നതിനുമുള്ള കൃത്യമായ തന്ത്രങ്ങൾക്ക് പാർട്ടി രൂപം നല്കേണ്ടതാണ്.

19. നിർദ്ദേശങ്ങൾ

- നവലിബറൽ നയങ്ങളുടെ പ്രതികൂല പ്രത്യാഘാതങ്ങളെ സംബന്ധിച്ച് പ്രത്യയശാസ്ത്രപരമായ വിദ്യാഭ്യാസം; നമ്മുടെ സ്വന്തം കാഡർമാർക്കിടയിൽതന്നെ അവയ്ക്കെതിരെ ശക്തമായ സമരം വളർത്തിക്കൊണ്ടുവരേണ്ടതുണ്ട്.
- സ്വകാര്യ സംഘടിതമേഖലകൾ ഉൾപ്പെടെയുള്ള തന്ത്രപരവും സുപ്രധാനവുമായ വ്യവസായങ്ങളിലെ തൊഴിലാളികളെ സംഘടിപ്പിക്കുന്നതിൽ പ്രത്യേകം ശ്രദ്ധചെലുത്തുക.
- സംയുക്ത ട്രേഡ്‌യൂണിയൻ കാംപെയ്നുകളും സമരങ്ങളും തൊഴിലാളിവർഗ്ഗത്തിനിടയിൽ പാർട്ടിയുടെ സ്വാധീനം വിപുലമാക്കുന്നതിനിടയാക്കുമെന്ന് ഉറപ്പുവരുത്തുന്നതിന് പാർട്ടി നയിക്കുന്ന ട്രേഡ്‌യൂണിയനുകൾക്കുവേണ്ട മാർഗദർശനം നല്കുക.
- പാർട്ടി നേതൃത്വത്തിലുള്ള തൊഴിലാളികളുടെയും കർഷകരുടെയും കർഷകത്തൊഴിലാളികളുടെയും സംഘടനകളുടെ സംയുക്ത സമരങ്ങൾ വികസിപ്പിക്കുക.
- തൊഴിലിടങ്ങളിലെ പ്രശ്നങ്ങൾക്കുപുറമെ ആരോഗ്യം, വിദ്യാഭ്യാസം, പാർപ്പിടം, അവർ താമസിക്കുന്ന പ്രദേശങ്ങളിലെ പ്രാഥമിക സൗകര്യങ്ങൾ (civic amenities) തുടങ്ങിയ കാര്യങ്ങളും നമ്മുടെ നേതൃത്വത്തിലുള്ള ട്രേഡ്‌യൂണിയനുകൾ കൈകാര്യംചെയ്യണം.
- യുവ തൊഴിലാളികളുടെ കാര്യത്തിൽ പ്രത്യേകം ശ്രദ്ധചെലുത്തണം.
- കാംപെയ്നുകളിൽ ജനകീയസംസ്കാരത്തെ ഉപയോഗപ്പെടുത്തണം.

അനുബന്ധം:

ഇന്ത്യയിലെ തൊഴിലാളിവർഗ്ഗം സ്ഥിതിവിവര കണക്കുകളിൽ

68-ാമത് വട്ടം എൻ എസ് എസ് (നാഷണൽ സാമ്പിൾ സർവ്വെ) പ്രകാരം (2011-12), ഇന്ത്യയിലെ തൊഴിൽ സേനയുടെ വലിപ്പം 48.4 കോടിയാണ്; അതേസമയം അദ്ധ്വാനിക്കുന്ന ജനങ്ങളുടെ സംഖ്യ 47.3 കോടിയുമാണ്. തൊഴിൽചെയ്യാൻ കഴിയുന്ന പ്രായത്തിലുള്ള വിഭാഗത്തിന്റെ മൊത്തം ജനസംഖ്യ ഗണ്യമായവിധം അധികമാണ്-75 കോടിയിൽ ഏറെപ്പേർ.

തൊഴിൽ സേനയിലെ 61 ശതമാനത്തിലധികംപേർ കാർഷികജോലികളിൽ ഏർപ്പെട്ടിരുന്ന 1990 കളുടെ തുടക്കത്തിലെ സാഹചര്യത്തിൽ നിന്നും വ്യത്യസ്തമായി, 2011-12 ലെ അനുപാതം പകുതിയിൽ താഴെയാണ്. (കാർഷികമേഖലയിലെ തൊഴിലാളികളുടെ എണ്ണം ഉയർന്നതായി സെൻസസിൽ വ്യക്തമാക്കുന്നുണ്ടെങ്കിലും അതിൽപോലും കുറഞ്ഞുവരുന്ന പ്രവണത വ്യക്തമാണ്; 2001 നും 2011 നും ഇടയ്ക്ക് കൃഷിക്കാ

രുടെ എണ്ണത്തിൽ 90 ലക്ഷത്തിന്റെ കുറവുണ്ടായതായി സെൻസസ് റിപ്പോർട്ട് വ്യക്തമാക്കുന്നുണ്ട്). ഏകദേശം 24.2 കോടി ആളുകൾ കാർഷികേതര ജോലികളിൽ ഏർപ്പെട്ടിരിക്കുന്നവരാണ് (11.5 കോടി ആളുകൾ ദ്വിതീയമേഖലയിലും 12.7 കോടിപേർ തൃതീയ/സേവനമേഖലയിലുമാണ്). ദ്വിതീയ, മേഖലയിൽ തൊഴിൽചെയ്യുന്നവരിൽ 5 കോടി ആളുകൾ-അതായത് മൊത്തം തൊഴിൽ സേനയിലെ 11 ശതമാനം പേർ കൺസ്ട്രക്ഷൻ ജോലികളിൽ മാത്രം ഏർപ്പെട്ടിരിക്കുന്നവരാണ്. 1990 കളുടെ തുടക്കത്തിൽ തൊഴിൽസേനയുടെ 4 ശതമാനത്തിലും കുറവായിരുന്നു കൺസ്ട്രക്ഷൻ രംഗത്തുണ്ടായിരുന്നത്; എന്നാൽ ഇപ്പോൾ ആ മേഖലയിലെ തൊഴിലവസരങ്ങൾ മാനുഫാക്ചറിങ്‌രംഗത്തെ തൊഴിലുകൾക്ക് ഏറെക്കുറെ ഒപ്പമെത്തിയിരിക്കുന്നു. സർവ്വോപരി, ഔപചാരിക മേഖലയ്ക്കുള്ളിൽ ചുരുങ്ങിയത് 160-170 ലക്ഷം കൺസ്ട്രക്ഷൻ തൊഴിലാളികളാണ്; ഇത് മാനുഫാക്ചറിങ് രംഗത്തുള്ളവരെക്കാൾ എണ്ണത്തിൽ ഏറെയാണ്.

തൊഴിൽചെയ്യുന്ന ജനങ്ങളിൽ ഏകദേശം 8.5 കോടി ആളുകൾ സ്ഥിരവേതനം, ശമ്പളം ലഭിക്കുന്ന ജോലിയുള്ളവരാണ്; അതേസമയം 14.1 കോടിയിൽ അധികം ആളുകൾ കാഷ്വൽ തൊഴിലാളികളാണ് (ഈ രണ്ടു വിഭാഗവും ചേർന്ന് മൊത്തം 22.6 കോടി. ഏകദേശം ഇതിനെക്കാൾ കൂടുതൽ വരും സ്വയം തൊഴിൽ ചെയ്യുന്നവർ-24.7 കോടി). സ്ഥിരവേതനം/ശമ്പളം ലഭിക്കുന്ന ജോലിയുള്ളവരിൽ 295 ലക്ഷം (2.95 കോടി) ആളുകൾ സംഘടിത മേഖലയിൽ പണിയെടുക്കുന്നവരാണ് എന്നാണ് ഡി ജി ഇ ടി (ഡയറക്ടർ ജനറൽ ഓഫ് എംപ്ലോയ്മെന്റ് & ട്രെയിനിങ്) ഡാറ്റ വെളിപ്പെടുത്തുന്നത്. ഇതാകട്ടെ, 1991 ലെ എണ്ണത്തിൽനിന്നും (270 ലക്ഷം) ഏറെ വ്യത്യസ്തമല്ല. എന്നാൽ, ഈ തൊഴിലിലെ പൊതുമേഖലയുടെയും സ്വകാര്യമേഖലയുടെയും വിഹിതത്തിൽ മാറ്റം വന്നിട്ടുണ്ട്. പൊതുമേഖലയിലെ തൊഴിൽ 1991ൽ ഏകദേശം 2 കോടിയായിരുന്നത് 2012 ൽ 1.76 കോടിയായി കുറയുകയാണുണ്ടായത്; എന്നാൽ, സ്വകാര്യ സംഘടിതമേഖലയിലെ തൊഴിലവസരങ്ങളാകട്ടെ ഇതേകാലത്ത് 80 ലക്ഷത്തിൽ കുറവായിരുന്നത് 120 ലക്ഷത്തോളമായി വർദ്ധിക്കുകയുമുണ്ടായി. പൊതുമേഖലാ തൊഴിലവസരങ്ങളിൽ കുത്തനെയുള്ള ഇടിവുണ്ടായത് മാനുഫാക്ചറിങ് മേഖലയിലാണ്-18.5 ലക്ഷത്തിൽനിന്ന് 10.7 ലക്ഷമായി കുറഞ്ഞു. അതേസമയം സ്വകാര്യ സംഘടിത മേഖലയിലെ തൊഴിലവസരങ്ങളിലെ വർദ്ധനവ് പ്രധാനമായും മാനുഫാക്ചറിങ് ഇതര പ്രവർത്തനങ്ങളിലാണ് (സേവനമേഖല)- 1991 നും 2012 നും ഇടയ്ക്ക് സ്വകാര്യമേഖലയിൽ 40 ലക്ഷത്തിലധികം മൊത്തം തൊഴിലവസര വർദ്ധനവുണ്ടായപ്പോൾ അതിൽ 10 ലക്ഷം മാത്രമാണ് മാനുഫാക്ചറിങ് രംഗത്തെ വർദ്ധനവ്.

ഡി ജി ഇ ടി ഡാറ്റയിൽ കൂലിവേലചെയ്യുന്നവരെ മാത്രമല്ല ഉൾപ്പെടുത്തിയിട്ടുള്ളത്, വെള്ളക്കോളർ ജോലിചെയ്യുന്ന ശമ്പള വരുമാനമുള്ള

വരെയും ഉൾപ്പെടുത്തിയിട്ടുണ്ട്. അതേസമയം സംഘടിതമേഖലയിലെ എല്ലാ തൊഴിലുകളും അതിന്റെ പരിധിയിൽ വരുന്നുമില്ല-കൺസ്ട്രക്ഷൻ രംഗത്തെ തൊഴിലുകളെ അത് കാര്യമായി കണക്കിലെടുത്തിട്ടുമില്ല; അതുപോലെതന്നെ 'കാഷ്വൽ' തൊഴിലുകളുടെ വർദ്ധിച്ചുവരുന്ന അനുപാതത്തെ അത് പൂർണ്ണമായും ഉൾക്കൊണ്ടിട്ടുമില്ല. അങ്ങനെ, സംഘടിതമേഖലയിൽ ജോലിചെയ്യുന്നത് 295 ലക്ഷംപേർ എന്ന സംഖ്യയിൽ കൺസ്ട്രക്ഷൻ രംഗത്തെ പത്തുലക്ഷത്തിൽ താണ വിഭാഗത്തെ മാത്രമേ ഉൾപ്പെടുത്തിയിട്ടുള്ളൂ; എന്നാൽ, എൻ എസ് എസ് ഡാറ്റപ്രകാരം സംഘടിതമേഖലയിൽ ഇതേ ജോലിചെയ്യുന്നവരുടെ എണ്ണം 150 ലക്ഷത്തിലധികമാണ് (ഇവയുടെ തൊഴിൽ സ്വഭാവം അനൗപചാരികമാണെങ്കിൽപോലും തൊഴിലുടമ സംഘടിതമേഖലയിലെ സ്ഥാപനമാണ്). അതുപോലെതന്നെ, ഡി ജി ഇ ടി കണക്കുപ്രകാരം 2012 ൽ മാനുഫാക്ചറിങ് രംഗത്ത് പണിയെടുത്തിരുന്നത് 66 ലക്ഷം പേരാണ്; എന്നാൽ എ എസ് ഐ ഡാറ്റപ്രകാരം സംഘടിതമേഖലാ ഫാക്ടറികളിൽ ജോലി ചെയ്യുന്നത് 134.3 ലക്ഷം ആളുകളാണ്; അതിൽ 104.4 ലക്ഷംപേരെ തൊഴിലാളികൾ എന്ന് വർഗ്ഗീകരിച്ചിരിക്കുന്നു.

സംയോജിപ്പിക്കപ്പെടാത്ത (unincorporated) കൺസ്ട്രക്ഷൻ ജോലികളല്ലാതുള്ള, കാർഷികേതര സംരംഭങ്ങളിൽ എൻ എസ് എസ് ഒ യുടെ 67-ാമത് വട്ട ഡാറ്റാപ്രകാരം (2010-11) ദിവസക്കൂലിക്കാരായി ജോലിചെയ്യുന്ന 270 ലക്ഷം ആളുകൾ മാനുഫാക്ചറിങ്ങിലും (104 ലക്ഷം) വ്യാപാരത്തിലും (60 ലക്ഷം) മറ്റു സേവനങ്ങളിലും (106 ലക്ഷം) ആയി വ്യാപരിച്ചിരിക്കുന്നു.

2011-12 ൽ സ്ഥിരം ജീവനക്കാരുടെ ശരാശരി ദിവസക്കൂലി ശമ്പളം 396 രൂപയായിരുന്നു (എൻ എസ് എസ് ഒ 68): അതേസമയം കാഷ്വൽ തൊഴിലാളികളുടെ ദിവസക്കൂലി നഗരങ്ങളിൽ 170 രൂപയും ഗ്രാമങ്ങളിൽ 139 രൂപയുമാണ്. (എന്നാൽ മുൻ ശരാശരി സ്ഥിരം ജോലിയുള്ളവർക്കിടയിലെ താരതമ്യേന ഉയർന്ന ശമ്പളം ലഭിക്കുന്ന ജീവനക്കാരുടെ കൂലി ഉൾപ്പെടുത്തിയുള്ളതായതിനാൽ അതിന്റെ പ്രതിഫലനംകൂടി ഉൾപ്പെടുന്നു). സംയോജിപ്പിക്കപ്പെടാത്ത, കൺസ്ട്രക്ഷൻ ഇതര കാർഷികേതര സ്ഥാപനങ്ങളിൽ ഒരു ദിവസക്കൂലിക്കാരന്റെ ശരാശരി വേതനം 2010-11 ൽ (67-മത് എൻ എസ് എസ് ഒ പ്രകാരം) പ്രതിമാസം 4,000 രൂപയിൽ കുറവാണ്. സംഘടിത ഫാക്ടറിമേഖലയിൽ, 2011-12 ൽ ഒരു തൊഴിലാളിക്ക് ലഭിച്ചിരുന്ന ശരാശരി പ്രതിമാസവേതനം 8,000 രൂപയിൽ കുറവായിരുന്നു (എ എസ് ഐ)-പബ്ലിക് ലിമിറ്റഡ് കമ്പനികളുടെ (ഫാക്ടറി തൊഴിലാളികളിൽ 30 ശതമാനം വരും ഇത്) ഉടമസ്ഥതയിലുള്ള ഫാക്ടറികളിൽ 11,000 രൂപയോളം വരും ഇത്; സ്വകാര്യ ലിമിറ്റഡ് കമ്പനികളുടെ ഉടമസ്ഥതയിലുള്ള ഫാക്ടറികളിൽ (ഫാക്ടറി തൊഴിലാളികളുടെ 38%) ഏകദേശം 7,300 രൂപയാണ്; പ്രോപ്പർട്ടിഷിപ്പ്/പാർട്ട്ണർഷിപ്പ് സ്ഥാപനങ്ങളുടെ ഉടമസ്ഥതയിലുള്ള ഫാക്ടറികളുടെ കാര്യത്തിൽ (ഫാക്ടറി

തൊഴിലാളികളുടെ 28%) ഇത് 4000 രൂപയ്ക്കും 5,000 രൂപയ്ക്കും ഇടയ്ക്ക് വരും.

മേൽ സൂചിപ്പിച്ച ഫാക്ടറി തൊഴിലാളികളുടെ ശരാശരി വേതനം രണ്ടു പതിറ്റാണ്ടുകളോളം യഥാർത്ഥാടിസ്ഥാനത്തിൽ (real terms) സ്തംഭനാവസ്ഥയിൽ തുടരുകയാണ്. യഥാർത്ഥ വരുമാനത്തിലെ സ്തംഭനത്തെ മാത്രമല്ല ഇത് പ്രതിഫലിപ്പിക്കുന്നത്; മറിച്ച് ജോലിചെയ്ത ഓരോ ദിവസത്തെയും വരുമാനത്തിന്റെ കാര്യത്തിലും ഇതാണവസ്ഥ.

എന്നാൽ, ഫാക്ടറികളിലെ തൊഴിലാളികളല്ലാത്ത മികച്ച വേതനം ലഭിക്കുന്ന ജീവനക്കാരുടെ ശമ്പളത്തിൽ അല്പം വ്യത്യസ്തമായ ഒരു പ്രവണത കാണാം. മൊത്തം ജീവനക്കാരിൽ തൊഴിലാളികളുടെ വിഹിതം 1990-91 നും 2011-12 നും ഇടയ്ക്ക് 76 ശതമാനത്തിൽനിന്നും 78 ശതമാനമായി വർദ്ധിച്ചപ്പോൾ, മൊത്തം ജീവനക്കാർക്ക് നല്കുന്ന തുകയിൽ വേതനത്തിന്റെ വിഹിതം ഇതേ കാലത്ത് 64 ശതമാനത്തിൽനിന്നും 50 ശതമാനമായി കുറയുകയാണുണ്ടായത്.

ഉല്പാദനക്ഷമതയിലെ വർദ്ധനവിനൊപ്പംതന്നെ വേതന സ്തംഭനവുമുണ്ടായത് മൂല്യവർദ്ധനയിൽ കൂലിയുടെ വിഹിതത്തിൽ കുത്തനെയുള്ള ഞെരുക്കത്തിനിടയാക്കി (ഉയർന്നുകൊണ്ടിരിക്കുന്ന ചൂഷണ നിരക്കിന്റെ സൂചിക).

കൂലിയുടെ വിഹിതം കുറഞ്ഞുവരുന്ന പ്രവണത മാനുഫാക്ചറിങ് മേഖലയിൽ മാത്രം ഒതുങ്ങിനില്ക്കുന്നതല്ല; മറിച്ച് കൺസ്ട്രക്ഷനും സേവനങ്ങളും ഉൾപ്പെടെ, വിശിഷ്യാ സ്വകാര്യ സംഘടിതമേഖലയിൽ, എല്ലാ പ്രവർത്തനങ്ങളിലും കാണാവുന്നതാണ് (സി എസ് ഒ, നാഷണൽ അക്കൗണ്ട്സ് സ്റ്റാറ്റിസ്റ്റിക്സ്). സ്വകാര്യ സംഘടിതമേഖലയിലെ മൂല്യവർദ്ധനവിനെ മൊത്തത്തിലെടുത്താൽ (ഇപ്പോൾ അത് പ്രധാനമായും വരുന്നത് മാനുഫാക്ചറിങ് ഇതര പ്രവർത്തനങ്ങളിൽനിന്നാണ്) അതിൽ ജീവനക്കാർക്ക് നല്കുന്ന തുകയുടെ വിഹിതം 1990-91ൽ 55 ശതമാനമായിരുന്നത് ഇപ്പോൾ 30 ശതമാനത്തോളമായി കുറഞ്ഞിരിക്കുന്നു. ജീവനക്കാർക്ക് മൊത്തം നല്കുന്ന തുകയിൽ (compensation of Employees) ഉൾപ്പെടുത്തപ്പെട്ടിട്ടുള്ള ചില ജീവനക്കാരുടെ ശമ്പളം കഴിഞ്ഞ രണ്ടു ദശകത്തിനിടയിൽ അതിവേഗത്തിൽ വർദ്ധിച്ചുവരുന്നുവെന്നിരിക്കെയാണിത് (2011-12 ൽ വിപ്രോയിലെ ഏറ്റവും മുകൾത്തട്ടിലുള്ള 103 ജീവനക്കാരുടെ ശരാശരി പ്രതിമാസ വേതനം 8 ലക്ഷത്തോളം രൂപയാണ്-പരമാവധി പ്രതിമാസം 42 ലക്ഷം രൂപയും കുറഞ്ഞത് പ്രതിമാസം 5 ലക്ഷം രൂപയും).

സംഘടിത മാനുഫാക്ചറിങ് മേഖലയിലെ ഫാക്ടറികൾ സ്ഥിതിചെയ്യുന്ന പ്രദേശം കണക്കാക്കിയാൽ കൂടുതൽ 'ഗ്രാമീണ'മായി മാറുകയാണ് എന്നതാണ് പ്രത്യക്ഷത്തിൽത്തന്നെ കാണുന്ന മറ്റൊരു പ്രവണത. 2011-12 ൽ നഗരപ്രദേശങ്ങളിൽ ഉള്ളവയെക്കാൾ ഗ്രാമീണ ഫാക്ടറികളാണ് കൂടുതൽ വലിയവയും കൂടുതൽ മൂലധന നിക്ഷേപമു

ള്ളവയും കൂടുതൽ ഉല്പാദനക്ഷമതയുള്ളവയും-ഗ്രാമങ്ങളിലുള്ളവയിലാണ് ഫാക്ടറി തൊഴിലുകളുടെ 44 ശതമാനവും സ്ഥിര മൂലധനത്തിന്റെ 56 ശതമാനവും ഫാക്ടറി ശിഷ്ട (net) മൂല്യവർദ്ധനയുടെ 53 ശതമാനവും. നഗരങ്ങളിലെ ഫാക്ടറികളിലേക്കാൾ (43) ഗ്രാമങ്ങളിലുള്ളവയിലാണ് ഓരോ ഫാക്ടറിയിലേയും തൊഴിലാളികളുടെ ശരാശരി എണ്ണം (56) കൂടുതലുള്ളത്. എന്നാൽ ഓരോ തൊഴിലാളിയുടെയും പ്രതിശീർഷ പ്രതിമാസ വേതനം ഗ്രാമീണ ഫാക്ടറികളിൽ നഗരങ്ങളിലേതിനെക്കാൾ കുറവാണ് (ഗ്രാമങ്ങളിൽ 7,200 രൂപയും നഗരങ്ങളിൽ 8500 രൂപയും); ഇവയിലെ ശിഷ്ട മൂല്യവർദ്ധനയിലെ കൂലിവിഹിതവും ഗണ്യമായി കുറവാണ് (നഗരങ്ങളിൽ 15.41 ശതമാനവും ഗ്രാമങ്ങളിൽ 8.85 ശതമാനവും).

പഠനഗ്രൂപ്പ് അംഗങ്ങൾ:
കെ ഹേമലത (കൺവീനർ),
എളമരം കരീം, സുരജിത് മജുംദാർ,
വിവേക് മൊണ്ടേരോ, പ്രബീർ പുരകായസ്ഥ,
വേണുഗോപാൽ റാവു

കാർഷിക വർഗ്ഗങ്ങളുടെ അവസ്ഥ

I. മുഖവുര

1. ഈ പഠനഗ്രൂപ്പിനു നല്കിയിട്ടുള്ള പരിശോധനാവിഷയം ''കാർഷിക വർഗ്ഗങ്ങളെയും അവയ്ക്ക് സംഭവിച്ചിട്ടുള്ള മാറ്റങ്ങളെ"യും സംബന്ധിച്ച് ഒരു റിപ്പോർട്ട് സമർപ്പിക്കുകയാണ്. ''ഉദാരവല്ക്കരണത്തെത്തുടർന്ന് സാമൂഹിക-സാമ്പത്തിക സ്ഥിതിയിൽ സംഭവിച്ച മാറ്റങ്ങളെക്കുറിച്ച് മനസ്സിലാക്കുന്നതിന് മൂർത്തമായ പഠനം നടത്തണം" എന്ന കേന്ദ്ര കമ്മിറ്റിയുടെ തീരുമാനത്തിന്റെ പശ്ചാത്തലത്തിൽ രൂപീകരിച്ചതാണ് ഈ പഠനഗ്രൂപ്പ്. പരിശോധനാ വിഷയത്തിൽ ഇങ്ങനെ പിന്നെയും വ്യക്തമാക്കുന്നു:
''നവലിബറൽ നയങ്ങളുടെ പ്രത്യാഘാതങ്ങളെയും വിവിധ വർഗ്ഗങ്ങളിൽ അതുണ്ടാക്കിയ മാറ്റങ്ങളെയും അവയ്ക്കുള്ളിലെ വ്യത്യസ്തതകളെയും സംബന്ധിച്ചായിരിക്കണം പഠനം. നമ്മുടെ അടവുകളുമായും മുദ്രാവാക്യങ്ങളുമായും പ്രസ്ഥാനത്തിന്റെ വികാസവുമായും ഈ മാറ്റങ്ങൾക്ക് ബന്ധമുണ്ട്''.
2. ഇന്ത്യയിലെ ജനസംഖ്യയുടെ 70 ശതമാനത്തോളം ആളുകൾ ഗ്രാമീണമേഖലയിൽ താമസിക്കുന്നുവെന്നതു മാത്രമല്ല, ഇന്ത്യയിലെ കാർഷിക പ്രശ്നത്തിന്റെ പ്രാധാന്യം സ്ഥിതി ചെയ്യുന്നത് (ഒരു പ്രധാന കാരണം അതുതന്നെയാണ്), മറിച്ച്, ജനകീയ ജനാധിപത്യവിപ്ലവത്തിന്റെ അച്ചുതണ്ട് തന്നെ കാർഷിക പ്രശ്നമാണ് എന്ന വസ്തുതയിലുമാണ്; ജനകീയ ജനാധിപത്യഘട്ടം തുടരുന്നിടത്തോളംകാലം അതിന്റെ മൊത്തത്തിലുള്ള പ്രാധാന്യം തുടരുകയും ചെയ്യും.
3. എന്നിരുന്നാലും, കഴിഞ്ഞ രണ്ട് ദശകക്കാലത്ത് നാട്ടിൻപുറത്ത് ദ്രുത

ഗതിയിലുള്ളതും സങ്കീർണ്ണവുമായ മാറ്റങ്ങൾ സംഭവിച്ചിട്ടുണ്ട് - ഗ്രാമീണസമ്പദ്ഘടനയുടെയും സമൂഹത്തിന്റെയും നാനാവശങ്ങളിൽ അഗാധമായ അനന്തരഫലങ്ങളുളവാക്കിയ മാറ്റങ്ങൾ. ഇന്ത്യയിൽ ആഗോളവല്ക്കരണത്തിന്റെയും ഉദാരവല്ക്കരണത്തിന്റെയും കാലവും അതിനുമുമ്പുള്ള കാലവും തമ്മിൽ തുടർച്ചകൾ ഉണ്ടായിരുന്നെങ്കിലും 1991 നുശേഷം ഗ്രാമീണ ഇന്ത്യയിലെ ഭരണകൂടത്തിന്റെ വർഗ്ഗനയങ്ങൾക്ക് വ്യത്യസ്തങ്ങളായ പുതിയ സവിശേഷതകളുണ്ട്.

4. പൊതുവിൽ പുതിയ നയസംവിധാനത്തിന്റെ സവിശേഷതകൾ ഇവയാണ്:

- ഭൂപരിഷ്കരണത്തിൽനിന്നുള്ള പിന്നോട്ടുപോക്ക്; നിയമനിർമ്മാണത്തിലൂടെയാണെങ്കിലും കൃഷിഭൂമി ഏറ്റെടുക്കലിന്റെ വേഗത വർദ്ധിപ്പിക്കൽ.
- കാർഷിക ഉല്പാദനോപാധികൾക്കുവേണ്ട ചെലവിലും ഉല്പന്നങ്ങളുടെ വിലയിലും ഗവൺമെന്റു നിശ്ചയിക്കുന്ന നയങ്ങളിലെ മാറ്റം.
- ഗ്രാമീണ ഭൗതിക- സാമൂഹിക പശ്ചാത്തല സൗകര്യങ്ങൾക്കായുള്ള പൊതുനിക്ഷേപം വെട്ടിക്കുറയ്ക്കുക.
- കാർഷികോല്പന്നങ്ങളുടെ വിപണനത്തിനും സംഭരണത്തിനും വേണ്ട പൊതുസംവിധാനങ്ങളുടെ സ്വകാര്യവല്ക്കരണത്തിലേക്കുള്ള നീക്കം.
- സാമൂഹികവും വികസനപരവുമായ ബാങ്കിങ്ങിന്റെ സ്ഥാപനപരമായ ഘടനയെ തീർത്തും ദുർബ്ബലപ്പെടുത്തൽ.
- കാർഷിക ചരക്കുകളിലെ കാർഷികവ്യാപാരത്തിനുള്ള നിയന്ത്രണങ്ങളിൽ ഇളവു വരുത്തലും കാർഷികോല്പന്നങ്ങളുടെ ഇറക്കുമതിക്ക് ഏർപ്പെടുത്തിയിരുന്ന അളവുപരമായ നിയന്ത്രണങ്ങൾ നീക്കം ചെയ്യലും.
- സംഭരണത്തിനും വിപണനത്തിനുമുള്ള പൊതുപശ്ചാത്തല സംവിധാനങ്ങളെ ദുർബ്ബലമാക്കൽ.
- പൊതുവിതരണ സംവിധാനത്തെ വെട്ടിക്കുറയ്ക്കൽ.
- ഗവേഷണത്തിനും വ്യാപനത്തിനുംവേണ്ട പൊതുസംവിധാനങ്ങളെയും ദേശീയ സസ്യ - ജൈവ സമ്പത്തിന്റെ സംരക്ഷണത്തിനായുള്ള സംവിധാനങ്ങളെയും തകർക്കൽ.

5. പൊതുവിൽ 1991 നുശേഷമുള്ള നയസംവിധാനത്തിന്റെ പ്രധാന സവിശേഷത, പണമായുള്ള മൂലധനത്തിന്റെ ആപേക്ഷികമായി അനിയന്ത്രിതമായ കടന്നുവരവും പുറത്തേക്കുപോക്കുമാണ്. ഈ നയത്തിന്റെ അതിപ്രധാന സവിശേഷത ധനക്കമ്മി കുറയ്ക്കുന്നതിൽ- അതാകട്ടെ ഏറെക്കുറെ പൂർണ്ണമായും ചെലവ് ചുരുക്കലിലൂടെയും - കേന്ദ്രീകരിക്കുന്നതാണ് അത് എന്നതാണ്. കാർഷികമേഖലയ്ക്കും കർഷകജനതയ്ക്കുമുള്ള സർക്കാർ പിന്തുണയ്ക്കുനേരെയുള്ള സ്ഥിരമായ ആക്രമണങ്ങളും അത് കുറവു ചെയ്യലുമാണ് ഈ നയത്തിൽ ഊന്നുന്നതിനർത്ഥം.

II. കാർഷികരംഗത്തെ ഉല്പാദനശക്തികളുടെ വശങ്ങൾ

6. കാർഷികബന്ധങ്ങളെക്കുറിച്ച് കൂടുതൽ പരിശോധിക്കുന്നതിനുമുമ്പ്, ഉദാരവല്ക്കരണാനന്തര കാലഘട്ടത്തിലെ ഉല്പാദനശക്തികളുടെ വികാസത്തിന്റെ ചില വശങ്ങളെക്കുറിച്ച് ചുരുക്കമായി അവലോകനം നടത്താം.

7. ഉല്പാദനശക്തികളുടെ വളർച്ചയിൽ നാണയച്ചുരുക്കം സൃഷ്ടിക്കുന്ന നവലിബറൽ പരിഷ്കാരങ്ങൾ ഗണ്യമായ നിഷേധാത്മക അനന്തര ഫലമാണുണ്ടാക്കുന്നത്. എന്നാൽ, അതാകട്ടെ, എല്ലാ പ്രദേശങ്ങളിലും എല്ലാ കാലത്തും എല്ലാ വിളകളിലും ഒരേപോലെയും ആയിരിക്കില്ല. 2001 നും 2004 നും ഇടയ്ക്കുള്ള കാലഘട്ടത്തിൽ ഉല്പാദനശക്തികളുടെ വളർച്ചയിൽ മന്ദത വ്യക്തമായി കാണാവുന്നതാണ്; എന്നാൽ ഇത് 1997 നും 2004 നും ഇടയ്ക്ക് പ്രത്യേകിച്ചും രൂക്ഷമായിരുന്നു. താങ്ങുവില, വായ്പ, ഗവേഷണ - വ്യാപന സേവനങ്ങൾ, കൃഷിയുമായി ബന്ധപ്പെട്ട പശ്ചാത്തല വികാസത്തിൽ (ജലസേചനം, സംഭരണ സൗകര്യങ്ങൾ, രാസവളത്തിന്റെയും വിത്തുകളുടെയും ഉല്പാദനം എന്നിവ ഉൾപ്പെടെ) പൊതുനിക്ഷേപം എന്നിവയുടെ രൂപത്തിൽ കൃഷിക്ക് സർക്കാർ നല്കിയിരുന്ന പിന്തുണ കുത്തനെ വെട്ടിക്കുറച്ചതാണ് പ്രധാന ഘടകം. ലോകവ്യാപാരക്കരാറിന്റെയും പ്രാഥമിക ചരക്കുകളുടെ വിലയിലെ ആഗോള ഇടിവിന്റെയും പ്രത്യാഘാതം ഉൾപ്പെടെയുള്ള മറ്റു ഘടകങ്ങളുമുണ്ട്. 2004 നുശേഷം, 2004-05 നും 2008-09 നും ഇടയ്ക്ക് താരതമ്യേന ദ്രുതഗതിയിൽ ഉല്പാദനശക്തികളുടെ മുന്നേറ്റമുണ്ടായതോടുകൂടി വ്യത്യസ്തമായ ഒരവസ്ഥ സംജാതമായി; അതിനെ തുടർന്ന് ഏറെക്കുറെ ഇടർച്ചയോടുകൂടിയാണ് മുന്നോട്ടുനീങ്ങിയത്.

8. ഉല്പാദനത്തിന്റെ വളർച്ച നിരക്കിലെന്നപോലെ മുഖ്യവിളകളുടെ ആദായത്തിലും (ഓരോ യൂണിറ്റ് ഭൂമിയിൽനിന്നും ലഭിക്കുന്ന ഉല്പന്നം) കൃഷി യന്ത്രവല്ക്കരണത്തിന്റെ വളർച്ചയിലും ഈ പ്രവണത പ്രതിഫലിക്കുന്നുണ്ട്. ഉല്പാദനത്തിലെ വളർച്ചയുടെയും മുഖ്യവിളകളുടെ ആദായത്തിന്റെയും താരതമ്യം വെളിപ്പെടുത്തുന്നത് ഇവ 1991-2010 ലേതിനേക്കാൾ ഏറെ അധികമാണ് 1981-1991 ൽ എന്നാണ്; പരുത്തി മാത്രമാണ് ഇതിൽനിന്ന് വേറിട്ടു നില്ക്കുന്നത്. 1994-05 നും 2004-05 നും ഇടയ്ക്കുള്ള ഒരു പതിറ്റാണ്ട് കാർഷികവിളയിൽ പ്രതിവർഷം 0.6 ശതമാനം നിരക്കിലുള്ള വളർച്ചയ്ക്ക് സാക്ഷ്യംവഹിച്ചു; ഈ കാലത്ത് ഭക്ഷ്യേതര വിളകളിൽ പ്രതിവർഷം 0.1 ശതമാനത്തിന്റെ ഇടിവ് രേഖപ്പെടുത്തി; ഭക്ഷ്യധാന്യവിളകളിലാകട്ടെ പ്രതിവർഷം 0.7 ശതമാനം വളർച്ചയുണ്ടായി. ഉല്പാദനോപാധികളുടെയും പരുത്തി ഒഴികെയുള്ള എല്ലാ മുഖ്യവിളകളുടെയും ഉല്പാദനത്തിലെയും ആദായത്തിലെയും വളർച്ച നിരക്കും 1994-2005 കാലഘട്ടത്തിൽ ഏറ്റവും കുറവായിരുന്നു (എന്നിരുന്നാലും അതു പോസിറ്റീ

വായിരുന്നു). എന്നാൽ, കൃഷിയുടെ യന്ത്രവല്ക്കരണം ശക്തമായ വളർച്ച പ്രകടമാക്കി; പരുത്തി ഒഴികെ ചില ധാന്യേതര വിളകൾ - പയറുവർഗ്ഗങ്ങൾ, എണ്ണക്കുരുക്കൾ, പൂന്തോട്ടവിളകൾ എന്നിങ്ങനെയുള്ളവ - ധാന്യവിളകളെക്കാൾ മികച്ച ഉല്പാദന വളർച്ചയുണ്ടാക്കി. 2004-05 നും 2011-12 നും ഇടയ്ക്ക് രാജ്യത്തുടനീളം വിളകളുടെ ഉല്പാദനത്തിലും ആദായത്തിലുമുള്ള വളർച്ചയിൽ ശ്രദ്ധേയമായ പുനരുജ്ജീവനമുണ്ടായി; പക്ഷേ, അതിനുശേഷം സമ്മിശ്രമായ സൂചനകളായിരുന്നു. 2004 നുശേഷമുള്ള കരകയറ്റം പല ഘടകങ്ങൾ കൂടിച്ചേർന്നുണ്ടായതാണ്. അവയിൽ, ഒന്നാമത്തേത്, ജലസേചനത്തിലും കൃഷിയുമായി ബന്ധപ്പെട്ട മറ്റു പശ്ചാത്തല സൗകര്യങ്ങളിലുമുള്ള പൊതുനിക്ഷേപത്തിലുണ്ടായ വർദ്ധനവാണ്; രണ്ടാമത്തേത് ചില വിളകൾക്കെങ്കിലും ലഭിച്ച മികച്ച താങ്ങുവിലയാണ് (ദരിദ്ര - ഇടത്തരം കർഷകർക്കുണ്ടായ ചെലവുകൾ നിറവേറ്റാൻ അത് വേണ്ടത്ര പര്യാപ്തമായിരുന്നില്ലെങ്കിലും); മൂന്നാമത്തേത്, യന്ത്രവല്ക്കരണത്തിനു ലഭിച്ച നിരവധി ഇൻസെന്റീവുകളും വായ്പാ സൗകര്യങ്ങളുടെ വിപുലീകരണവും - ഇതിന്റെ നേട്ടം പ്രാഥമികമായും ലഭിച്ചത് കാർഷിക ജനസംഖ്യയിലെ ഭൂപ്രഭുക്കൾക്കും വൻകിട കാർഷിക മുതലാളിമാർക്കും ധനികകർഷകർക്കുമാണ്; ഒപ്പം നാടനും മറുനാടനുമായ കോർപ്പറേറ്റുമൂലധനത്തിനും.

9. അങ്ങനെ കൃഷിയിലെ വളർച്ചാ പുനരുജ്ജീവനം വളരെയേറെ അസമത്വമുണ്ടാക്കുന്ന ഒരു പ്രക്രിയയാണ്; കാർഷികമേഖലയിലെ ജനങ്ങളിൽ ഭൂരിപക്ഷത്തിനും (പ്രധാനമായും ദരിദ്ര - ഇടതുപക്ഷ കർഷകരും ഗ്രാമീണ തൊഴിലാളികളും) വളരെ കുറച്ചുമാത്രം നേട്ടമുണ്ടാക്കുകയും യഥാർത്ഥത്തിൽ പലപ്പോഴും ഈ വിഭാഗത്തിനു നഷ്ടമുണ്ടാക്കുകയും ചെയ്യുന്നതാണ് ഈ പ്രക്രിയ എന്നതുകൊണ്ടാണത്. സർവ്വോപരി, ശക്തമായ സർക്കാർ പിന്തുണയെ ആശ്രയിച്ചുള്ളതാണിത്. അതു തുടർന്നും ഉണ്ടാകുമെന്ന് പറയാനുമാകില്ല. 2009 നുശേഷം കൃഷിയിലെ പൊതുനിക്ഷേപത്തിലുള്ള പൂർണ്ണമായ ഇടിവ് വ്യക്തമാക്കുന്നത് വീണ്ടെടുപ്പ് ദുർബ്ബലമാണെന്നും 2011 മുതൽ അടിച്ചേല്പിച്ചുവരുന്ന രൂക്ഷമായ ചെലവുചുരുക്കൽ (Austerity) നയംമൂലം മുഖ്യമായും ആഭ്യന്തരവും വൈദേശികവുമായ കുത്തകമൂലധനത്തിന്റെ ലാഭക്ഷമതാ പരിഗണന പ്രകാരം മാത്രം മുന്നോട്ടുപോകുന്ന ഉല്പാദനശക്തികളുടെ വളർച്ച മന്ദഗതിയിലാവും; എന്നിരുന്നാലും മേധാവിത്വം പുലർത്തുന്ന കാർഷികവർഗ്ഗങ്ങൾ മിച്ചമൂല്യം സമാഹരിക്കുന്നതും നിക്ഷേപം നടത്തുന്നതും തുടരും (ബൂർഷ്വാ- ഭൂപ്രഭു വർഗ്ഗ സഖ്യത്തിൽ അവർക്കുള്ള ആപേക്ഷികമായ വിലപേശൽ ശേഷിയുടെ പരിധിക്കുള്ളിൽനിന്ന്).

10. ഇവിടെ പ്രസക്തമായിട്ടുള്ള മുകളിൽ വിശദീകരിച്ച ഉല്പാദനശക്തികളുടെ വളർച്ചയുടെ സ്വഭാവത്തിന് മൂന്ന് അനന്തരഫലങ്ങളുണ്ട്.

ഒന്നാമത്, നവലിബറൽ നയങ്ങൾ നടപ്പാക്കുന്ന വേളയിൽ, ചാഞ്ചാട്ടത്തോടെയാണെങ്കിൽപോലും ഉല്പാദനശക്തികളുടെ വളർച്ച തുടരുന്നു. അന്താരാഷ്ട്ര ധനമൂലധനത്തിന്റെ ആധിപത്യം ഉല്പാദനശക്തികളുടെ വളർച്ച അസാദ്ധ്യമാക്കുന്നു (അഥവാ ഏറെക്കുറെ അസാദ്ധ്യമാക്കുന്നു) എന്നു കരുതുന്നത് തെറ്റാണ്. രണ്ടാമത്, നവലിബറലിസത്തിൻകീഴിൽ ഉല്പാദനശക്തികളുടെ വളർച്ചയുടെ തികച്ചും അസമമായ സ്വഭാവത്തിനൊപ്പം അനുമാനിക്കപ്പെടാവുന്ന ധനപരമായ ബുദ്ധിമുട്ടുകളുണ്ടായിരിക്കെ അതിന്റെ ദുർബ്ബലതയെയും നാം അംഗീകരിക്കണം.

11. മൂന്നാമത്, നവലിബറൽ വളർച്ചയുടെ അവശ്യഘടകമായ കാർഷിക - ഗ്രാമീണ ജനവിഭാഗങ്ങളിൽ ഭൂരിപക്ഷവും തുടർച്ചയായി ദുരിതങ്ങൾ അനുഭവിക്കുകയാണെന്നും അംഗീകരിക്കേണ്ടതുണ്ട്; തുടർച്ചയായി വൻതോതിൽ നടക്കുന്ന ''കർഷക ആത്മഹത്യ'' എന്ന ദുരന്തപൂർണ്ണമായ പ്രതിഭാസം അതിന്റെ നാടകീയമായ പ്രതിഫലനമാണ്. 1997 നും 2012 നും ഇടയ്ക്ക് ആത്മഹത്യ ചെയ്ത കർഷകരുടെ എണ്ണം 2,75,000 ത്തോളം വരും.

III. അസമമായ വികസനം, പ്രാദേശിക വൈവിദ്ധ്യം

12. കൃഷിയിലും ഗ്രാമീണ കാർഷികേതര സമ്പദ്ഘടനയിലും മുതലാളിത്തബന്ധങ്ങളുടെ സർവ്വതോമുഖമായ വളർച്ചയാണ് ഗ്രാമീണ ഇന്ത്യയിലെ ഉല്പാദനബന്ധങ്ങളുമായി ബന്ധപ്പെട്ടുവരുന്ന മുഖ്യ പ്രവണത എന്ന് വ്യക്തമാണ്. അതേസമയം തന്നെ, കാർഷികബന്ധങ്ങൾ ദേശീയ - മേഖലാതല - പ്രാദേശിക വൈവിദ്ധ്യങ്ങളിലും ഉല്പാദനത്തിലും വിനിമയത്തിലുമുള്ള മുതലാളിത്തബന്ധങ്ങളുടെ വികാസത്തിലെ തികഞ്ഞ അതുല്ല്യതയാലും (Unevenness) ആണ് അടയാളപ്പെടുത്തപ്പെടുന്നത്. വൈവിദ്ധ്യമാർന്ന വിധത്തിൽ മുതലാളിത്തം കൃഷിയിലേക്കും ഗ്രാമീണ സമൂഹത്തിലേക്കും നുഴഞ്ഞുകയറുന്നതിന്റെ സജീവവും വിപുലവുമായ ദൃഷ്ടാന്തമാണ് ഇന്ത്യ.

13. ''വസ്തുതകളിൽനിന്നും സത്യം കണ്ടെത്തുക'' എന്ന തത്ത്വമാണ് ക്ലാസിക്കൽ മാർക്സിസത്തിന്റെയും പില്ക്കാലത്തെയും കാർഷിക പഠനങ്ങളുടെ മുഖമുദ്ര. സാമ്പത്തിക പ്രവണതകളെക്കുറിച്ചും സമൂഹത്തിലാകെ കൃഷിയിലെ പ്രവണതകളെക്കുറിച്ചും നാം പഠിക്കുമ്പോൾ പ്രാദേശിക സാഹചര്യങ്ങളും കൃഷിയുടെ രൂപങ്ങളും കൊണ്ടായിരിക്കണം നമ്മുടെ ധാരണ കരുപ്പിടിപ്പിക്കപ്പെടുന്നത്. പ്രാദേശിക സ്ഥിതിഗതികളോടുള്ള ഇത്തരം സംവേദനക്ഷമത - ഗ്രാമീണ സമ്പദ്വ്യവസ്ഥയും പാരിസ്ഥിതിക സാഹചര്യങ്ങളും, കൃഷി സമ്പ്രദായങ്ങൾ, പ്രാദേശിക സാമൂഹ്യബന്ധങ്ങൾ, പാട്ടവ്യവസ്ഥയുടെ ചരിത്രം, ഓരോ കൃഷിയിടങ്ങളിലെയും ''കൃഷിയുടെ തോതും തരവും'' എന്ന് ലെനിൻ വിശേഷിപ്പിച്ചത് എന്നിവയോടെ

ല്ലാമുള്ള സംവേദനക്ഷമത (sensitivity) - ആയിരിക്കണം കാർഷികബന്ധങ്ങളെ സംബന്ധിച്ച നമ്മുടെ പഠനത്തിന്റെ സവിശേഷത. കാർഷികബന്ധങ്ങളിലെ വ്യത്യസ്തതകൾ, ഉല്പാദനശക്തികളുടെ വികാസം ''മുതലാളിത്തപര''മാകുന്നത് ചില പ്രദേശങ്ങളിൽ കൂടുതലും മറ്റു ചില പ്രദേശങ്ങളിൽ കുറവുമാകുന്നതിനിടയാക്കുന്ന തലത്തിലുള്ള വ്യത്യാസങ്ങളുടെ മാത്രം പ്രശ്നമല്ല; കൃഷിയിലെ മുതലാളിത്ത വികസനത്തിന്റെ നിർണ്ണായക ഘടകം, ലെനിൻ എഴുതിയിട്ടുള്ളതുപോലെ, ''ഒന്നല്ലെങ്കിൽ മറ്റൊരു വിധത്തിലുള്ള മുതലാളിത്ത പരിണാമത്തിന്റെ അനന്തമായവിധം വൈവിദ്ധ്യപൂർണ്ണമായ കൂട്ടുകെട്ടുകളാകാൻ (combinations) സാദ്ധ്യതയുണ്ട്''. പഴയ റഷ്യയുടെ കാര്യത്തിൽ (അഥവാ പഴയ ചൈനയുടെ കാര്യത്തിലും) ഈ വിവരണം ശരിയാണെന്നുണ്ടെങ്കിൽ, അധികാരശ്രേണിയുടെയും പദവിയുടെയും പിന്നോക്ക പ്രത്യയശാസ്ത്രത്തിൽ രൂപം കൊടുക്കപ്പെടുന്ന ഭൗതികശക്തികൾ സ്ഥലപരമായ വൈവിദ്ധ്യത്തിൽനിന്നും ഉരുവം കൊള്ളുന്ന ''സവിശേഷവും സങ്കീർണ്ണവുമായ പ്രശ്നങ്ങളോട്'' അളവറ്റവിധം കൂടിച്ചേരുന്ന ഇന്ത്യയെ സംബന്ധിച്ചും ശരിയാണ്.

IV. നാട്ടിൻപുറത്തെ വർഗ്ഗങ്ങളും വർഗ്ഗപരമായ വേർതിരിവുകളും

മുഖവുര

14. കാർഷിക പ്രശ്നത്തെക്കുറിച്ചുള്ള മാർക്സിസ്റ്റ് നിർവ്വചനത്തിന്റെ കേന്ദ്ര സ്ഥാനത്തുള്ളത് കൃഷിയിലെ മുതലാളിത്ത വികാസത്തിന്റെ അടിസ്ഥാനത്തിൽ ഉയർന്നുവരുന്ന വർഗ്ഗങ്ങളുടെ സ്വഭാവങ്ങളുടെ തിരിച്ചറിയലാണ്. ഈ ലക്ഷ്യവുമായി ബന്ധപ്പെട്ടും നമ്മുടെ കടമ ദ്വിമുഖ സ്വഭാവത്തിലുള്ളതാണ്. ഒരുവശത്ത് നാട്ടിൻപുറങ്ങളിലെ വർഗ്ഗങ്ങളെ വേർതിരിച്ചറിയുന്നതിനുള്ള ചില പൊതു സൈദ്ധാന്തിക സംവർഗ്ഗങ്ങളും മാനദണ്ഡങ്ങളും സ്ഥാപിക്കുക; മറുവശത്ത്, സിറ്റുകളിലെ (situ) അതായത്, വ്യത്യസ്തമേഖലകളിലും പ്രദേശങ്ങളിലും നിലനില്ക്കുന്ന സവിശേഷമായ കാർഷിക സമ്പദ്ഘടനയിലും സാമൂഹ്യ സാഹചര്യങ്ങളിലും വർഗ്ഗങ്ങളെ വേർതിരിച്ചറിയുക.

15. നാട്ടിൻപുറത്തെ വർഗ്ഗങ്ങളെ വേർതിരിച്ചറിയുന്നതിന് ക്ലാസിക്കലായി ഉപയോഗപ്പെടുത്തപ്പെടുന്നത് മുഖ്യമായും മൂന്നുകൂട്ടം മാനദണ്ഡങ്ങളാണ്. ഉല്പാദനോപാധികളുടെ ഉടമസ്ഥതയും നിയന്ത്രണവുമുള്ള കുടുംബങ്ങൾ (വിശിഷ്യാ ഭൂമി; എന്നാൽ അതു മാത്രവുമല്ല); കുടുംബത്തിന്റെയും വിലയ്ക്കെടുക്കുന്ന അദ്ധ്വാനത്തിന്റെയും വിവിധ രൂപങ്ങളുടെ ആപേക്ഷികമായ വിനിയോഗം (വിശിഷ്യാ കാർഷികോല്പാദന പ്രക്രിയയിൽ; എന്നാൽ ഇതു മാത്രവുമല്ല); ഒരു വർഷക്കാലത്തെ പ്രവർത്തനത്തിൽനിന്ന് ഒരു കുടുംബത്തിന്

ഉല്പാദിപ്പിക്കാൻ കഴിയുന്ന മിച്ചം. നിശ്ചയമായും കാല-ദേശങ്ങൾക്കനുസരിച്ച് വലിയ മാറ്റത്തിനു വിധേയമാകുന്നവയാണ് ഈ ഘടകങ്ങൾ എന്നു വളരെ വ്യക്തമാണ്; ഗ്രാമങ്ങൾക്കുള്ളിലും പുറത്തുമുള്ള സാഹചര്യങ്ങൾ അവയെ സ്വാധീനിക്കുന്നുമുണ്ട്.

ഭൂപ്രഭുക്കളും വൻകിട കാർഷിക മുതലാളിമാരും: സാമൂഹിക - സാമ്പത്തിക - സാഹചര്യങ്ങൾ

16. ഗ്രാമങ്ങളിലെ ഭരണകൂടത്തിന്റെയും ഭരണവർഗ്ഗങ്ങളുടെ വർഗ്ഗവാഴ്ചയുടെയും സ്തംഭമാണ് ഈ വർഗ്ഗം.

17. ഭൂപ്രഭു കുടുംബങ്ങളാണ് - ഇപ്പോൾ ഏറെക്കുറെ പൂർണ്ണമായും മുതലാളിത്ത ഭൂപ്രഭുക്കൾ - ഭൂമിയിൽ വലിയൊരു പങ്ക് സ്വന്തമാക്കി വെച്ചിട്ടുള്ളത്; പൊതുവിൽ മിക്കവാറും ഇന്ത്യൻ ഗ്രാമങ്ങളിലെയും ഏറ്റവും മികച്ച ഭൂമിയും ഇവരുടെ കൈവശമാണ്; ഭൂപ്രഭുകുടുംബങ്ങളിലെ അംഗങ്ങൾ ഭൂമിയിൽ പ്രധാന കാർഷിക ജോലികളിലൊന്നും പങ്കെടുക്കാറുമില്ല. അവരുടെ ഭൂമിയിൽ കൃഷി നടത്തുന്നത് മിക്കവാറും കുടിയാന്മാരായിരിക്കും; അവർക്ക് നിശ്ചിത പാട്ടമോ വിളയുടെ ഓഹരിയോ നിശ്ചയിച്ച് ഭൂമി പാട്ടത്തിനു നല്കുന്നു. ഇതല്ലെങ്കിൽ കൃഷിപ്പണികൾക്കായി കൂലിക്ക് തൊഴിലാളികളെ അവർ നിയോഗിക്കുന്നു. പൊതുവിൽ ഭൂപ്രഭു കുടുംബങ്ങളാണ് ഗ്രാമത്തിലെ ഭൂമി കുത്തക സംവിധാനത്തിലെ ചരിത്രപരമായ പങ്കാളികൾ.

18. ഗ്രാമീണ ഇന്ത്യയിൽ ഭരണവർഗ്ഗത്തിന്റെ ഭാഗമായി രണ്ടാമതായി പുതിയൊരു വിഭാഗം കൂടിയുണ്ട്. വൻകിട കർഷക മുതലാളിമാരാണിവർ. ഇവരും ഭൂമിയിൽ നേരിട്ട് പ്രധാന കൃഷിപ്പണികളിലൊന്നും പങ്കെടുക്കാറില്ല. ഭൂപ്രഭുക്കളും ഇവരും തമ്മിലുള്ള പ്രധാന വ്യത്യാസം കർഷക മുതലാളിമാർ പരമ്പരാഗതമായി ഭൂപ്രഭുവർഗ്ഗത്തിൽപെടുന്നവരല്ല. അവരിൽ ചിലർ ധനിക കർഷക കുടുംബങ്ങളിൽനിന്നോ ഇടത്തരം കർഷക കുടുംബങ്ങളിൽനിന്നോ വരുന്നവരാണ്. കുടുംബാദ്ധ്വാനത്തിന്റെ പാരമ്പര്യമുള്ളവരാണ് ഇതിൽ ഇടത്തരം കർഷക കുടുംബങ്ങൾ. വാസ്തവത്തിൽ, ഇതിലെ അംഗങ്ങളുടെ മുൻതലമുറയോ ചിലപ്പോൾ ഇപ്പോഴത്തെ തലമുറപോലുമോ പ്രധാന കായിക ജോലികളിൽ ഏർപ്പെടുന്നവരാണ്. ഇടത്തരം കുടുംബങ്ങളാണ് സ്വാതന്ത്ര്യാനന്തര കാർഷിക - ഗ്രാമീണ നയത്തിന്റെ ഗുണഭോക്താക്കൾ. പൊതുവിൽ സ്വാതന്ത്ര്യാനന്തര വേർതിരിക്കൽ (differentiation) പ്രക്രിയയിൽ നേട്ടമുണ്ടാക്കിയ വിഭാഗവുമാണിവർ. കൃഷിയിൽനിന്നോ മറ്റിടപാടുകളിൽനിന്നോ - പണം പലിശയ്ക്കുകൊടുക്കൽ, ശമ്പളം കിട്ടുന്ന ജോലി, വ്യാപാരവും ബിസിനസ്സുകളും ഉൾപ്പെടെ - ലഭിക്കുന്ന മിച്ചം ഇവർ ഭൂമിയിൽ നിക്ഷേപിച്ചു. അവരുടെ പ്രവർത്തനത്തിന്റെ കേന്ദ്ര ബിന്ദുവും സാമ്പ

ത്തികശക്തിയുടെ അടിത്തറയും കൃഷിയായിരുന്നു, അഥവാ കൃഷിയായി മാറി. അങ്ങനെ, ഭൂപ്രഭുക്കളുടെ വർഗ്ഗനിലപാടിന്റെ അടിത്തറ സ്വത്തിൽനിന്നും സാമൂഹ്യപദവിയിൽനിന്നും ആർജ്ജിതമായിരിക്കവേ തന്നെ, കർഷക മുതലാളിമാരുടെ വർഗ്ഗപരമായ നിലയുടെ അടിത്തറ ഉല്പാദനശക്തികളുടെ വികാസവും മൂലധന സമാഹരണവുമാണ് - പ്രത്യേകിച്ചും ഹരിത വിപ്ലവാനന്തര കാലത്ത്.

19. പൊതുവിൽ, ഈ തരത്തിൽപെട്ട കർഷക മുതലാളിമാർ ''മദ്ധ്യവിഭാഗത്തിൽപെട്ട'' അഥവാ ''കൃഷിയുമായി ബന്ധപ്പെട്ട" ജാതികളിൽ ഉൾപ്പെടുന്നു (ചിലപ്പോൾ പരമ്പരാഗതമായുള്ള അധീശത്വജാതികളിൽപെട്ടവർപോലുമുണ്ട്). ആചാരപരമായ ജാതിശ്രേണിയിൽ അവരുടെ സ്ഥാനം പരമ്പരാഗതമായ അധീശത്വജാതികളിൽ അഥവാ ആചാരപരമായി ''ഉന്നത'' ജാതികളിൽപെട്ടവർക്ക് തുല്യമല്ലെങ്കിൽപോലും വൻകിട കർഷകമുതലാളിമാരും സാമൂഹികവും രാഷ്ട്രീയവുമായ അധീശത്വത്തിന്റെ ഇടങ്ങളിൽ സ്ഥാനമുറപ്പിച്ചിട്ടുമുണ്ട്.

20. വൻകിട ഭൂഉടമസ്ഥരെ ഞങ്ങൾ ''വൻകിട കാർഷിക മുതലാളിമാർ" എന്ന സംവർഗ്ഗത്തിൽ ഉൾപ്പെടുത്തിയിരിക്കുന്നു. അവരുടെ കൈവശമുള്ള ഭൂമിയുടെ അളവ് ഭൂപ്രഭുക്കന്മാരുടെ കൈവശമുള്ള അത്രയും തന്നെയുണ്ട്; അതുപോലെതന്നെ, അവരുടെ വരുമാനവും ഉല്പാദനോപാധികളുടെ മൊത്തത്തിലുള്ള ഉടമസ്ഥാവകാശവും ഭൂപ്രഭുക്കന്മാർക്കുള്ള അത്ര തന്നെയുണ്ട്. നാട്ടിൻപുറങ്ങളിൽ മുഖ്യ ഗ്രാമീണ ചൂഷകവർഗ്ഗമായി രൂപം കൊള്ളുന്നതിന് ഭൂപ്രഭുവർഗ്ഗവുമായി സംയോജിക്കുന്ന പ്രക്രിയയിൽ (അഥവാ നിശ്ചയമായും സംയോജിച്ചിരിക്കുകയാണ്) ഏർപ്പെട്ടിരിക്കുകയാണ് ഈ വിഭാഗം. മിച്ചം കൈയടക്കുന്നതിന്റെയും സമാഹരിക്കുന്നതിന്റെയും രീതി സംബന്ധിച്ച് ഭൂപ്രഭുക്കളും വൻകിട കർഷക മുതലാളിമാരും തമ്മിൽ വ്യത്യസ്തതകളുണ്ടെങ്കിലും അവയുടെ ചരിത്രപരമായ ഉരുവംകൊള്ളലിൽ വ്യത്യാസങ്ങളുണ്ടെങ്കിലും ഇപ്പോൾ അവ ഗ്രാമീണ ഇന്ത്യയിലെ ഭരണകൂടത്തിന്റെ ഏക സ്തംഭമായാണ് പരിഗണിക്കപ്പെടുന്നത്.

21. ഭൂപ്രഭുക്കളുടെയും വൻകിട കർഷകമുതലാളിമാരുടെയും പ്രതാപത്തിന്റെ അടിത്തറ അഥവാ അടിസ്ഥാനം ഭൂമിക്കുമേലുള്ള നിയന്ത്രണമാണെങ്കിലും ഭൂമി മാത്രമല്ല അവയുടെ നിയന്ത്രണത്തിലുള്ള വിഭവം അഥവാ അവയുടെ സ്വത്തിന്റെ ഒരേയൊരു സ്രോതസോ മുഖ്യ സ്രോതസ്സ് പോലുമോ അല്ല ഭൂമി. പല ഭൂപ്രഭുക്കളും വൻകിട കാർഷിക മുതലാളിമാരും നല്ല വരുമാനമുണ്ടാക്കുന്ന നിരവധി ബിസിനസുകളിൽ ഏർപ്പെടുന്നുണ്ട്. ഉദാഹരണത്തിന്, പണം പലിശയ്ക്ക് കൊടുക്കൽ, ധാന്യമില്ലുകൾ, ഡയറി ഫാം, ഭക്ഷ്യധാന്യങ്ങളുടെയും മറ്റു കാർഷിക - ഫലവൃക്ഷ മര ഉരുപ്പടികളുടെയും

വ്യാപാരവും ഊഹക്കച്ചവടവും, മാനുഫാക്ച്ചറിങ്, റിയൽ എസ്റ്റേറ്റ്, കൺസ്ട്രക്ഷൻ, സിനിമാ തീയേറ്റർ, പെട്രോൾ പമ്പ്, ലോഡ്ജുകൾ, ട്രാൻസ്പോർട്ട്, കാർഷിക യന്ത്രോപകരണങ്ങളുടെ വില്പനയും വാടകയ്ക്ക് കൊടുക്കലും, വിദ്യാഭ്യാസ സ്ഥാപനങ്ങളുടെ ഉടമസ്ഥത (ഈ വർഗ്ഗത്തെ സംബന്ധിച്ചിടത്തോളം വിദ്യാഭ്യാസ സംരംഭകത്വം വരുമാനത്തിന്റെയും സാമൂഹിക നിയന്ത്രണത്തിന്റെയും പുതിയതും പ്രധാനവുമായ ഒരു സ്രോതസ്സാണ്), ധന ആസ്തികളിൽനിന്നുള്ള വരുമാനം ലഭിക്കൽ എന്നിവ ഉൾപ്പെടുന്നു. ഇത്തരം കുടുംബങ്ങൾ ഭരണകൂടാധികാരത്തിന്റെ സ്ഥാപനങ്ങളിലേക്ക് കടന്നുകൂടാനും ശ്രമിക്കുന്നു - പഞ്ചായത്തീരാജ് സ്ഥാപനങ്ങൾ, കൂടുതൽ ഉയർന്ന നിയമനിർമ്മാണവേദികൾ, ബ്യൂറോക്രസിയും പൊലീസും, അഭിഭാഷക വൃത്തി എന്നിവ; ഉന്നത വിദ്യാഭ്യാസത്തിനും ആധുനിക സംഘടിതമേഖലയിലെ തൊഴിലുകൾക്കുമുള്ള അവസരങ്ങളുടെ ആദ്യ ഗുണഭോക്താക്കളും ഈ വർഗ്ഗമാണ്. ഈ വർഗ്ഗത്തിന്റെ നിർണ്ണായകമായ സവിശേഷത ഗ്രാമപ്രദേശങ്ങളിലെയും അർദ്ധ നഗരപ്രദേശങ്ങളിലെയും രാഷ്ട്രീയ യന്ത്രത്തിനുമേലുള്ള അവയുടെ നിയന്ത്രണമാണ് (പല ബൂർഷ്വാ പാർട്ടികൾക്കുമുള്ള അവയുടെ പിന്തുണയിലൂടെ പ്രകടിപ്പിക്കപ്പെടുന്നു). ഭരണകൂടാധികാരത്തിൽ അത് വഹിക്കുന്ന പങ്ക് ഇതായിരിക്കെ, ഈ വിഭാഗമാണ് ഗ്രാമങ്ങളിൽ ഭരണവർഗ്ഗങ്ങളുടെ രാഷ്ട്രീയ പാർട്ടികളുടെ ശക്തിയുടെ മുഖ്യാധാരം. എല്ലാ ബൂർഷ്വാ പാർട്ടികളും തങ്ങൾക്ക് ഗ്രാമീണ വോട്ടുകൾ സമാഹരിക്കാൻ ഈ വർഗ്ഗത്തെയാണ് ആശ്രയിക്കുന്നത്.

22. ഈ വർഗ്ഗം ഗ്രാമങ്ങളിലെ മറ്റുള്ളവരെ പല വിധത്തിൽ നേരിട്ട് ചൂഷണം ചെയ്യുന്നു: കൂലിയിലുള്ള ചൂഷണം, പട്ടവും വായ്പകൾക്കുള്ള പലിശയും ഊറ്റിയെടുക്കൽ, കാർഷികോല്പന്നങ്ങളുടെ സംഭരണ - വ്യാപാര പ്രക്രിയകൾ. ഭൂമിയുടെ ഉടമസ്ഥതയിലെ ആധിപത്യത്തിനുപുറമേ, ഗ്രാമതലത്തിൽ നിലനില്ക്കുന്ന ഭരണകൂട സ്ഥാപനങ്ങളിൽ മേധാവിത്വമുള്ള ഈ വർഗ്ഗത്തിന് വായ്പയും ഭൗതികമായ കാർഷിക ഉല്പാദനോപാധികളും (inputs) മികച്ച നിലയിൽ ലഭ്യമാകുന്നു; മുന്തിയ സ്കൂളുകളിൽ പഠിക്കാനും ഉന്നത വിദ്യാഭ്യാസത്തിനും സംഘടിതമേഖലയിലെ തൊഴിലുകളിലും ഇവർക്ക് മികച്ച അവസരവും ലഭിക്കുന്നു. ഗ്രാമപ്രദേശങ്ങളിൽ ദരിദ്രർക്കായി ലക്ഷ്യമിട്ടിട്ടുള്ളവ ഉൾപ്പെടെ എല്ലാ ഗവൺമെന്റ് സ്കീമുകളുടെയും വിതരണത്തിന്മേലും ഈ വിഭാഗം സുപ്രധാന സ്വാധീനം ചെലുത്തുന്നു; പലപ്പോഴും ഇത്തരം സ്കീമുകളുടെ ഫണ്ടുകൾപോലും ഇവർ സ്വയം തട്ടിയെടുക്കുന്നുമുണ്ട്.

23. ഭൂപ്രഭുക്കളും വൻകിട കാർഷിക മുതലാളിമാരും ഗ്രാമങ്ങളിലെ സാമ്പത്തിക അധികാരശ്രേണിയിൽ മാത്രമല്ല പരമ്പരാഗതവും

ആധുനികവുമായ സാമൂഹിക - രാഷ്ട്രീയ അധികാരശ്രേണികളിലും ആധിപത്യം പുലർത്തുന്നു. ഇ എം എസ് നമ്പൂതിരിപ്പാട് പറഞ്ഞതുപോലെ “ഭൂപ്രഭുത്വം സാമ്പത്തികസംവർഗ്ഗം മാത്രമല്ല, മറിച്ച് സാമൂഹിക - രാഷ്ട്രീയ സംവർഗ്ഗം കൂടിയാണ്” എന്ന കാര്യം ഓർമിക്കേണ്ടതത് അനുപേക്ഷണീയമാണ്.

24. ഗ്രാമീണ ഇന്ത്യയിൽ ഭൂഉടമസ്ഥതയുടെയും മറ്റു കാർഷിക ആസ്തികളുടെയും കാർഷികവും കാർഷികേതരവുമായ വരുമാനത്തിന്റെയും സമ്പാദ്യത്തിന്റെയും സാന്ദ്രീകരണം (concentration) തീവ്രമായിരിക്കുന്നതായാണ് ഫീൽഡ് പഠനങ്ങൾ വെളിപ്പെടുത്തുന്നത്. ഗ്രാമത്തിലെ എല്ലാ കുടുംബങ്ങളുടെയും കൈവശമുള്ള ആസ്തികളുടെയാകെ (ഭൂമി, മറ്റു ഉല്പാദനപരമായ ആസ്തികൾ, മറ്റെല്ലാ ആസ്തികളും) മൂല്യത്തിൽ ഏറ്റവും മുകൾത്തട്ടിലുള്ള 5 ശതമാനം കുടുംബങ്ങളുടെ വിഹിതം ഗ്രാമീണ കുടുംബങ്ങളാകെ കൈവശം വച്ചിട്ടുള്ള ആസ്തികളുടെ 40 ശതമാനത്തിനും 60 ശതമാനത്തിനും ഇടയ്ക്കുവരും എന്നും അതേസമയം ഗ്രാമീണ കുടുംബങ്ങളിൽ ഏറ്റവും അടിത്തട്ടിലുള്ള 50 ശതമാനത്തിന്റെ കൈവശമുള്ള ആസ്തികളുടെ വിഹിതം മൊത്തം ആസ്തികളുടെ ഒരു ശതമാനത്തിനും 15 ശതമാനത്തിനും ഇടയ്ക്കാണെന്നുമാണ് ഫൗണ്ടേഷൻ ഫോർ അഗ്രേറിയൻ സ്റ്റഡീസ് (ആന്ധ്രാപ്രദേശ്, ഉത്തർപ്രദേശ്, കർണ്ണാടകം, രാജസ്ഥാൻ, മദ്ധ്യപ്രദേശ്, മഹാരാഷ്ട്ര എന്നീ 6 സംസ്ഥാനങ്ങളിലെ ഗ്രാമങ്ങളിൽനിന്നുള്ള ഡാറ്റകളുടെ സംഗ്രഹം) നടത്തിയ ഗ്രാമീണ സർവ്വേകളിൽനിന്നുള്ള ഡാറ്റ വെളിപ്പെടുത്തുന്നത്. ഭൂമിയുടെ (land holdings) വിതരണത്തിലെ അസമത്വവുമായി ബന്ധപ്പെട്ട്, ഉടമസ്ഥതയും കൈവശാവകാശവും സംബന്ധിച്ച ഔദ്യോഗിക ഡാറ്റപോലും നാഷണൽ സാമ്പിൾ സർവ്വേ (NSS)യിൽനിന്നുള്ള ഡാറ്റയുമായി താരതമ്യപ്പെടുത്തുമ്പോൾ വ്യക്തമാകുന്നത് വളരെ വലിയ അസമത്വം നിലനില്ക്കുന്നതായാണ്; യഥാർത്ഥത്തിൽ, 1960-61 നും ഈയടുത്ത കാലത്തുമുള്ള ഡാറ്റകൾക്കും ഇടയിൽ അസമത്വത്തിൽ വർദ്ധനവാണ് കാണിക്കുന്നത്. 6 സംസ്ഥാനങ്ങളിലെ 13 ഗ്രാമങ്ങളിലെ കൈവശഭൂമി സംബന്ധിച്ച ഗ്രാമതല ഡാറ്റ പരിശോധിക്കുമ്പോൾ, 9 ഗ്രാമങ്ങളിൽ ഏറ്റവും മുകളറ്റത്തെ 5 ശതമാനം ഭൂഉടമകൾ ഗ്രാമത്തിലെ ആകെ കുടുംബങ്ങളുടെ കൈവശമുള്ള ഭൂമിയുടെ 40 ശതമാനത്തിനും 54 ശതമാനത്തിനും ഇടയ്ക്ക് ഭൂമി കൈവശം വച്ചിട്ടുള്ളതായി മനസ്സിലാക്കാം; അതേസമയം അടിത്തട്ടിലുള്ള 50 ശതമാനം പേർക്കാകട്ടെ, 0 ശതമാനത്തിനും 6 ശതമാനത്തിനും ഇടയ്ക്കുള്ള ഭൂമിയാണ് സ്വന്തമായുള്ളത്. മറ്റു 4 ഗ്രാമങ്ങളിൽ, ഏറ്റവും മുകളറ്റത്തെ 5 ശതമാനം പേർ ആകെ കൈവശ ഭൂമിയുടെ 20 ശതമാനത്തിനും 35 ശതമാനത്തിനും ഇടയ്ക്ക് കൈവശം വച്ചിട്ടുണ്ട്; അതേസമയം ഏറ്റവും താഴെ തട്ടി

ലുള്ള 50 ശതമാനം പേർക്ക് 10 ശതമാനത്തിനും 18 ശതമാനത്തിനും ഇടയ്ക്കുള്ള ഭൂമി മാത്രമേ കൈവശത്തിലുള്ളൂ.

25. 1970 കൾക്കുശേഷം ഒരു യൂണിറ്റ് കൃഷി ഭൂമിയുടെ വില നിരവധി മടങ്ങ് വർദ്ധിച്ചിട്ടുണ്ട്; അതുപോലെതന്നെ ധനിക കർഷകർക്ക് അവരുടെ കൈവശമുള്ള ഓരോ യൂണിറ്റ് ഭൂമിയിൽനിന്നുമുള്ള യഥാർത്ഥ ശിഷ്ട വരുമാനവും (net income) വർദ്ധിച്ചിട്ടുണ്ട്.

26. ഗ്രാമീണ ഇന്ത്യയിലെ ഏറ്റവും മികച്ചതും ഏറ്റവും കൂടുതലും ഭൂമി സ്വന്തമാക്കിയിട്ടുള്ളത് ഭൂപ്രഭുക്കളും വൻകിട കാർഷിക മുതലാളി മാരുമാണെങ്കിലും, അവർ അങ്ങനെ ചെയ്യുന്നത് ഉല്പാദനത്തിന്റെ തോതുമായും ഓരോ വൻകിട കൃഷിക്കളത്തിന്റെയും വലിപ്പവുമായും ബന്ധപ്പെട്ട പൂർണ്ണമായും മാറിയ സാഹചര്യങ്ങളിലാണ്. സ്വാതന്ത്ര്യം നേടിയ നാളുകളിൽ അഥവാ 1970 കളിൽപോലും നില നിന്നിരുന്ന എസ്റ്റേറ്റുകളുടെ വിസ്തൃതി (വൻകിട ഭൂപ്രഭു കുടും ബങ്ങൾ നൂറുകണക്കിനോ ആയിരക്കണക്കിനുപോലുമോ ഏക്കർ ഭൂമിയായിരുന്നു അക്കാലത്ത് കൈവശം വച്ചിരുന്നത്) പൊതുവിൽ കഴിഞ്ഞ കാലത്തെ ചരിത്രപരമായ ഒരു പ്രതിഭാസമായിരിക്കുക യാണ്. നിശ്ചയമായും, രാജ്യത്തിന്റെ നാനാഭാഗങ്ങളിൽ കൃഷി ഭൂമി വൻതോതിൽ കൈവശം വയ്ക്കാവുന്നതിന്റെ അളവ് പ്രാദേശിക മായി വ്യത്യസ്തമാണ്. അതിനുംപുറമേ, വൻകിട കാർഷിക മുത ലാളിമാരും ഭൂപ്രഭുക്കളും ചേർന്നതാണ് പ്രധാന ഗ്രാമീണ ചൂഷക വർഗ്ഗമെങ്കിലും രാജ്യത്തെ ഓരോരോ ഗ്രാമത്തിലും വർഗ്ഗത്തിന്റെ നേരിട്ടുള്ള പ്രതിനിധി പാർപ്പുറപ്പിക്കുകയോ സന്നിഹിതമായിരിക്കു കയോ ചെയ്യുന്നില്ല എന്നും അംഗീകരിക്കേണ്ടതുണ്ട്.

27. ഭൂപ്രഭുക്കളുടെയും വൻകിട കാർഷിക മുതലാളിമാരുടെയും സാമ്പ ത്തിക, രാഷ്ട്രീയ, സാമൂഹിക ആധിപത്യത്തിന്റെ ശക്തിയെക്കുറിച്ച് സംശയത്തിനവകാശമില്ല. അതേസമയംതന്നെ, മുതലാളിത്ത മുന്നേ റ്റത്തോടെ, സമ്പന്നരെ സംബന്ധിച്ചിടത്തോളം വരുമാനം നേടുന്ന തിനു പുതിയ മാർഗ്ഗങ്ങൾ തുറക്കുന്നതോടെ (സ്പെക്ട്രത്തിന്റെ മറുവശത്ത് ദരിദ്രരും), സാമ്പത്തിക അധികാരത്തിന്റെ ഒരേയൊരു അഥവാ അതിപ്രധാന നിർണ്ണായക ഘടകം ഭൂമിയെന്നത് കുറഞ്ഞു, കുറഞ്ഞുവരുന്നു. ഇത്തരം സാഹചര്യങ്ങളിൽ, ഭൂപ്രഭുവർഗ്ഗത്തിന്റെ സർവ്വവ്യാപിയായ മർദ്ദനവാഴ്ചയും കർഷകരുടെയും കായികാദ്ധ്വാ നത്തിലേർപ്പെടുന്ന തൊഴിലാളികളുടെയും നിത്യജീവിതത്തിലെ എല്ലാ വശങ്ങളിലും പഴയതുപോലെയുള്ള അതിന്റെ മേധാവിത്വവും ദുർബ്ബലമായി വരുന്നു; കർഷകരും തൊഴിലാളികളും ഗ്രാമങ്ങളിൽ ഭൂപ്രഭുക്കളെയും വൻകിട കാർഷിക മുതലാളിമാരെയും നിത്യേന ആശ്രയിക്കുന്നതിന്റെ തോത് താരതമ്യേന കുറഞ്ഞുവരികയാണ്.

28. ഭൂപ്രഭുക്കളും വൻകിട കാർഷികമുതലാളിമാരും കർഷകജന സാമാന്യത്തെയും തൊഴിലാളികളെയും സാമ്പത്തികമായും സാ

മൂഹ്യമായും രാഷ്ട്രീയമായും നേരിട്ട് ഗ്രാമതലത്തിൽ ചൂഷണം ചെയ്യുന്നതിന്റെ തോതിൽ പ്രാദേശികമായി വലിയ അളവിലുള്ള വ്യത്യാസങ്ങളുണ്ട്. ഗ്രാമങ്ങളിലെ ജനങ്ങൾ എല്ലായിടത്തും നാനാവിധത്തിൽ ഗ്രാമീണ സമ്പന്നരോട് ബാദ്ധ്യതപ്പെട്ടിരിക്കുന്നു; ചൂഷകരും ചൂഷിതരും തമ്മിൽ നിലനില്ക്കുന്ന നാനാവിധ കെട്ടുപാടുകൾ തുടരുകയാണ്. എന്നാൽ, ഗ്രാമതലത്തിലെ ചൂഷണത്തിന്റെയും അടിച്ചമർത്തലിന്റെയും തോതും ചൂഷണത്തിന്റെ സംഖ്യയും വലിയ തോതിൽ വ്യത്യാസപ്പെട്ടിരിക്കുന്നു. ഉദാഹരണത്തിന് മാണ്ഡ്യ - കൊൽഹാപ്പൂർ ജില്ലകളിലോ വിദർഭ മേഖലയിലോ വളരെ തുറന്ന തരത്തിലല്ല; ശ്രീഗംഗാനഗർ ജില്ലയിലോ ബിഹാറിലെ ഭൂമിഹാർ-ഭൂപ്രഭു മേധാവിത്വമുള്ള പ്രദേശങ്ങളിലോ കൂടുതൽ പ്രത്യക്ഷവുമാണ്.

29. ഭൂപ്രഭു വർഗ്ഗത്തിന്റെ ആധിപത്യം അവസാനിപ്പിക്കുന്നത് കർഷകരുടെയും ഗ്രാമീണ തൊഴിലാളികളുടെയും പ്രസ്ഥാനങ്ങളുടെ പൊതുവിലുള്ള തന്ത്രപരമായ ഡിമാൻഡാണ്. എന്നിരുന്നാലും, ഈ വർഗ്ഗങ്ങൾ ജനങ്ങളെ നേരിട്ട് ചൂഷണം ചെയ്യുന്നതിന്റെയും അടിച്ചമർത്തുന്നതിന്റെയും രൂപങ്ങളിലെ വലിയ വൈവിദ്ധ്യം കണക്കിലെടുത്ത് നമ്മുടെ ബഹുജനസംഘടനകൾ ഈ വർഗ്ഗത്തിനെതിരായ ഡിമാൻഡുകൾക്കും പ്രക്ഷോഭങ്ങൾക്കും രൂപം നല്കുന്നത് മൂർത്തമായ പ്രാദേശിക സാഹചര്യങ്ങൾ കണക്കിലെടുത്തായിരിക്കണം. പ്രത്യേകിച്ച്, ഭൂമിയുടെ പുനർവിതരണവുമായി ബന്ധപ്പെട്ട ഡിമാൻഡുകൾ പ്രക്ഷോഭത്തിനുള്ള മുദ്രാവാക്യമായി ഉയർത്തുന്നതും ഭൂമി പിടിച്ചെടുക്കുന്നതും ഓരോ പ്രദേശത്തെ ഭൂ ഉടമസ്ഥതയുടെയും നിയന്ത്രണത്തിന്റെയും വ്യത്യസ്തതകൾ കണക്കിലെടുത്തായിരിക്കണം.

30. ഗ്രാമങ്ങളിലെയും അവയുടെ ചുറ്റുവട്ടങ്ങളിലെയും അതിവിപുലമായ സാമ്പത്തിക പ്രവർത്തനങ്ങളുടെയും സ്ഥാപനങ്ങളുടെയും മേലുള്ള അവരുടെ മൊത്തത്തിലുള്ള നിയന്ത്രണത്തിൽനിന്നും ഉരുവം കൊള്ളുന്ന ഭൂപ്രഭുക്കളുടെയും വൻകിട കാർഷികമുതലാളിമാരുടെയും അധീശത്വവും ആധിപത്യവും നിലനില്ക്കുന്ന ഈ സാഹചര്യത്തിൽ (ഗ്രാമാധിഷ്ഠിത ചൂഷണത്തിൽനിന്നുള്ളവയോ അതിൽനിന്നു മാത്രമുള്ളവയോ അല്ല), നമുക്ക് ഈ വർഗ്ഗത്തെ ഭൂപ്രശ്നത്തിൽ മാത്രം ഊന്നിനിന്നുകൊണ്ട് ചെറുത്തുതോല്പിക്കാനാവില്ല. കർഷകജനതയെയും കർഷകത്തൊഴിലാളികളെയും ഭൂപ്രഭുക്കളെ അവരുടെ ഭൂമിയിൽനിന്നും പുറത്താക്കുന്നതിനായി അണിചേർക്കുന്നതിന്റെ ബുദ്ധിമുട്ട് നമ്മുടെ കിസാൻപ്രസ്ഥാനത്തിന്റെയും കർഷകത്തൊഴിലാളിപ്രസ്ഥാനത്തിന്റെയും പ്രവർത്തകർക്ക് വളരെ വ്യക്തമാണ്. ഭൂപ്രശ്നത്തിനുള്ള കേന്ദ്രസ്ഥാനം അംഗീകരിക്കുമ്പോൾതന്നെ, സമഗ്രമായ ഭൂപരിഷ്കരണത്തിനായുള്ള ഡി

മാൻഡിന്റെ പ്രാധാന്യം അംഗീകരിക്കുമ്പോൾതന്നെ, ഇപ്പോഴത്തെ അവസ്ഥയിൽ പല പ്രദേശങ്ങളിലും വസ്തുനിഷ്ഠവും ആത്മനിഷ്ഠവുമായ നിരവധി കാരണങ്ങളാൽ സാക്ഷാല്ക്കരിക്കപ്പെട്ടിട്ടില്ലാത്ത മിച്ചഭൂമിയുടെ കണ്ടെത്തലും കൈവശപ്പെടുത്തലും പുനർവിതരണവും എന്ന ഡിമാൻഡും നാം അംഗീകരിക്കണം.

31. ഈ കാര്യം ആവർത്തിച്ചുറപ്പിക്കാം: ഭൂപ്രഭുക്കളുടെയും വൻകിട കാർഷിക മുതലാളിമാരുടെയും - അതായത്, ഗ്രാമീണ ജനതയുടെ ഏറ്റവും മുകൾത്തട്ടിലുള്ള 5 ശതമാനം വരുന്ന വിഭാഗത്തിന്റെ - വർഗ്ഗാധിപത്യത്തെ തകർക്കാതെ വർഗ്ഗപരവും ജാതീയവും ലിംഗപരവും മറ്റു വിധങ്ങളിലുമുള്ള സാമൂഹ്യമായ അടിച്ചമർത്തലുകളുടെയും സാമൂഹ്യ - സാമ്പത്തിക കഷ്ടപ്പാടുകളുടെയും ഏറ്റവും മോശപ്പെട്ട അവസ്ഥയ്ക്ക് അറുതി വരുത്താനും ജനങ്ങളുടെ വികസനം എന്ന അടിസ്ഥാന കടമ കൈവരിക്കാനും നമുക്ക് കഴിയില്ല. അതേസമയംതന്നെ, അടിയന്തര ഡിമാൻഡ് എന്ന നിലയിൽ, ഓരോ പ്രദേശത്തെയും സാഹചര്യത്തിൽ (ഏറെ പ്രാദേശികമായ സാഹചര്യത്തിൽ) 5 ശതമാനം മാത്രം വരുന്ന വിഭാഗത്തിന്റെ ഭൂമിയും ആസ്തികളും സ്വത്തുക്കളും പിടിച്ചെടുക്കുന്നതിനോ ഭൂപ്രഭുത്വത്തെ കടപുഴക്കിയെറിയുക എന്ന വിഷയം ഉയർത്തുന്നതിനോ ഒരു പ്രത്യേക ഗ്രാമത്തിലെ അഥവാ പ്രദേശത്തെ ജനങ്ങളെ ആവേശം കൊള്ളിക്കാൻ നമുക്ക് കഴിയും എന്നല്ല ഇതിനർത്ഥം. ചുരുക്കത്തിൽ, ഈ വിധത്തിലുള്ള ഒരു വർഗ്ഗ ശത്രുവിനോട് പൊരുതേണ്ടതെങ്ങനെ എന്നതിനെ സംബന്ധിച്ച് നാം പുതുതായി ചിന്തിക്കേണ്ടത് ആവശ്യമാണ്.

കായികത്തൊഴിലാളികൾ: സാമൂഹ്യ - സാമ്പത്തിക സവിശേഷതകൾ

32. കാർഷികോല്പാദനത്തിൽ ഉൾപെട്ടിട്ടുള്ള വർഗ്ഗങ്ങളുടെ വർണ്ണരാജിയുടെ (spectrum) മറ്റേ അറ്റത്ത് കായികാദ്ധ്വാനത്തിൽ ഏർപ്പെടുന്ന തൊഴിലാളികളാണ്. പ്രധാനമായും അവരുടെ വരുമാനം വരുന്നത് മറ്റുള്ളവരുടെ ഭൂമിയിൽ കൂലിവേലക്കാരായി പണിയെടുക്കുന്നതിൽ നിന്നാണ്; വിള ഉല്പാദനത്തിനു പുറത്തുള്ള ജോലികൾ ചെയ്യുന്നതും ഇവരുടെ വരുമാന മാർഗ്ഗമാണ്.

33. ഗ്രാമീണ കായികത്തൊഴിലാളികൾ (manual workers) നാട്ടിൻപുറങ്ങളിലെ കാർഷികവും കാർഷികേതരവുമായ എല്ലാവിധ ജോലികളും ചെയ്യുന്നു. ലക്ഷണമൊത്ത ഒരു പുരുഷ തൊഴിലാളി പാടങ്ങളിലും പാതയോരത്തും എൻ ആർ ഇ ജി എ തൊഴിലാളിയായും പണിയെടുക്കും; കാർഷികവും കാർഷികേതരവുമായ ജോലികൾക്കായി പ്രവാസിയാവുകയും ചെയ്തേക്കാം. സ്ത്രീകളെ സംബന്ധിച്ച് തൊഴിലിലെ വൈവിദ്ധ്യം കൂടുതൽ പരിമിതമാണ്; അ

വർക്ക് കാർഷികവും കാർഷികേതരവുമായ ജോലികളിൽ പുരുഷന്മാർക്കുള്ളത്ര വൈവിദ്ധ്യം ലഭിക്കുന്നില്ല. സ്ത്രീത്തൊഴിലാളികൾക്ക് മറുനാടുകളിൽ ലഭ്യമാകുന്ന ഏറ്റവും പ്രധാനപ്പെട്ട കാർഷികേതര കായികമായ ജോലി ഇഷ്ടിക നിർമ്മാണവും കൺസ്ട്രക്ഷൻ ജോലിയും (പൊതുവിൽ സ്ത്രീകൾക്കായുള്ള മറുനാടൻ പണിയല്ല ഇവ; പക്ഷേ, പുരുഷന്മാരോടൊപ്പം കുടിയേറുന്ന സ്ത്രീകൾ ഈ രംഗങ്ങളിൽ പുരുഷന്മാർക്കൊപ്പം പണിയെടുക്കുന്നു) വീട്ടു ജോലിയുമാണ്.

34. ഗ്രാമീണ ഇന്ത്യയിലെ കർഷകത്തൊഴിലാളികളേയും കാർഷികേതര തൊഴിലാളികളേയും വേർതിരിച്ചു കാണാൻ ഇനിമേൽ സാദ്ധ്യമേയല്ല... ഇന്ന് ഇന്ത്യയിലെ ലക്ഷണമൊത്ത ഗ്രാമീണ കായികത്തൊഴിലാളികളെ കർഷകത്തൊഴിലാളികളെന്നോ കാർഷികേതരത്തൊഴിലാളികളെന്നോ മാത്രം വിശേഷിപ്പിക്കാതെ ''ഗ്രാമീണ സമൂഹത്തിലെ പലവക തൊഴിലാളി'' എന്നു വിശേഷിപ്പിക്കുന്നതാകും കൂടുതൽ ഉചിതം.

35. പൊതുവിൽ, കായികത്തൊഴിലാളികൾ വളരെയേറെ വൈവിദ്ധ്യമാർന്ന, പലവിധ തൊഴിലുകൾ ചെയ്യുന്നു; പല ജോലികൾക്കും ആവശ്യമായ വൈദഗ്ദ്ധ്യമുള്ളവരെ അതാതു ഗ്രാമത്തിലെ മിക്കവാറും കായികാദ്ധ്വാനത്തിലേർപ്പെടുന്നവർക്കിടയിൽ തന്നെ കാണാനുമാകും. മിക്കവാറും എല്ലാ കായികത്തൊഴിലാളികളും താല്ക്കാലിക തൊഴിലാളികളാണ്. അവർ ദിവസക്കൂലിക്കായോ ജോലിയുടെ തോതനുസരിച്ചുള്ള കൂലിക്കോ (piece rates) ജോലി ചെയ്യുന്നവരാകും അവർ. എന്നാൽ, ചിലരെല്ലാം വാർഷിക തൊഴിലാളികളാണ് - ഒരൊറ്റ തൊഴിലുടമയ്ക്കായി മാസശമ്പളം പറ്റി (പൊതുവിൽ വാർഷിക കരാർ പ്രകാരമായിരിക്കും) കാർഷികവും കാർഷികേതരവുമായ ജോലികളും ചില വീട്ടുജോലികളുമെല്ലാം ചെയ്യുന്ന കാർഷികവേലക്കാർ.

36. കായികാദ്ധ്വാനം ചെയ്യുന്ന തൊഴിലാളികൾക്ക് മറ്റു വരുമാന സ്രോതസ്സുകളും ഉണ്ടാക്കാനാകും. ഉദാഹരണത്തിന് മൃഗപരിപാലനം, ചില്ലറക്കച്ചവടം, വീട്ടുജോലികൾ, കുറഞ്ഞ വേതനം ലഭിക്കുന്ന സ്വകാര്യമേഖലയിലെ പലവക ജോലികൾ എന്നിവ ഉൾപ്പെടുന്നു.

37. ചരിത്രപരമായ കാരണങ്ങളാൽ, മിക്കവാറും പ്രദേശങ്ങളിൽ ദളിത് കുടുംബങ്ങളിലെയും മറ്റു പ്രാദേശികമായുള്ള മർദ്ദിത ജാതിക്കാരുടെ കുടുംബങ്ങളിലെയും ഭൂരിപക്ഷംപേരോ ഗണ്യമായ ഒരു വിഭാഗമോ കായികമായ ജോലികൾ ചെയ്യുന്ന തൊഴിലാളികളുടെ വർഗ്ഗത്തിൽപ്പെടുന്നു എന്നിരുന്നാലും, കായികാദ്ധ്വാനമാണ് ഗ്രാമങ്ങളിൽ കഴിയുന്നവരെ സംബന്ധിച്ചിടത്തോളം അവസാന ആശ്രയമെന്നിരിക്കേ, കായികാദ്ധ്വാനത്തിലേക്കാണ് ഗ്രാമസമൂ

ഹത്തിലെ മിക്കവാറും വ്യത്യസ്ത ജാതിക്കാരായ ഈ വർഗ്ഗം തിരിയുന്നത്.

38. ഇന്ന് കായികത്തൊഴിലാളികളിൽ പലരും ഭൂരഹിതരാണ് - ഭൂഉടമസ്ഥതയിൽനിന്നുള്ള ചരിത്രപരമായ ഒഴിവാക്കലിന്റെയും വേർതിരിക്കലിന്റെ ആധുനികപ്രക്രിയകളുടെയും കൂടിയുള്ള ഒരു പൈതൃകം. കായികത്തൊഴിലാളികൾക്ക് ഉടമസ്ഥരോ കുടികിടപ്പുകാരോ എന്ന നിലയിൽ ചെറിയ തുണ്ട് കൃഷി ഭൂമികളിലോ പാർപ്പിടത്തോട് ചേർന്നുള്ള ചെറുപറമ്പുകളിലോ കൃഷി ചെയ്യാവുന്നതാണ്; ഈ ഒടുവിൽ പറഞ്ഞ വിഭാഗത്തിൽപെട്ട കർഷകത്തൊഴിലാളികളെയും കർഷകജനതയിലെ പരമ ദരിദ്രവിഭാഗത്തെയും തമ്മിൽ വ്യക്തമായി വേർതിരിക്കുന്നത് പലപ്പോഴും വളരെ ബുദ്ധിമുട്ടാണ്. ഉദാഹരണത്തിന് സിരി തൊഴിലാളികളെപോലെയുള്ള ചില വിഭാഗം തൊഴിലാളികളുമുണ്ട്. ഹരിയാനയിലും രാജസ്ഥാനിലെ ശ്രീഗംഗാനഗർ ജില്ലയിലെയും ഈ വിഭാഗം തൊഴിലാളികൾ ഒരേ സമയം പങ്കു പാട്ടക്കാരായും ദീർഘകാല തൊഴിലാളികളായും സ്വയം കരുതുന്നു. നിശ്ചയമായും കായികത്തൊഴിലാളികൾ എത്രത്തോളം ഭൂരഹിതരാണെന്നത് (ഒപ്പം ഗ്രാമസമൂഹത്തിലെ ഭൂരാഹിത്യത്തിന്റെ പൊതുവായ തോതും) വലിയ അളവിൽ വ്യത്യാസപ്പെട്ടിരിക്കുന്നു. പൊതുവിൽ കായികത്തൊഴിലാളികൾക്കിടയിലെ ഭൂരാഹിത്യം താരതമ്യേന മികച്ച ജലസേചന സൗകര്യം കൂടുതലുള്ള സ്ഥലങ്ങളിൽ വളരെ കൂടുതലാണ് (പ്രത്യേകിച്ചും ഉപരിതല ജലസേചന സൗകര്യമുള്ള സ്ഥലങ്ങളിൽ); ജനസാന്ദ്രത കുറഞ്ഞ വരണ്ട പ്രദേശങ്ങളിലേതിനേക്കാൾ ജനസാന്ദ്രത കൂടിയ ജലസേചന സൗകര്യമുള്ള പ്രദേശങ്ങളിൽ കായികത്തൊഴിലാളികളിലെ ഭൂരാഹിത്യം കൂടുതലായിരിക്കും. (ഈ പൊതുനിയമത്തിന് രസകരവും സുപ്രധാനവുമായ ചില ഒഴികഴിവുകൾ ഉണ്ടെങ്കിൽപോലും ഇതാണ് സ്ഥിതി).

ഗ്രാമീണ തൊഴിൽ

39. കായികതൊഴിലാളി കുടുംബങ്ങളുടെ മൊത്തം വരവ് അവർക്ക് എത്ര ദിവസം തൊഴിൽ കിട്ടി എന്നതിനെയും ദിവസക്കൂലിയുടെ നിലയെയും ആശ്രയിച്ചാണിരിക്കുന്നത്. കാർഷിക തൊഴിലിനെയാണ് നാം പരിഗണിക്കുന്നതെങ്കിൽ, കർഷകത്തൊഴിലാളികളുടെ ജീവിതത്തിന്റെ പൊതുസവിശേഷത ഭാഗികമായി മാത്രം ലഭിക്കുന്ന തൊഴിലാണ്. ഗ്രാമീണ ഇന്ത്യയിലെ തൊഴിൽ ദിനങ്ങളുടെ സംഖ്യയെക്കുറിച്ചുള്ള ഔദ്യോഗിക ഡാറ്റ ഗണ്യമായി പെരുപ്പിച്ചു കാണിച്ചിട്ടുള്ളതാണ്. ആ നിലയിൽ തൊഴിൽ ദിനങ്ങളുടെ എണ്ണത്തെക്കുറിച്ചുള്ള വിശ്വസനീയമായ ഏക വിവര സ്രോതസ്സ് ഗ്രാമങ്ങളിൽ നേരിട്ടു നടത്തുന്ന സർവ്വേ ഫലങ്ങൾ മാത്രമാണ്. ഫൗണ്ടേഷൻ ഫോർ

അഗ്രേറിയൻ സ്റ്റഡീസ് സമീപകാലത്ത് നടത്തിയ സർവ്വേകൾ സൂചിപ്പിക്കുന്നത് ഗ്രാമീണതൊഴിലാളികൾക്ക് ലഭിക്കുന്ന കാർഷികത്തൊഴിൽ ദിനങ്ങളുടെ ശരാശരി വാർഷിക സംഖ്യ മൂന്നുമാസത്തിൽ അധികരിക്കില്ലെന്നാണ്. സ്ത്രീകൾക്ക് പുരുഷന്മാരെ അപേക്ഷിച്ച് പ്രതിവർഷം ശരാശരി കുറച്ച് തൊഴിൽ ദിനങ്ങളേ ലഭിക്കുന്നുള്ളൂ - അവർക്ക് പ്രതിവർഷം ലഭിക്കുന്ന കാർഷികത്തൊഴിലുകളുടെ എണ്ണം 70 ദിവസത്തിൽ കൂടില്ല. അഖിലേന്ത്യാടിസ്ഥാനത്തിൽ ഈ കണക്കുകൾ വളരെയേറെ വ്യത്യാസപ്പെട്ടിരിക്കും. സർവ്വേ നടത്തിയ നാല് സംസ്ഥാനങ്ങളിലെ (ആന്ധ്രാപ്രദേശ്, ഉത്തർപ്രദേശ്, രാജസ്ഥാൻ, മഹാരാഷ്ട്ര) 9 ഗ്രാമങ്ങളിലെ ഓരോ തൊഴിലാളിക്കും ലഭിക്കുന്ന കാർഷികവും കാർഷികേതരവുമായ തൊഴിൽ ദിനങ്ങളുടെ മൊത്തം എണ്ണം പുരുഷന്മാർക്ക് രേവാസിയിലെ (സിക്കാർ ജില്ല, രാജസ്ഥാൻ) 105 ദിവസത്തിനും മഹാത്വവാറിലെ (ബിങ്നോർജില്ല, ഉത്തർപ്രദേശ്) 185 ദിവസത്തിനും ഇടയിൽ വ്യത്യസ്തങ്ങളാണ്; സ്ത്രീകളെ സംബന്ധിച്ചാണെങ്കിൽ അനന്തവാരത്തിലെ (ഗുണ്ടൂർ ജില്ല, ആന്ധ്രാപ്രദേശ്) 65 ദിവസത്തിനും നിംഷിർഗാവിലെ (കൊൽഹാപ്പൂർ ജില്ല, മഹാരാഷ്ട്ര) 120 ദിവസത്തിനും ഇടയ്ക്ക് വ്യത്യസ്തമായിരിക്കുന്നു.

40. ഭരണകൂടത്തിന്റെ നിർണ്ണായകമായ ഇടപെടലുകളുടെ അഭാവത്തിൽ ഗ്രാമീണ ഇന്ത്യയിലെ തൊഴിലാളികൾക്ക് വേണ്ടത്ര തൊഴിൽദിനങ്ങൾ സൃഷ്ടിക്കുന്നതിൽ വിപണി പാടെ പരാജയപ്പെട്ടിരിക്കുകയാണ്. തൊഴിലുണ്ടാക്കുന്നതിനെ സഹായിക്കുന്നതിന് ഗ്രാമപ്രദേശങ്ങളിൽ സർക്കാർ നടത്തിയ പ്രാഥമികമായ ചില ഇടപെടലുകൾ പോലും ഇപ്പോൾ ദുർബ്ബലമാക്കപ്പെടുകയോ പിന്നോട്ടടിക്കപ്പെടുകയോ ആണ്.

41. കാർഷികരംഗത്ത്, കൃഷിചെയ്യുന്ന രീതിയിൽവന്ന അസംഖ്യം മാറ്റങ്ങൾ തൊഴിലാളിയുടെ ഡിമാൻഡ് കുറയുന്നതിനിടയാക്കി. മിക്കവാറും ഭക്ഷ്യവിളകളിൽ യന്ത്രവല്ക്കരണം കൊണ്ടുവന്നത്, പുരുഷ തൊഴിലാളികളുടെ അദ്ധ്വാനത്തിന്റെ ആവശ്യകതയിൽ കുറവു വരുത്തി. കളനാശിനി ഉപയോഗപ്പെടുത്തുന്ന വിളകളിൽ തൽഫലമായി അദ്ധ്വാനത്തിന്റെ ഡിമാൻഡിൽ കുറവു വരുന്നതുമൂലം അത് സ്ത്രീത്തൊഴിലാളികളെയും ബാധിച്ചു.

42. ജലസേചനം പോലെയുള്ള കാർഷിക പശ്ചാത്തല സൗകര്യങ്ങളിലെ പൊതുനിക്ഷേപത്തിന്റെ അപര്യാപ്തത കൃഷിയിലെ തൊഴിലവസരങ്ങളിൽ വർദ്ധനവിനുള്ള സാദ്ധ്യത ഇല്ലാതാക്കി. വിളകൃഷികളിൽ ആണ്ടിൽ പല തവണ കൃഷിയിറക്കുന്നതിലൂടെയും കൂടുതൽ തൊഴിലാളികളെ ആവശ്യമാക്കിത്തീർക്കുന്ന ജലസേചിത വിളകളിലേക്കുള്ള മാറ്റത്തിലൂടെയും ജലസേചനം തൊഴിലവസരങ്ങൾ വർദ്ധിപ്പിക്കുന്നു. ഉപരിതല ജലസേചനത്തിന്റെയും ഭൂഗർഭജലസേച

നത്തിന്റെയും വിപുലീകരണത്തിന് ഗണ്യമായ വിധം നിക്ഷേപം നടത്താത്തതുമൂലം കാർഷികരംഗത്തെ തൊഴിലവസര വർദ്ധന ഇടിഞ്ഞില്ലെങ്കിൽപ്പോലും സ്തംഭനാവസ്ഥയിലായിരിക്കുകയാണ്.

43. കൃഷിയിൽ യഥാർത്ഥത്തിൽ പൊതുനിക്ഷേപത്തിൽ ഗണ്യമായ വർദ്ധന വരുത്തേണ്ടത് ഗ്രാമീണ ഇന്ത്യയിൽ കാർഷികതൊഴിലിന്റെ വർദ്ധനവിന് അവശ്യം വേണ്ട മുന്നുപാധിയാണ്.

44. ഗ്രാമപ്രദേശങ്ങളിലെ കാർഷികേതര തൊഴിലുകൾക്കുള്ള അവസരങ്ങൾ അപര്യാപ്തവും വൈവിദ്ധ്യം കുറഞ്ഞതും വൈദഗ്ദ്ധ്യം കൂടുതൽ ആവശ്യമുള്ളതുമാണ്. ഗ്രാമങ്ങളിലെ കാർഷികേതര തൊഴിലുകളുടെ ലഭ്യത സ്ത്രീകളെക്കാൾ ഏറെ പുരുഷന്മാർക്കാണ്.

45. ഗ്രാമപ്രദേശങ്ങളിലെ കർഷകത്തൊഴിലാളി കുടുംബങ്ങളുടെ, വിശിഷ്യ ദളിതരുടെയും ആദിവാസികളുടെയും, ഉയർച്ചയ്ക്കുള്ള സാദ്ധ്യതകൾ ഗ്രാമീണതൊഴിലവസരങ്ങളിലെ മന്ദഗതിയിലുള്ള വളർച്ചയുടെ പശ്ചാത്തലത്തിൽ തീർത്തും പരിമിതമാണ്. ഗ്രാമങ്ങളിൽനിന്ന് സമീപ പട്ടണപ്രദേശങ്ങളിലേക്കോ നഗരങ്ങളിലേക്കോ ഉള്ള വിവിധതരം കുടിയേറ്റങ്ങളുടെ ദ്രുതഗതിയിലുള്ള വളർച്ച ഗ്രാമപ്രദേശങ്ങളിൽ കാർഷികവും കാർഷികേതരവുമായ തൊഴിലുകളുടെ അപര്യാപ്തതയുടെ പ്രത്യക്ഷത്തിലുള്ള അനന്തരഫലമാണ്.

46. കർഷകജനതയുടെ തൊഴിലാളിവർഗ്ഗവല്ക്കരണവും കായികത്തൊഴിലാളികൾക്കിടയിലെ തൊഴിൽപ്രതിസന്ധിയും ഗ്രാമീണ ഇന്ത്യയിലെ സ്ത്രീകളുടെ ജോലിയെ സംബന്ധിച്ചിടത്തോളം അതിപ്രധാനവും വ്യക്തവുമായ അനന്തരഫലമുണ്ടാക്കുന്നു.

47. ലഭ്യമാകുന്ന ജോലികളാകട്ടെ, തൊഴിൽരംഗത്ത് നിലനില്ക്കുന്ന ലിംഗപരമായ വിഭജനംമൂലം രൂക്ഷമായ പ്രയാസങ്ങളാണ് സ്ത്രീകൾക്ക് നേരിടേണ്ടതായി വരുന്നത്. പുരുഷന്മാർക്ക് ലഭ്യമാകുന്ന തൊഴിലുമായി താരതമ്യപ്പെടുത്തുമ്പോൾ സ്ത്രീകൾക്ക് ലഭിക്കുന്നത് വൈവിദ്ധ്യം കുറഞ്ഞ തൊഴിലുകളുമാണ്. പൊതുവിൽ, സ്ത്രീകൾക്ക് ലഭ്യമാകുന്ന തൊഴിൽദിനങ്ങളുടെ എണ്ണം ചുരുങ്ങിവരികയാണ്; അത് പുരുഷന്മാർക്ക് ലഭ്യമാകുന്ന തൊഴിൽദിനങ്ങളുടെ എണ്ണത്തെ അപേക്ഷിച്ച് ഗണ്യമായി കുറവുമാണ്. ഗ്രാമീണ തൊഴിലവസരങ്ങളിലെ ഇടിവും മിക്കവാറും വിളകളുടെ കൃഷിയിൽ തൊഴിലാളികളുടെ ചോദനത്തിലെ ആപേക്ഷികമായ കുറവും (പരുത്തി വിളവെടുപ്പുപോലെ ചിലത് ഒഴികെ) പുരുഷന്മാരെക്കാൾ സ്ത്രീകളെയാണ് ബാധിച്ചിട്ടുള്ളത്. കാർഷികേതര തൊഴിലുകളിൽ വൈവിദ്ധ്യപൂർണ്ണമായ അവസരങ്ങളുടെ അഭാവം പുരുഷന്മാരെക്കാൾ സ്ത്രീകളെയാണ് കൂടുതൽ ബാധിച്ചിട്ടുള്ളത്.

48. ഗ്രാമീണ ജീവിതത്തിലെ മറ്റു വശങ്ങളിലെപ്പോലെ, സ്ത്രീകളുടെ തൊഴിലുകളുടെ പരിപ്രേക്ഷ്യവും കാർഷിക-സാമ്പത്തികവും കാർ

ഷിക-പാരിസ്ഥിതികവുമായ മേഖലകളിൽ വളരെയേറെ വ്യത്യസ്തമാണ്.

49. ചില പ്രദേശങ്ങളിൽ, പുരുഷന്മാർക്ക് പ്രവാസം ഉൾപ്പെടുന്ന ജോലികൾ ഉൾപ്പെടെ കാർഷികേതര തൊഴിലുകൾ കണ്ടെത്താറുണ്ട്. ഇത് സ്ത്രീകൾ (കുട്ടികളും) സ്വന്തം കൃഷിയിടങ്ങളിൽ കുടുംബാദ്ധ്വാനത്തിലേർപെട്ടും ഗ്രാമപ്രദേശങ്ങളിൽ കൂലിവേല ചെയ്തും കഠിനാദ്ധ്വാനത്തിലേർപ്പെടാൻ നിർബ്ബന്ധിതരാകുന്നതിന് ഇടയാക്കുന്നു (ബീഹാറിലെ പടിഞ്ഞാറൻ ചമ്പാരൻ ജില്ലയിൽനിന്നും രാജസ്താനിലെ സിക്കാർ ജില്ലയിൽനിന്നും വരുന്ന ചില സമീപകാല ഗ്രാമീണ സർവ്വേകൾ ഉദാഹരണം). ഇത്തരം പ്രദേശങ്ങളിൽ, തൊഴിൽസേനയുടെ സ്ത്രീവല്ക്കരണം വിവിധ രൂപങ്ങളിൽ നടക്കുന്നു. തൊഴിൽസേനയിൽ സ്ത്രീ തൊഴിലാളികൾ മേധാവിത്വം കൈവരിച്ചേക്കാം, സ്ത്രീതൊഴിൽസേനയിൽതന്നെ സ്ത്രീകളായ കായികത്തൊഴിലാളികൾക്ക് മേധാവിത്വം ഉണ്ടാകാം. മറ്റു പ്രദേശങ്ങളിൽ, യന്ത്രവല്ക്കരണത്തിന്റെ മുന്നേറ്റത്തോടെ സമയനിരക്കിലുള്ള ജോലികൾ അധികമധികം പീസ്റേറ്റിലേക്ക് (ചെയ്യുന്ന ജോലിയുടെ അളവനുസരിച്ചുള്ള കൂലി) മാറ്റപ്പെട്ടുകൊണ്ടിരിക്കുക പീസ് റേറ്റിന് കൂലി പണമായി നല്കപ്പെടുകയും ചെയ്യുന്നതോടെ വിളവെടുപ്പ് ജോലികൾ ഏറെയും പുരുഷന്മാർക്ക് ആധിപത്യമുള്ള വലിയ തൊഴിലാളി ഗ്രൂപ്പുകൾ നിർവ്വഹിക്കപ്പെടുന്നു. മുമ്പ് സ്ത്രീകൾ ആധിപത്യം പുലർത്തിയിരുന്ന ചില ജോലികൾപോലും പുരുഷന്മാരായ കരാർ തൊഴിലാളികളുടെ വലിയ ഗ്രൂപ്പുകൾ ഏറ്റെടുക്കുന്നു.

50. ഗ്രാമീണ തൊഴിലാളികൾക്കിടയിലെ തൊഴിൽഅവസ്ഥ സംബന്ധിച്ച ഡാറ്റയിൽനിന്നും ഉയർന്നുവരുന്ന പ്രധാനപ്പെട്ടതും സ്വയം വ്യക്തവുമായ നയപരമായ നിഗമനങ്ങളുണ്ട്. ഗ്രാമപ്രദേശത്തിന്റെ സവിശേഷത താരതമ്യേന വികസിതമായ കൃഷിയുള്ളതെന്നതാണോ വരൾച്ച ബാധിത സാഹചര്യങ്ങളിലുള്ളതാണോ കാർഷികവും കാർഷികേതരവുമായ ഒരുകൂട്ടം ഉല്പാദന നടപടികളിൽ തൊഴിലവസരങ്ങൾ സൃഷ്ടിക്കുന്നതിന് സർക്കാർ പദ്ധതികളിൽ പണം മുടക്കുന്നത് വർദ്ധിച്ചിട്ടുണ്ടോ എന്നത് തൊഴിലെടുക്കുന്ന ഒരാളുടെ ഒരു വർഷത്തിൽ തൊഴിൽരാഹിത്യം നീണ്ടകാലം നിലനില്ക്കുന്നുണ്ടെങ്കിൽ പൂർത്തീകരിക്കേണ്ടത് അനുപേക്ഷണീയമാണ്.

51. ഗ്രാമപ്രദേശങ്ങളിൽ ഗവൺമെന്റിന്റെ തൊഴിൽ ഉല്പാദനപരിപാടികൾ ഒരു മുന്നേറ്റം തന്നെയാണ്; എന്നാൽ ഗ്രാമപ്രദേശങ്ങളിലെ തൊഴിൽ പ്രതിസന്ധിക്ക് ശമനമുണ്ടാക്കാൻ അത് പര്യാപ്തമല്ല. ഈ ഖണ്ഡികയിലും അടുത്ത ഖണ്ഡികയിലും നമുക്ക് മഹാത്മ ഗാന്ധി ദേശീയ ഗ്രാമീണ തൊഴിലുറപ്പ് പദ്ധതി (M G N R E G S) യുടെ ചില സവിശേഷ ഘടകങ്ങൾ പരിശോധിക്കാം. ഒന്നാമത്, എംജിഎൻആർഇജിഎസ് ഗ്രാമങ്ങളിലെ ഭൂപ്രഭുക്കളെയും സമ്പന്ന

കർഷകവിഭാഗങ്ങളെയും ആക്രമിക്കുകയെന്ന പ്രധാന ലക്ഷ്യമുള്ളതാണ്. പല സംസ്ഥാനങ്ങളിലും എം ജി എൻ ആർ ഇ ജി എസിൽ നിശ്ചയിച്ചിട്ടുള്ള കൂലിനിരക്ക് നിയമാനുസൃത മിനിമം കൂലിയെക്കാൾ കുറവാണ്. എന്നിട്ടും, എം ജി എൻ ആർ ഇ ജി എസ് പ്രകാരമുള്ള കൂലിനിരക്ക് ഉയർത്തരുതെന്ന ഗ്രാമങ്ങളിലെ സമ്പന്ന വിഭാഗങ്ങളുടെ ആവശ്യത്തിനുമുന്നിൽ ഗവൺമെന്റ് സ്ഥിരമായി കീഴടങ്ങുകയാണ്. രണ്ടാമതായി, കേന്ദ്ര ഗവൺമെന്റിന്റെ യാഥാസ്ഥിതിക ധനനയം ഈ പദ്ധതിയുടെ ലക്ഷ്യങ്ങളിൽതന്നെ വെള്ളം ചേർക്കാൻ ഇടയാക്കിയിട്ടുണ്ട്. കാലാകാലങ്ങളിൽ യഥാർത്ഥമൂല്യത്തിന്റെ അടിസ്ഥാനത്തിലുള്ള എം ജി എൻ ആർ ഇ ജി എസിനുള്ള ബജറ്റ് വകയിരുത്തൽ കുറഞ്ഞുവരികയാണ്. ഇന്ത്യയിലുടനീളം, 2014 ജൂലൈയിൽ ഏകദേശം 4500 കോടി രൂപയാണ് കൂലിയിനത്തിൽ തൊഴിലാളികൾക്ക് കുടിശ്ശിക നല്കാനുള്ളത്. എം ജി എൻ ആർ ഇ ജി എസ് പ്രകാരം രജിസ്റ്റർ ചെയ്യപ്പെട്ട കുടുംബങ്ങൾക്ക് ലഭിക്കുന്ന ശരാശരി വാർഷിക തൊഴിൽദിനങ്ങളുടെ എണ്ണം 2010-11 നും 2013-14 നും ഇടയ്ക്കുള്ള കാലത്ത് ശരാശരി 43 ദിവസത്തിനും 46 ദിവസത്തിനും ഇടയ്ക്കാണ്. മൂന്നാമത്, രാജസ്ഥാൻ മുഖ്യമന്ത്രിയുടെ പ്രസ്താവന വ്യക്തമാക്കുന്നതുപോലെ എം ജി എൻ ആർ ഇ ജി എസ് പ്രകാരം നിയമപ്രകാരമുള്ള ബാദ്ധ്യതയാണ് തൊഴിൽ എന്നതിനെ ദുർബ്ബലപ്പെടുത്തണമെന്നും അതിനെ കേവലം ഒരു പദ്ധതി എന്ന നിലയിലേക്ക് മാറ്റണമെന്നും ഭരണകക്ഷിയിൽനിന്നും തന്നെ ഡിമാൻഡ് ഉയരുന്നുണ്ട്. സമീപകാല റിപ്പോർട്ടുകൾ വ്യക്തമാക്കുന്നത് തിരഞ്ഞെടുക്കപ്പെടുന്ന കുറേ ബ്ലോക്കുകളിലേക്ക് ഈ പരിപാടിയെ പരിമിതപ്പെടുത്താൻ ഗവൺമെന്റ് ഉദ്ദേശിക്കുന്നുണ്ട് എന്നാണ്. വാസ്തവത്തിൽ അത് ദേശീയഗ്രാമീണ തൊഴിലുറപ്പ്നിയമത്തിന്റെ തന്നെ നഗ്നമായ ലംഘനമാണ്.

52. നമ്മുടെ ബഹുജനസംഘടനകൾ എം ജി എൻ ആർ ഇ ജി എസിനെ ശക്തിപ്പെടുത്തേണ്ടത് ആവശ്യമാണ് - ഓരോ തൊഴിലാളിക്കും ചുരുങ്ങിയത് നൂറുദിവസത്തെ തൊഴിൽ ഉറപ്പാക്കുന്നതിനുള്ള നടപടികൾ (അതായത്, കുടുംബങ്ങൾ എന്നതിലുപരി ഓരോ തൊഴിലാളിക്കും), കൂലി നല്കൽ, കൂലി നല്കാൻ താമസിക്കുകയാണെങ്കിൽ നഷ്ടപരിഹാരം നല്കൽ, കൂലി കുടിശ്ശിക നല്കാൻ എത്രയും വേഗം ആവശ്യമായ ഫണ്ട് ലഭ്യമാക്കൽ. ഉപജീവനമാർഗങ്ങൾ കൂടുതൽ ഫലപ്രദമായി മെച്ചപ്പെടുത്താൻ നാണയപ്പെരുപ്പനിരക്കിനനുസരിച്ച് ഈ സ്കീമിലെ കൂലി നിശ്ചയിക്കാനും സ്ഥിരമായി അതു പുതുക്കാനും ഒരു വിധത്തിലും ഓരോ സംസ്ഥാനത്തും നിലവിലുള്ള നിശ്ചിത മിനിമം കൂലിയുടെ താഴെയാകില്ലെന്ന് ഉറപ്പുവരുത്താനും വേണ്ട നടപടികൾ ഗവൺമെന്റ് ചെയ്യാൻ നിർബ്ബന്ധിതമാക്കണം.

ഗ്രാമീണ കൂലി നിരക്കുകൾ

53. ഗ്രാമീണ ഇന്ത്യയിലെ കൂലി നിരക്കുകളുടെ നാല് മുഖ്യഘടകങ്ങൾ ഇവിടെ സൂചിപ്പിക്കുന്നു. ഒന്നാമത്, ഗ്രാമീണ ഇന്ത്യയിലെ കൂലി നിരക്കുകൾ കേവലാടിസ്ഥാനത്തിൽ കുറവാണ്. ലഘുവായ ഒരു കണക്കിലൂടെ ഇത് വ്യക്തമാക്കാവുന്നതാണ്. 17 ഗ്രാമങ്ങളെ സംബന്ധിച്ച ഒരു വിശകലനം വെളിപ്പെടുത്തിയത് ഭൂരിപക്ഷം ഗ്രാമങ്ങളിലും അഞ്ച് അംഗങ്ങളുള്ള ഒരു കുടുംബത്തിന് (ഒരു പുരുഷ തൊഴിലാളിയും ഒരു സ്ത്രീ തൊഴിലാളിയും മൂന്ന് ആശ്രിതരും) ഒരു ദിവസത്തേക്ക് ഒരു ഡോളർ എന്ന ദാരിദ്ര്യരേഖയ്ക്ക് തുല്യമായ നിലയിലുള്ള വരുമാനം ലഭിക്കുന്നതിന് ഇപ്പോൾ നിലവിലുള്ള കൂലി നിരക്കിൽ 600 ദിവസത്തിലധികം തൊഴിൽ ലഭിക്കണം. ഉദാഹരണത്തിന്, ഉത്തർപ്രദേശിലെ ബിജ്നോർ ജില്ലയിലുള്ള ഹാർവേലി ഗ്രാമത്തിൽ ഇപ്പോഴത്തെ കൂലി നിരക്കിൽ രണ്ടു തൊഴിലാളികളുള്ള ഒരു കുടുംബത്തിന് മൊത്തം 626 ദിവസത്തെ തൊഴിൽ ആവശ്യമാണ്. മറ്റു വാക്കുകളിൽ പറഞ്ഞാൽ, കൂലി നിരക്ക് ഉയർത്തുന്നില്ലെങ്കിൽ കായികാദ്ധ്വാനത്തിലേർപ്പെടുന്ന തൊഴിലാളി കുടുംബങ്ങളിലെ സ്ത്രീ - പുരുഷന്മാർ ഓരോരുത്തരും ദാരിദ്ര്യരേഖയ്ക്ക് മുകളിലെത്താൻ ഒരു വർഷം മുന്നൂറുദിവസത്തിലധികം ജോലി ചെയ്യേണ്ടതുണ്ട്. ഇത് അസാദ്ധ്യമായ കാര്യമാണെന്ന് വ്യക്തമാണ്. ഒന്നാമത്, ഇത്തരത്തിൽ തൊഴിൽ നില ഉറപ്പുവരുത്താനുള്ള ഉപാധികൾ ലഭ്യമല്ല എന്ന് വ്യക്തമാണ്; രണ്ടാമത്, ഇത് പ്രതിനിധാനം ചെയ്യുന്ന നിലവാരത്തിലുള്ള ശരീരക്ലേശവും കഠിനാദ്ധ്വാനവുമായി പൊരുത്തപ്പെടുന്നത് ഏറെക്കുറെ അസാദ്ധ്യമാണ്. 100 ദിവസത്തെ തൊഴിൽ എം ജി എൻ ആർ ഇ ജി എസ് നല്കിയാൽപോലും മഹാഭൂരിപക്ഷം ഗ്രാമീണ തൊഴിലാളി കുടുംബങ്ങൾക്കും ദാരിദ്ര്യരേഖാ നിലവാരത്തിൽ വരുമാനം ഉറപ്പാക്കുന്നതിന് മതിയാവില്ല. രണ്ടാമത്, കൂലി നിരക്കുകളുടെ സവിശേഷത, അത് പ്രാദേശികമായി വളരെയേറെ വ്യത്യാസപ്പെട്ടിരിക്കുന്നുവെന്നതാണ്. ഒരറ്റത്ത് കേരളത്തിലെ പുരുഷന്മാരുടെ ദിവസക്കൂലി നിരക്ക് (ഇവിടെ നല്കുന്ന ഉദാഹരണങ്ങൾ മുഖ്യമായും ദിവസനിരക്കിലുള്ള കൂലി പണമായി നല്കുന്ന ജോലികളുടെ കൂലി നിരക്കാണ്) ഇപ്പോൾ ഏകദേശം 600 - 650 രൂപയാണ്. ഫൗണ്ടേഷൻ ഫോർ അഗ്രേറിയൻ സ്റ്റഡീസ് 20 ഗ്രാമങ്ങളിൽ നടത്തിയ സർവ്വെ പ്രകാരം പുരുഷന്മാർക്കുള്ള കൂലി നിരക്ക് (2012 ഡിസംബറിലെ സ്ഥിര വില പരിഗണിച്ച്) ഗ്വാളിയോർ ജില്ലയിലെ ഘർസോണ്ഡി ഗ്രാമത്തിലെ ഏറ്റവും താണ നിരക്കിലുള്ള 82 രൂപയ്ക്കും സിക്കാർ ജില്ലയിലെ രേവാസി ഗ്രാമത്തിലെ (ഇവിടത്തെ പ്രത്യേകത കൂടുതൽ പ്രവാസി തൊഴിലാളികൾ ഉണ്ടെന്നതാണ്) 195 രൂപയ്ക്കും ഇടയ്ക്കാണ്. സ്ത്രീകൾക്ക് ബിഹാറിലെ പടിഞ്ഞാറൻ ചമ്പാരൻ ജില്ലയിലുള്ള

കാത്കുയിയെൻ ഗ്രാമത്തിൽ 2012 വേനൽക്കാലത്ത് പ്രതിദിനം 30 രൂപയെന്ന ഏറ്റവും കുറഞ്ഞ കൂലി നിരക്കാണുള്ളത്. മൂന്നാമത്, തികഞ്ഞ ലിംഗവിവേചനമാണ് ഈ കൂലി നിരക്കുകളുടെ സവിശേഷത. സ്ത്രീകളെ സംബന്ധിച്ചിടത്തോളം ദിവസക്കൂലി കാത്കുയിയെൻ ഗ്രാമത്തിൽ പുരുഷന്മാർക്കു നല്കുന്ന ദിവസക്കൂലിയുടെ 30 ശതമാനം മാത്രമാണ്; ഗുണ്ടൂർ ജില്ലയിലെ അനന്തവാരം ഗ്രാമത്തിൽ അത് 40 ശതമാനവുമാണ്. മിക്കവാറും ഗ്രാമങ്ങളിൽ, ഈ അനുപാതം 50 ശതമാനത്തോളമാണ്. ചില ഗ്രാമങ്ങളിൽ ഈ അനുപാതം പുരുഷന്മാരുടെ കൂലിനിരക്കിന്റെ 60 മുതൽ 80 ശതമാനം വരെയുമുണ്ട്. സിക്കാർ ജില്ലയിലെ രേവാസിയുടെ കാര്യത്തിൽ അപൂർവ്വമായ ഒരു പ്രത്യേകത കൂടിയുണ്ട്. പുരുഷ കേന്ദ്രീകൃത കുടിയേറ്റത്തിന്റെ ഫലമായി ഇവിടെ കൂലിനിരക്ക് ഏറെക്കുറെ തുല്യമാണ്. നാലാമത് മൊത്തം കൂലിയിൽ ഉല്പന്നങ്ങളായി കൂലി നല്കുന്നതിലെ വിഹിതം (ഉദാഹരണത്തിന്, കൂലിയായി ധാന്യങ്ങളും പാകം ചെയ്ത ഭക്ഷണസാധനങ്ങളും നല്കുന്നത്) ഇന്ത്യയിലെ മിക്ക ഭാഗങ്ങളിലും കുറഞ്ഞുവരികയാണ്. ഉല്പന്നങ്ങളായി കൂലി നല്കുന്ന ഏർപ്പാട് ഇല്ലെന്നു തന്നെ പറയാം; അഥവാ ചില പ്രദേശങ്ങളിൽ നിലവിലുള്ളതുതന്നെ അവഗണിക്കാവുന്നത്ര നിസ്സാരമാണ്.

54. ഗ്രാമീണ ഇന്ത്യയിലെ കൂലി നിരക്കുകൾ (Wage Rates in Rural India - WRRI)- എന്ന ഔദ്യോഗിക പരമ്പരയിൽനിന്നുള്ള ഡാറ്റകൾ സൂചിപ്പിക്കുന്നത് സമീപകാലത്തായി, പ്രത്യേകിച്ചും 2004-05 നെ തുടർന്ന് ഗ്രാമീണ കൂലി നിരക്കുകൾ ഉയരുന്നതായാണ്. 11 കാർഷിക ജോലികൾ സംബന്ധിച്ചും 7 കാർഷികേതര ജോലികൾ സംബന്ധിച്ചും സംസ്ഥാനതല പ്രതിമാസ കൂലി നിരക്കിനെക്കുറിച്ചുള്ള ഡാറ്റകളുടെ സ്രോതസ്സാണ് ഡബ്ല്യു ആർ ആർ ഐ. ഈ ഡാറ്റ പ്രകാരം, പുരുഷ അവിദഗ്ദ്ധ തൊഴിലാളികളുടെ യഥാർത്ഥ കൂലി 2004-05 നും 2011-12 നും ഇടയ്ക്ക് പ്രതിവർഷം 4 ശതമാനം നിരക്കിൽ വളർന്നു. 2007-08 നും 2011-12 നും ഇടയ്ക്കുള്ള കാലഘട്ടത്തിൽ കൂലി അതിവേഗം വളർന്നു. ഈ കാലഘട്ടത്തിൽ, അവിദഗ്ദ്ധ തൊഴിലുകളിലെ പുരുഷ തൊഴിലാളികളുടെ കൂലി പ്രതിവർഷം 7.6 ശതമാനം വർദ്ധിച്ചു. 2004-05 നുശേഷം സ്ത്രീ തൊഴിലാളികളുടെ കൂലി നിരക്കും വർദ്ധിക്കുകയുണ്ടായി. ഇതാകട്ടെ പുരുഷന്മാരുടെ കൂലി നിരക്കിലെ വർദ്ധനയെക്കാൾ ദ്രുതഗതിയിലുമായിരുന്നു. ഇക്കാര്യം ഇങ്ങനെ വ്യക്തമാക്കാം. കളയെടുക്കലിനുള്ള കൂലിനിരക്ക് (ഏറെക്കുറെ പൂർണ്ണമായും സ്ത്രീകളാണ് ഈ ജോലി നിർവ്വഹിക്കുന്നത്) 2004-05 നും 2011-12 നും ഇടയ്ക്ക് പ്രതിവർഷം 6 ശതമാനം വർദ്ധിച്ചു. എന്നാൽ, അടുത്ത കാലത്ത് ഗ്രാമീണ ഇന്ത്യയിലെ പുരുഷന്മാരുടെയും സ്ത്രീകളുടെയും കൂലിയിലുണ്ടായ ഈ

വർദ്ധന (ഔദ്യോഗിക സ്രോതസ്സുകൾ പ്രകാരം) ഗ്രാമീണ കൂലിയിൽ ദീർഘകാലം നിലനിന്ന മാന്ദ്യത്തിന്റെ പശ്ചാത്തലത്തിലാണ് (ഔദ്യോഗിക ഡാറ്റകൾ പ്രകാരംപോലും) ഇതിനെ കാണേണ്ടത്. അഖിലേന്ത്യാതലത്തിൽ 1999-2000 നും 2004-05 നും ഇടയ്ക്ക് സ്ത്രീ തൊഴിലാളികളുടെ കൂലി നിരക്കിൽ ഒരു മാറ്റവും ഉണ്ടായില്ല. പുരുഷന്മാരുടെ കൂലിയിലാകട്ടെ, വളരെ ചെറിയൊരു വർദ്ധന മാത്രമാണുണ്ടായത്.

സംഘടനയുടെ പ്രശ്നം

55. ഞങ്ങൾ എഴുതിയതുപോലെ, ഗ്രാമീണ കായികതൊഴിലാളികൾ വിവിധ ജോലികളിലാണ് ഏർപ്പെട്ടിരിക്കുന്നത്. അവർ പ്രാഥമികമായും കാർഷിക കൂലിവേലയിലാണ് ഏർപ്പെട്ടിരിക്കുന്നതെന്ന് ഒരു വിധത്തിലും പറയാനാവില്ല. എന്നിരുന്നാലും ഗ്രാമീണ കായിക തൊഴിലാളികളുടെ പൊതു സവിശേഷത പൂർണ്ണമായും നഗരങ്ങളിലുള്ള തൊഴിലാളിവർഗ്ഗത്തിൽ (പ്രോലിറ്റേറിയൻസ്) നിന്ന് വ്യത്യസ്തമാണ്. ഒന്നാമത്, മിക്കവാറും എല്ലാ ഗ്രാമീണ കായിക തൊഴിലാളികളും വ്യത്യസ്ത തോതിൽ കാർഷിക ജോലികളിൽ പങ്കെടുക്കുന്നു. ഫൗണ്ടേഷൻ ഫോർ അഗ്രേറിയൻ സ്റ്റഡീസ് സമീപ വർഷങ്ങളിൽ സർവ്വെ നടത്തിയ ഗ്രാമങ്ങളിൽ 90 ശതമാനത്തോളം ഗ്രാമീണ കായികത്തൊഴിലാളികളുംഏതെങ്കിലും വിധത്തിൽ കാർഷിക കൂലിവേലയിൽ പങ്കാളികളാകുന്നു. രണ്ടാമത്, ഗ്രാമീണ കായിക തൊഴിലാളികളുടെ തൊഴിൽകലണ്ടർ ഗ്രാമങ്ങളിലും നഗരങ്ങളിലുമുള്ള പല പ്രദേശങ്ങളിൽ വിഭിന്നങ്ങളായ നിരവധി ജോലികൾക്ക് ബാധകമായതാണ്. മൂന്നാമത്, ഗ്രാമീണ കായികത്തൊഴിലാളികളുടെ ഗ്രാമീണ തൊഴിൽ വിപണികളിലെ മുഖ്യതൊഴിലുടമകൾ ഗ്രാമീണ ചൂഷകരുടേതായ അധീശവർഗ്ഗത്തിൽനിന്നുള്ളവരാണ്.

56. ഒരുപക്ഷേ, ഏതെങ്കിലും ഒരു പ്രത്യേക കാലത്ത്, ഈ കാറ്റഗറിയുടെ പൊതുഡിമാൻഡുകൾ രൂപീകരിക്കുന്നതിന്റെ മാനദണ്ഡത്തെക്കുറിച്ച് ചിന്തിക്കേണ്ട സമയമായിരിക്കുന്നു. ഇത്തരം ഡിമാൻറുകളെ വ്യത്യസ്ത ഗ്രാമീണതൊഴിലുകളിലെ മിനിമം ഗ്രാമീണ തൊഴിൽ നിരക്കുകളുമായി ബന്ധപ്പെടുത്താൻ കഴിയുന്നതാണ്. വ്യത്യസ്ത മേഖലകളിലെ തൊഴിലുകളുടെ മാനദണ്ഡങ്ങളും ഇതൊക്കെ തന്നെയാണ്. നിശ്ചിത തൊഴിൽദിനങ്ങൾ നിർബ്ബന്ധിതമായും ഉറപ്പാക്കുന്നതിനായും സാർവ്വത്രികവും സൗജന്യവും നിർബ്ബന്ധിതവുമായ സ്കൂൾവിദ്യാഭ്യാസത്തിനായും മാന്യമായ തലത്തിലുള്ള ആരോഗ്യരക്ഷ, പാർപ്പിടം, കുടിക്കാൻ ശുദ്ധജലം, ശുചീകരണം എന്നിത്യാദി ഡിമാൻഡുകൾ ഉന്നയിക്കപ്പെടാനാവില്ല. ഈ ലക്ഷ്യം കൈവരിക്കാൻ വേണ്ടിയുള്ള സാദ്ധ്യമായ ഒരു ഉപകരണം അഥവാ

സംഘടന ഗ്രാമീണ തൊഴിലാളി യൂണിയൻ ആണ്. സംഘടനയുടെ സവിശേഷമാരൂപവും അതിന്റെ രൂപരേഖയും അയവേറിയവയായിരിക്കണം; മൂർത്തമായ പ്രാദേശിക സാഹചര്യങ്ങളും കണക്കിലെടുക്കേണ്ടതാണ്; അത് ഓരോ സംസ്ഥാനത്തും വ്യത്യസ്തമായിരിക്കും.

കർഷക ജനത

57. ഭൂമിയിലുള്ള എല്ലാ കായിക ജോലികളോ പ്രധാന കായിക ജോലികളിൽ ചിലതോ ചെയ്യുന്ന കർഷക കുടുംബങ്ങളാണ് ഭൂപ്രഭുക്കൾക്കും വൻകിട കാർഷിക മുതലാളിമാരും ഒരു വശത്തും കായിക തൊഴിലാളികൾ മറുവശത്തുമായി നില്ക്കുന്നതിനിടയിലെ ചെറുകിട ഉല്പാദനമേഖലയിൽ ഉൾപ്പെടുന്ന വിഭാഗം. ഒരു സാമൂഹ്യ സംവർഗ്ഗമെന്ന നിലയിൽ കർഷകർ വലിയ ഉൾവലിയൽ പ്രകടിപ്പിക്കുന്നുണ്ടെങ്കിലും ചരിത്രപരമായി വ്യത്യസ്തങ്ങളായ വിവിധ സാമൂഹ്യ നിർമ്മിതികൾക്കുകീഴിൽ തുടർച്ചയായി നിലനില്ക്കുന്ന വിഭാഗമെന്ന നിലയിൽ നാടനും മറുനാടനുമായ വൻകിട കുത്തക മൂലധനം ആധിപത്യം പുലർത്തുന്ന വിപണിയോട് വിധേയപ്പെട്ട് നില്ക്കുകയാണ് ആധുനിക കർഷകജനതയുടെ മുഖമുദ്ര.

58. കർഷകജനതയെക്കുറിച്ചുള്ള ജനാംഗീകാരമുള്ള (ക്രമേണ പിന്തിരിപ്പനുമായ) പ്രതിച്ഛായ ഏകരൂപമായ ഒരു ഗ്രാമീണ വിഭാഗമാണത് എന്നതാണ്. കർഷകജനത ഏകരൂപത്തിലുള്ളതോ ഒരൊറ്റ വർഗ്ഗമോ അല്ലെന്ന നിലപാടാണ് മാർക്സിസം അംഗീകരിക്കുന്നത്. നേരെമറിച്ച് വളരെ വലിയ വൈവിദ്ധ്യങ്ങളാൽ അടയാളപ്പെടുത്തപ്പെട്ടതും സാമൂഹ്യ - സാമ്പത്തിക വർഗ്ഗങ്ങളായി വേർതിരിക്കപ്പെട്ടതുമാണ് കർഷകജനത. കർഷകജനതയെ വേർതിരിച്ചു വിശകലനം ചെയ്യുന്നതും കർഷകജനതയ്ക്കിടയിലെ വർഗ്ഗങ്ങളെ വേർതിരിച്ചു കാണുന്നതിനുള്ള മാനദണ്ഡങ്ങൾ കണ്ടെത്തുന്നതും സവിശേഷമായ ഒരു മാർക്സിസ്റ്റ് വിഷയമാണ് - സാമൂഹ്യമോ രാഷ്ട്രീയമോ ആയ മറ്റൊരു ചിന്താപദ്ധതിയും ഈ വിഷയത്തിന് സൈദ്ധാന്തികമായും പ്രവർത്തനത്തിനുള്ള വഴികാട്ടിയും എന്ന നിലയിൽ ഇത്രയും കേന്ദ്ര പ്രാധാന്യം നല്കുന്നില്ല.

59. കർഷകജനതയ്ക്കിടയിലെ വർഗ്ഗങ്ങളെ വേർതിരിച്ചു കാണുന്നതിനുള്ള മുഖ്യ മാനദണ്ഡങ്ങൾ ചുവടെ ചേർക്കുന്നവയാണ്:

- ഉല്പാദനോപാധികളുടെയും മറ്റ് ആസ്തികളുടെയും ഉടമസ്ഥതയും നിയന്ത്രണവും.
- കുടുംബാദ്ധ്വാനത്തിൽ ഏർപ്പെടുന്ന ദിവസങ്ങളുടെ എണ്ണവും കുടുംബത്തിലെ അംഗങ്ങൾ പുറത്തു കാർഷികവും കാർഷികേതരവുമായ ജോലി ചെയ്യുന്ന ദിവസങ്ങളുടെ എണ്ണം ഒരു വശത്തും കുടുംബം കൂലിക്ക് തൊഴിലാളികളെ എടുക്കുന്ന ദിവസങ്ങളുടെ

എണ്ണം മറുവശത്തും തമ്മിലുള്ള അനുപാതം.

- പാട്ടത്തിന്റെ പേരിലുള്ള ചൂഷണം; അതായത് കുടുംബം കൊടുക്കുകയോ വാങ്ങുകയോ ചെയ്യുന്ന പാട്ടം.
- കുടുംബത്തിന്റെ ശിഷ്ടവരുമാനം, കൃഷിയിൽനിന്നുള്ള ഉല്പന്നത്തിന്റെ മൊത്തം മൂല്യവും ഓരോ ഹെക്ടർ സ്ഥലത്തെയും കൃഷിക്കായുള്ള നിക്ഷേപവും പ്രത്യേകം ശ്രദ്ധിക്കണം.
- കുടുംബത്തിന്റെ വരുമാനസ്രോതസ്സ്.

60. കർഷക കുടുംബങ്ങളിലെ പണിയെടുക്കുന്ന അംഗങ്ങളുടെ കൃഷിയിലെ അദ്ധ്വാനപ്രക്രിയയിലെ പങ്കാളിത്തത്തിന്റെ പരിധി ആശ്രയിച്ചിരിക്കുന്നത് ഓരോ ഗ്രാമത്തിലെയും ഭൂവിനിയോഗത്തിന്റെ സ്വഭാവത്തെയും വിളവെടുപ്പ് രീതിയെയും സാമ്പത്തിക - സാമൂഹിക പദവിയെയുമാണ്. ഓരോ ഗ്രാമത്തിലും വിളവെടുപ്പ് രീതിയും സാങ്കേതികമായ പ്രക്രിയകളും വ്യത്യസ്തമാണ്; ഓരോ വിളയ്ക്കും ആവശ്യമായി വരുന്ന തൊഴിലാളികളുടെ എണ്ണം ഗണ്യമായവിധം വ്യത്യാസപ്പെട്ടിരിക്കുന്നു; കുടുംബാദ്ധ്വാനവും കൈമാറ്റ അദ്ധ്വാനവും (അങ്ങനെയൊന്ന് നിലനില്ക്കുന്നുണ്ടെങ്കിൽ) പല തരത്തിൽ തൊഴിലാളികളെ കൂലിക്കെടുക്കുന്നതും തമ്മിലുള്ള ആപേക്ഷികമായ അനുപാതവും വ്യത്യസ്തമാണ്. പ്രത്യേകിച്ച്, ഇന്ത്യയിൽ ചതുപ്പ് പ്രദേശത്ത് നെല്ലും മറ്റു വിളകളും കൃഷി ചെയ്യുന്നതിലെ സവിശേഷത എല്ലാ കർഷക വിഭാഗങ്ങളും ഗണ്യമായ തോതിൽ തൊഴിലാളികളെ കൂലിക്ക് നിയോഗിക്കുന്നുവെന്നതാണ്. തൊഴിലാളികളെ നിയോഗിക്കുന്നതിന്റെ രീതികളും ജാതി - മത സമുദായത്തിനനുസരിച്ച് വ്യത്യാസപ്പെട്ടിരിക്കുന്നു; ലിംഗപരമായി പരമ്പരാഗതമായുള്ള പങ്കും വ്യത്യസ്ത ജാതികൾക്ക് വ്യത്യസ്തമാണ്. (i) കാർഷിക യന്ത്രവല്ക്കരണം പുരോഗമിക്കുകയും കൂടുതൽ കൂടുതൽ കാർഷിക ജോലികൾക്ക് അത് ബാധകമാവുകയും, അഥവാ (ii) കുടുംബങ്ങൾക്കുള്ളിലെ തൊഴിൽപരമായ വൈവിദ്ധ്യം വലുതായി മാറുകയും അഥവാ (iii) കാർഷിക ജോലികൾ തന്നെ സവിശേഷവല്ക്കരിക്കപ്പെടുകയോ സവിശേഷ വൈദഗ്ദ്ധ്യങ്ങളെ ആധാരമാക്കിയുള്ളതോ ആയി മാറുകയും ചെയ്യുമ്പോൾ പുറത്തു പണിക്കുപോകുന്നോ ഇല്ലയോ എന്നതിന്റെ അടിസ്ഥാനത്തിൽ കർഷകവർഗ്ഗങ്ങളെ തമ്മിൽ വേർതിരിക്കുന്നത് അധികമധികം ബുദ്ധിമുട്ടുള്ളതായി മാറുകയാണ്.

61. ധനിക കർഷക കുടുംബങ്ങൾക്കാണ് ഉല്പാദനോപാധികളുടെ ഉടമസ്ഥത, വിശിഷ്യാ ഭൂമിയുടെയും മറ്റ് ഉല്പാദനപരമായ ആസ്തികളുടെയും, ഏറ്റവും അധികമുള്ളതാണ്. അതേസമയം വർണ്ണരാജിയുടെ മറ്റേ അറ്റത്തുള്ള ദരിദ്ര കർഷകർക്ക് ചെറുതുണ്ടു ഭൂമിയല്ലാതെ ഉല്പാദനപരമായ ആസ്തികളൊന്നും തന്നെ ഉണ്ടാവില്ല.

62. അതേപോലെതന്നെ സമ്പന്നർക്കിടയിൽ താരതമ്യേന കനത്ത

നിക്ഷേപത്തെ ആധാരമാക്കിയുള്ള വലിയ മിച്ചത്തിൽനിന്നുണ്ടാകുന്ന വലിയ വരുമാനം മുതൽ ദരിദ്രർക്കിടയിലെ കഷ്ടിച്ച് കഴിഞ്ഞുകൂടാനുള്ള വകയും ഋണപരമായ വരുമാനം (negative income) പോലും ഉണ്ടാകുന്നത്രയും വ്യത്യാസപ്പെട്ടിരിക്കുന്നു.

63. പൊതുവിൽ, സമ്പന്ന കർഷകരുടെ സ്വഭാവം മാറി വരികയാണ്. കനത്ത പാട്ടം കൊടുക്കുന്ന, ഭൂപ്രഭുക്കളോട് വലിയ തോതിൽ കടപ്പെട്ടിരിക്കുന്ന, അങ്ങനെ ദരിദ്ര കർഷകരും കർഷകത്തൊഴിലാളികളും നയിക്കുന്ന പ്രസ്ഥാനത്തിന്റെ സഖ്യശക്തിയാകാൻ സാദ്ധ്യതയുള്ള ധനിക കർഷക വിഭാഗത്തിന്റെ പ്രാബല്യംതന്നെ അസ്തമിച്ചിരിക്കുകയാണ്. മറ്റു വാക്കുകളിൽ പറഞ്ഞാൽ, ധനിക കർഷകരും ഭൂപ്രഭുക്കളും വൻകിട കർഷക മുതലാളിമാരും തമ്മിലുള്ള വൈരുദ്ധ്യം 1970 കൾ വരെ ഉണ്ടായിരുന്നതിനെക്കാൾ കൂടുതൽ മൂർച്ചയില്ലാത്തതായിരിക്കുകയാണ്.

ഇന്നത്തെ കാലഘട്ടത്തിലെ കുടിയായ്മ

64. കുടിയായ്മയെ സംബന്ധിച്ച ഔദ്യോഗിക ഡാറ്റ തികച്ചും കൃത്യതയില്ലാത്തതാണ്; അർത്ഥപൂർണ്ണമായ ഏതെങ്കിലും വിധത്തിൽ അനൗപചാരിക കുടിയായ്മ കരാറുകൾ അവയിൽ ഉൾക്കൊള്ളുന്നില്ല. ഔദ്യോഗിക സ്ഥിതിവിവര കണക്കുപ്രകാരം ഗ്രാമീണ ഇന്ത്യയിലെ കുടുംബങ്ങളുടെ കൈവശമുള്ള ഭൂമിയുടെ 6.5 ശതമാനത്തോളം മാത്രമാണ് പാട്ടത്തിനെടുത്തിട്ടുള്ളത്. അതേസമയം സർവ്വേ ഡാറ്റ പ്രകാരം വ്യത്യസ്ത പ്രദേശങ്ങളിൽ കുടിയായ്മയുടെ അവസ്ഥയിൽ വലിയ വ്യത്യാസങ്ങൾ കാണാവുന്നതാണ്; പൊതുവിൽ ചില പ്രത്യേക മേഖലകളിൽ കുടിയായ്മ ഗണ്യമായിട്ടുണ്ട്.

65. ഇടതുപക്ഷം അധികാരത്തിലുള്ള സംസ്ഥാനങ്ങളിലൊഴികെ മറ്റെല്ലായിടത്തും കുടിയായ്മ കരാറുകൾ ഏറെക്കുറെ രജിസ്റ്റർ ചെയ്യപ്പെടാത്തവയാണ്; അവ വാക്കാൽ കരാറുകളും ഹ്രസ്വകാല കരാറുകളുമാണ്.

66. രാജ്യത്തുടനീളമുള്ള കുടിയായ്മ കരാറുകൾ അടയാളപ്പെടുത്തപ്പെടുന്നത് വളരെ വലിയ വൈവിദ്ധ്യങ്ങളാലും സങ്കീർണ്ണതകളാലുമാണ്. വിളവെടുപ്പ് രീതികളിലും സാങ്കേതികവിദ്യയിലും മാറ്റങ്ങളുണ്ടായതോടെ, കുടിയായ്മയുടെ രൂപങ്ങളും മാറിയിട്ടുണ്ട്; പല പ്രദേശങ്ങളിലും പുതിയ കുടിയായ്മ സമ്പ്രദായങ്ങൾ ഉയർന്നുവന്നിരിക്കുകയാണ്.

67. കുടിയായ്മയുടെ ചില തീവ്ര ചൂഷണ രൂപങ്ങൾ ചില ഗ്രാമങ്ങളിൽ നിലനിൽക്കുകയും രൂക്ഷമാവുകയും ചെയ്യുകയാണ്; ആ ഗ്രാമങ്ങളിൽ കൃഷിയുടെ സവിശേഷത അത് ഉയർന്ന ഉല്പാദനക്ഷമതയും യന്ത്രവല്ക്കരണവും അങ്ങനെ പൊതുവിൽ ഉല്പാദന ശക്തികളുടെ വികാസം ഉയർന്നതലത്തിലെത്തിയതുമാണെന്നതാണ്.

ആന്ധ്രപ്രദേശിലെ തെക്കൻ തീരപ്രദേശത്തെ നെല്ല് കൃഷിചെയ്യുന്ന മേഖലകളോ ഹരിയാനയിലെ ചില ഭാഗങ്ങളിലെയും രാജസ്ഥാനിലെയും സിരി കൃഷിപ്പണിയോ പടിഞ്ഞാറൻ യു പി യിലെ ബിജ്നോർ ജില്ലയിലെ ദളിതരായ ദരിദ്രകർഷകർക്കിടയിൽ ചില പ്രത്യേക കാലങ്ങളിലുള്ള കുടിയായ്മയോ ഇത്തരം പ്രദേശങ്ങളുടെ ദൃഷ്ടാന്തങ്ങളാണ്. ഹരിയാനയിൽ യന്ത്രവല്ക്കരണത്തിന്റെ സവിശേഷ രൂപങ്ങൾ അവതരിപ്പിക്കപ്പെട്ടത് പാട്ടത്തിലെ വർദ്ധനവുമായി ബന്ധപ്പെട്ടാണ്. ഭൂപ്രഭുക്കൾ കുഴൽക്കിണറുകളിൽനിന്ന് വെള്ളം നല്കാൻ ആരംഭിച്ചപ്പോഴോ നിലമൊരുക്കാൻ ട്രാക്ടറുകൾ നല്കിയപ്പോഴോ എല്ലാം അതിനൊപ്പം അവർ പാട്ടവും വർദ്ധിപ്പിച്ചിട്ടുണ്ട്. തീരദേശ ആന്ധ്രപ്രദേശിൽ, നെൽകൃഷിചെയ്യുന്ന ഭൂമിയുടെ പാട്ടം ഉല്പാദനക്ഷമത ഉയരുന്നതനുസരിച്ച് ഉയർന്നിട്ടുണ്ട്. വാസ്തവത്തിൽ, ഗുണ്ടൂർ ജില്ലയിലെ അനന്തവാരം ഗ്രാമത്തിൽനിന്നുള്ള സമീപകാല സർവ്വേ ഡാറ്റയും സഖാവ് പി സുന്ദരയ്യ നടത്തിയ പഠനങ്ങളുമായുള്ള താരതമ്യം വെളിപ്പെടുത്തുന്നത് 1974 നും 2005-06 നും ഇടയ്ക്ക് നടന്ന നെല്ല് ഉല്പാദനക്ഷമതയിലെ വർദ്ധനയാകെ വർദ്ധിച്ചനിരക്കിലുള്ള പാട്ടത്തിന്റെ രൂപത്തിൽ ഭൂപ്രഭുക്കൾ ഊറ്റിയെടുത്തിരുന്നു എന്നാണ്.

68. ചില പ്രദേശങ്ങളിൽ പാട്ടക്കരാർ കൂലിവേലയുടെ അസ്വതന്ത്ര രൂപങ്ങളോടുകൂടിയുള്ള കുടിയായ്മയുടെ സവിശേഷതയുംകൂടി കലർന്നതാണ്. മുകളിൽ ഞങ്ങൾ സിരി തൊഴിലാളികളുടെ ഉദാഹരണം ചൂണ്ടിക്കാണിച്ചിരുന്നു. മറ്റൊരുദാഹരണമാണ് പടിഞ്ഞാറൻ യു പി യിലെ ബിജ്നോർ ജില്ലയിലെ കരിമ്പ് കൃഷിചെയ്യുന്ന പ്രദേശങ്ങളിലുള്ളത്; അവിടെ പാടങ്ങളിൽ പണിയെടുക്കുന്ന ഭൃത്യർക്ക് (farm servants) ഭൂപ്രഭുക്കൾ കരിമ്പ് വിളവെടുപ്പുകഴിഞ്ഞ് നെൽകൃഷി ചെയ്യാനായി ഓരോ ചെറു തുണ്ടു ഭൂമി വീതം നല്കുന്നു.

69. ചെറുകിട ഭൂ ഉടമസ്ഥരും വൻകിട ഭൂ ഉടമസ്ഥരും ഒന്നുപോലെ കുടിയായ്മ വിപണിയിൽ ജന്മിമാരും പാട്ടക്കാരും എന്ന നിലയിൽ പങ്കെടുക്കുന്നുണ്ടെങ്കിലും കരാറുകളുടെ കാര്യത്തിൽ ഗണ്യമായി വ്യത്യാസമുണ്ട്; വർഗ്ഗങ്ങൾക്കും സാമൂഹ്യഗ്രൂപ്പുകൾക്കും ഈ കരാറുകളെ അടിസ്ഥാനപ്പെടുത്തിയാണ് ഭൂമി ലഭ്യമാകുന്നത്. പൊതുവിൽ, ദളിത്, ഭൂരഹിത, ദരിദ്രകർഷക കുടുംബങ്ങൾക്ക് ഉയർന്ന നിരക്കിലുള്ള പാട്ടത്തിനാണ്, പലപ്പോഴും അമിത നിരക്കിലുള്ള പാട്ടത്തിനാണ്, ഭൂമി ലഭ്യമാകുന്നത്. ഈ കുടിയായ്മ കരാറുകളെ തൊഴിലുമായും വായ്പ ഇടപാടുകളുമായും കൂട്ടിക്കെട്ടാൻ കഴിയുന്നതാണ്. അതേസമയം, താരതമ്യേന ലളിതമായ വ്യവസ്ഥകളോടുകൂടിയാണ് സമ്പന്നർക്ക് ഭൂമി പാട്ടത്തിന് ലഭിക്കുന്നത്-അത് സ്ഥലത്ത് താമസക്കാരല്ലാത്ത സുഹൃത്തുക്കളിൽനിന്നോ ബന്ധുക്കളിൽനിന്നോ അല്ലെങ്കിൽ ദരിദ്രരായ ഭൂ ഉടമകളിൽനിന്നോ ആകും.

ദരിദ്രരായ ഭൂ ഉടമകൾക്ക് സാങ്കേതികവിദ്യയിലുണ്ടാകുന്ന മാറ്റങ്ങളുടെ നേട്ടംകയ്യാളാൻ കഴിയാത്ത പ്രദേശങ്ങളിൽ ഇത്തരം ''എതിർ'' കുടിയായ്മ (reverse tenancy) അതായത് ചെറുകിട, ദരിദ്ര ഭൂ ഉടമകൾ സമ്പന്നരായ കൃഷിക്കാർക്ക് ഭൂമി പാട്ടത്തിനു കൊടുക്കുന്നത് ഗണ്യമായതോതിൽ കാണാവുന്നതാണ്; കാരണം ദരിദ്രരായ ഈ ഭൂ ഉടമകൾക്ക് സ്വന്തമായി ഉല്പാദനോപാധികൾ ഇല്ലാത്തതോ മുതൽമുടക്കാൻ വേണ്ട പണം ലഭ്യമല്ലാത്തതോ ആണ്. പൊതുസേവനങ്ങളുടെ തകർച്ച-ഉദാഹരണത്തിന്, പഴയ രീതിയിൽ കനാൽ വഴി ജലസേചനം നല്കപ്പെട്ടിരുന്ന പൊതു ജലസേചന സംവിധാനത്തിനുപകരം സ്വകാര്യ ഉടമസ്ഥതയിലുള്ള കുഴൽകിണറുകളെ ആശ്രയിക്കേണ്ടതായി വന്നത്-ദരിദ്രരായ ഭൂ ഉടമകൾ തങ്ങളുടെ ഭൂമി സമ്പന്നരായ കൃഷിക്കാർക്ക് പാട്ടത്തിനു കൊടുക്കുന്ന അവസ്ഥ സൃഷ്ടിക്കുന്നതിന് ഇടയാക്കിയിട്ടുണ്ട്.

കർഷകരുടെ വരുമാനം

70. പുതിയ വ്യാപാരവാഴ്ചയുടെ അനന്തരഫലമായി ഇന്ത്യൻ കാർഷികരംഗം ഭക്ഷ്യവിളകളുടെയും ഭക്ഷ്യേതര വിളകളുടെയും അന്താരാഷ്ട്ര വിലകളിലെ ചാഞ്ചാട്ടത്തിനായി പുതുതും അഭൂതപൂർവ്വമായവിധത്തിലും തുറക്കപ്പെട്ടിരിക്കുകയാണ്; പല ചരക്കുകളുടെ കാര്യത്തിലും ഇത് വിലകൾ കുത്തനെ ഇടിയുന്ന നീണ്ട കാലഘട്ടം നിലവിൽ വരുന്നതിന് ഇടയാക്കുന്നു. നിശ്ചയമായും ഇതുസംബന്ധിച്ച ഇന്ത്യാഗവൺമെന്റിന്റെ ഏറ്റവും പ്രധാനപ്പെട്ട നയങ്ങൾ ഗോതമ്പും ഗോതമ്പുല്പന്നങ്ങളും, അരി, പയർവർഗ്ഗങ്ങൾ, ഭക്ഷ്യഎണ്ണകൾ, മറ്റു വിളകളും വിത്തുകളും ഉൾപ്പെടെ ഒട്ടനവധി കാർഷികോല്പന്നങ്ങളുടെ ഇറക്കുമതിക്കും കയറ്റുമതിക്കുംമേൽ നിലവിലുള്ള അളവിലുള്ള നിയന്ത്രണം നീക്കംചെയ്യുന്നതും, വിളകൾക്കുമേലുള്ള ഇറക്കുമതി ചുങ്കത്തിൽ ഗണ്യമായ വെട്ടിക്കുറവുവരുത്തുന്നതുമാണ്. കാർഷിക ചരക്കുകളുടെ കയറ്റുമതിക്കുള്ള പുതിയ ഇൻസെന്റീവുകളും പിന്തുണയും അനിവാര്യമായും ഭൂ വിനിയോഗത്തിലും വിളവെടുപ്പ് രീതിയിലും സ്വാധീനംചെലുത്തും; കാർഷിക കയറ്റുമതി മേഖലയെ സ്വകാര്യ ഏജൻസികൾ ''വഴിതിരിച്ചുവിടാനും'' അവരെ അതിനനുവദിക്കാനും പ്രോത്സാഹിപ്പിക്കാനുമുള്ള തീരുമാനവും അതുപോലെ തന്നെയാണ്.

71. എല്ലാവിധ രാസവളങ്ങളും വിത്തുകളും സസ്യ സംരക്ഷണ രാസവസ്തുക്കളും ഉൾപ്പെടെയുള്ള കാർഷിക ഇൻപുട്ടുകളുടെ കാര്യത്തിൽ തദ്ദേശീയവും ബഹുദേശീയുമായ വൻകിട കോർപറേഷനുകളുടെ അഭൂതപൂർവ്വമായ ഇടപെടലുകളാണ് ഉദാരവല്ക്കരണ കാലഘട്ടത്തിന്റെ സവിശേഷത.

72. കർഷകർക്ക് ആദായ വില ഉറപ്പാക്കുന്നതിന് ഗവൺമെന്റ് പ്രഖ്യാ

പിച്ച താങ്ങുവില, ഭൂരിപക്ഷം സംസ്ഥാനങ്ങളിലെയും മിക്കവാറും, വിളകളെ സംബന്ധിച്ചും ഇടത്തരക്കാരും ദരിദ്രരുമായ കർഷകർക്ക് അതിന്റെ ഉല്പാദനത്തിനു വേണ്ടിവരുന്ന യഥാർത്ഥ ചെലവു പോലും ലഭിക്കുന്നതല്ല; നാഷണൽ ഫാർമേഴ്സ് കമീഷൻ നിർദേശിച്ച നിലവാരത്തിനടുത്തുപോലും എത്തുന്നതല്ല ഈ താങ്ങുവില. അതിനും പുറമെ, സംഭരണ സംവിധാനത്തെ ദുർബ്ബലമാക്കിയത് ദരിദ്രരും ഇടത്തരക്കാരുമായ കർഷക ജനതയ്ക്ക് രാജ്യത്തിന്റെ മിക്ക ഭാഗങ്ങളിലും താങ്ങുവിലയിൽനിന്ന് ഒരു നേട്ടവും ഉണ്ടാകില്ലെന്ന് ഉറപ്പാക്കുന്നു; മഹാഭൂരിപക്ഷം വരുന്ന കർഷകരും സ്വകാര്യ കച്ചവടക്കാർക്ക് തുച്ഛവിലയ്ക്ക് വില്ക്കാൻ നിർബ്ബന്ധിതരായിരിക്കുകയാണ്. നവലിബറൽവാഴ്ച പൊതു സംഭരണത്തെ പിന്നെയും വെട്ടിക്കുറയ്ക്കുകയാണ്; താങ്ങുവില നല്കുന്നതിന്റെ പരിധിയിലുള്ള വിളകളിലും കുറവുവരുത്തുന്നു.

73. കൃഷിയിൽനിന്നുള്ള വരുമാനത്തിന്മേൽ ഈ നയങ്ങളുണ്ടാക്കുന്ന പ്രത്യാഘാതം രാജ്യത്തിന്റെ നാനാമേഖലകളിലും വിളകളിലും വർഗ്ഗങ്ങളിലും വളരെയേറെ വ്യത്യസ്തമാണ്. മഹാഭൂരിപക്ഷം വരുന്ന കർഷക കുടുംബങ്ങൾക്കും തുച്ഛമായ വരുമാനം മാത്രം ലഭിക്കുമ്പോൾ, ഭൂപ്രഭുക്കൾക്കും വൻകിട കാർഷിക മുതലാളിമാർക്കും സമ്പന്ന കർഷകരിൽ ഒരു വിഭാഗത്തിനും ഗണ്യമായത്ര വലിയ വരുമാനം ലഭിക്കുന്നു.

74. വ്യാപ്തിയിലും സാദ്ധ്യതയിലും പുതിയൊരു പ്രതിഭാസത്തെയാണ് വില്ലേജ് ഡാറ്റ വെളിപ്പെടുത്തുന്നത്; കർഷകജനതയുടെ ഭാവിയെ സംബന്ധിച്ചിടത്തോളം ഗുരുതരമായ അനന്തരഫലങ്ങളുളവാക്കുന്നതുമാണിത്; ഡാറ്റ വെളിപ്പെടുത്തുന്നത് പുതിയൊരു വിഭാഗം കുടുംബങ്ങൾക്ക് (മുഖ്യമായും ദരിദ്രകർഷകർ) യഥാർത്ഥത്തിൽ കൃഷിയിൽനിന്ന് ലഭിക്കുന്നത് നിഷേധ (negative) വരുമാനമാണെന്നാണ്. കൃഷി മന്ത്രാലയം നടത്തിയ കൃഷിച്ചെലവ് സംബന്ധിച്ച സർവ്വെകളിൽനിന്നുമുള്ള യൂണിറ്റുതല ഡാറ്റ ഇപ്പോൾ ലഭ്യമാണ്; സമീപകാലത്തുനടന്ന ചില ഗവേഷണങ്ങളുടെ ഫലം വെളിപ്പെടുത്തുന്നതും ഒരു വിഭാഗം കൃഷിക്കാർക്ക് കൃഷിയിൽനിന്നും നിഷേധ വരുമാനം തന്നെയാണെന്നാണ്.

75. കൃഷിയിൽനിന്നുള്ള മൊത്തം വരുമാനം കർഷക കുടുംബങ്ങൾക്ക് വളരെയേറെ അസമമായാണ് ലഭിക്കുന്നത് എന്നുമാത്രമല്ല ഡാറ്റ വെളിപ്പെടുത്തുന്നത്, മറിച്ച് വ്യത്യസ്ത വിളകളുടെയും ഒരേ വിളയുടെതന്നെ വ്യത്യസ്ത പ്രദേശങ്ങളിലെയും കൃഷിച്ചെലവും ലാഭക്ഷമതയും വലിയ അളവിൽ വ്യത്യാസപ്പെട്ടിരിക്കുന്നുവെന്നും ഈ ഡാറ്റ വെളിപ്പെടുത്തുന്നു. വ്യത്യസ്ത വർഗ്ഗങ്ങൾക്ക് വിളകളുടെ ലാഭക്ഷമതയിലുള്ള വ്യത്യാസവും ഗണ്യമായതാണ്. പൊതുവിൽ, ഫാം തല ഡാറ്റ വെളിവാക്കുന്നത് ഭൂമിയും മറ്റ് ഉല്പാദനോപാധികളും

ഭൂപ്രഭുക്കളുടെയും ധനിക കർഷകരുടെയും കൈകളിൽ കേന്ദ്രീകരിച്ചിരിക്കുന്നതിനാൽ അവർക്ക് ഇടത്തരം കർഷകർക്കും ദരിദ്ര കർഷകർക്കും ഉണ്ടാകുന്നതിനെക്കാൾ കുറഞ്ഞ ഉല്പാദനച്ചെലവേ ഉണ്ടാകുന്നുള്ളൂ എന്നാണ്. നേരെമറിച്ച്, ദരിദ്രകർഷകർ സമ്പന്നർ വാങ്ങുന്നതിനെക്കാൾ കൂടിയ വില നല്കി ഉല്പാദനോപാധികൾ വാങ്ങാൻ നിർബ്ബന്ധിതരാകുന്നു; ദരിദ്രകർഷകർക്കാണെങ്കിൽ ഭൂമിക്ക് പാട്ടവും യന്ത്രസാമഗ്രികൾക്ക് വാടകയും നല്കേണ്ടതായും വരുന്നു. കൂടുതൽ കാര്യശേഷിയുള്ള ഉല്പാദനോപാധികൾ ഉപയോഗിച്ചും മികച്ച വിപണി ലഭ്യത ഉറപ്പാക്കിയും ഭൂപ്രഭുക്കളും വൻകിട കാർഷിക മുതലാളിമാരും ധനിക കർഷകർക്കും ഇടത്തരം കർഷകർക്കും ദരിദ്ര കർഷകരും ലഭിക്കുന്നതിനേക്കാൾ കൂടുതൽ വലിയ ലാഭം തങ്ങളുടെ ഉല്പന്നങ്ങൾക്ക് നേടിയെടുക്കുന്നു.

കർഷകജനതയുടെ തൊഴിലാളിവർഗ്ഗവല്ക്കരണം

76. കർഷകജനതയെ വേർതിരിച്ചു കാണുന്നതിലെ ഒരു പ്രധാനാവശ്യം തൊഴിലാളി വർഗ്ഗവല്ക്കരണമാണ്; പ്രത്യേകിച്ചും കർഷകജനതയിലെ ദരിദ്രരും ഇടത്തരക്കാരുമായ വിഭാഗത്തിന്റെ തൊഴിലാളി വർഗ്ഗവല്ക്കരണം.

77. നിശ്ചയമായും കർഷകജനതയ്ക്ക് ഭൂമി നഷ്ടപ്പെടുന്നതാണ് അവരുടെ തൊഴിലാളിവർഗ്ഗവല്ക്കരണത്തിന്റെ പൊതുവെ കാണപ്പെടുന്ന രൂപം. ഭരണകൂടവും ഗ്രാമീണ ധനികരും കോർപറേറ്റ് മേഖലയും ഭൂമി ഏറ്റെടുക്കുന്ന ഇപ്പോഴത്തെ നയങ്ങൾ അപകർഷകവല്ക്കരണത്തെ ത്വരിതപ്പെടുത്തുകയാണ്.

78. തൊഴിലാളിവർഗ്ഗവല്ക്കരണത്തിന്റെ മറ്റൊരുവശം കർഷക ജനതയുടെ വലിയൊരു വിഭാഗം തങ്ങളുടെ കർഷക പദവി പൊതുവെ നിലനിർത്തിക്കൊണ്ടുതന്നെ കൂലിവേലയ്ക്കായി വിപണിയിലേക്ക് വലിച്ചിഴയ്ക്കപ്പെടുന്ന പ്രതിഭാസം വലിയ തോതിൽ വർദ്ധിച്ചുവരുന്നതാണ്.

79. ഫാം തലത്തിലുള്ള പഠനങ്ങൾ വെളിപ്പെടുത്തുന്നത്, ചെറുകിട കർഷകരുടെയും ഇടത്തരം കർഷകരുടെയും കൃഷിയിടങ്ങളിൽപോലും അവിടെ ചെലവഴിക്കുന്ന കുടുംബാദ്ധ്വാനത്തിന്റെ വിഹിതം പാടങ്ങളിൽ നിയോഗിക്കപ്പെടുന്ന കൂലിവേലക്കാരുടേതിനെക്കാൾ കുറവാണ് എന്നാണ്. ഏതായാലും എല്ലാ ഗ്രാമങ്ങളിലും ദരിദ്രരും ഇടത്തരക്കാരുമായ വലിയ വിഭാഗം കർഷക കുടുംബങ്ങളും (പലപ്പോഴും ഭൂരിപക്ഷം തൊഴിലാളികളും) മറ്റുള്ളവരുടെ പാടങ്ങളിൽ കൂലിവേല ചെയ്യുന്നു; കാർഷികേതര ജോലികളിൽ ഏർപ്പെടുകയും ചെയ്യുന്നു. കൂലിവേല ചെയ്യുന്നവരാണോ അല്ലയോ എന്ന അടിസ്ഥാനത്തിൽ മാത്രം കർഷക ജനതയിലെ ഇടത്തരം വിഭാഗങ്ങളെ ദരിദ്രരിൽനിന്നും വേർതിരിച്ചു കാണുക അസാദ്ധ്യമായിരിക്കുക

യാണ്.

80. പൊതുവിൽ, പുറത്ത് കൂലിവേലയ്ക്കു പോകാതെ ഉപജീവനത്തിനുള്ള വരുമാനം നേടുന്നത് കർഷകരെ സംബന്ധിച്ച് അസാദ്ധ്യമായവിധം കൃഷിച്ചെലവ് വർദ്ധിച്ചിരിക്കുകയാണ്. സീസണലായി കുടുംബാദ്ധ്വാനത്തെ വിന്യസിക്കുന്നതിന്റെ തോതിനും രീതിക്കും മേൽ യന്ത്രവല്ക്കരണം വലിയ സ്വാധീനംചെലുത്തുന്നുണ്ട്. വളരെയേറെ പിന്നോക്കം നില്ക്കുന്ന പ്രദേശങ്ങൾ ഒഴികെ, എല്ലായിടവും കൃഷിയിൽ ട്രാക്ടർ അധിഷ്ഠിതമായ പ്രവർത്തനങ്ങളാണ് ആധിപത്യം വഹിക്കുന്നത്; ഭൂഗർഭ ജലസേചനത്തിൽ മോട്ടോർ പമ്പുകളാണ് ഏറെയും ഉപയോഗിക്കപ്പെടുന്നത്. രാജ്യത്തെ മിക്കവാറും ഭാഗങ്ങളിൽ മെതിക്കലിൽ ഏതെങ്കിലും തരത്തിലുള്ള യന്ത്രവല്ക്കരണം ആധിപത്യം പുലർത്തുന്നു; ഗോതമ്പ് കൊയ്ത്തിൽ കൊയ്ത്തുയന്ത്രം പ്രധാനപ്പെട്ട ഒരു പങ്കുവഹിക്കുകയാണ്. രാജ്യത്തിന്റെ ചില ഭാഗങ്ങളിൽ (ഉദാഹരണത്തിന് തമിഴ്നാട്) നെൽച്ചെടിയുടെ നടീൽ യന്ത്രവല്ക്കരിച്ചു വരികയാണ്. ഇതിന്റെയെല്ലാം കൂട്ടായ സ്വാധീനം രാജ്യത്തിന്റെ നാനാഭാഗങ്ങളിൽ (എല്ലായിടത്തും അല്ലെങ്കിൽപോലും) ധാന്യ ഉല്പാദനത്തിലെ പ്രത്യേക പ്രവർത്തനങ്ങളിൽ കുടുംബാദ്ധ്വാനത്തിന്റെ ഇൻപുട്ടുകൾ വലിയ അളവിൽ കുറഞ്ഞുവരികയാണ്. അതിനുംപുറമെ, യന്ത്രവല്ക്കരണം നടപ്പിലാക്കുമ്പോൾ, കാർഷിക ജോലികൾ മുമ്പിലത്തെ അത്ര മന്ദഗതിയിലാകുന്നില്ല; അദ്ധ്വാനത്തിനായുള്ള ഡിമാൻഡ് കുടുംബാദ്ധ്വാനം കൊണ്ടു മാത്രം നിറവേറ്റാനാകാത്തവിധം കുത്തനെ ഉയരുന്നു (ഉദാഹരണത്തിന് ഒരു പാടത്തെ കൊയ്ത്ത് ഒരാഴ്ചയോ അതിലേറെയോ സമയംകൊണ്ട് ചെയ്യാനാണെങ്കിൽ അത് ആ കുടുംബത്തിനുതന്നെ ചെയ്യാനാകും; അത് രണ്ടുദിവസത്തിനകം ചെയ്തുതീർക്കാനാണെങ്കിൽ കൂലിക്ക് തൊഴിലാളികളെ നിയോഗിക്കേണ്ടതായി വരുന്നു). യന്ത്രങ്ങൾ മനുഷ്യാദ്ധ്വാനത്തെ പുറന്തള്ളുന്നുവെന്നതും നിയോഗിക്കപ്പെടുന്ന തൊഴിലാളികൾ പലപ്പോഴും യന്ത്രങ്ങൾ കൈകാര്യം ചെയ്യുന്നവരാണെന്നതും കൃഷിയിൽ ഏർപ്പെടുന്ന പരമ്പരാഗത കായികത്തൊഴിലാളികളല്ലെന്നതും സത്യമാണ്. കർഷകജനത പങ്കെടുക്കുന്ന ഇൻപുട്ട്-ഔട്ട്പുട്ട് വിപണികളിൽ മുമ്പത്തെക്കാൾ വലിയതോതിൽ മൂലധനത്തിന്റെ പ്രവർത്തനം നടക്കുന്നുവെന്നാണ് ഈ സംഭവവികാസങ്ങൾ കൂടുതൽ വ്യക്തമാക്കുന്നത്.

81. ഒരു വർഷം ഒരു ദരിദ്ര കർഷക കുടുംബം വിനിയോഗിക്കുന്ന അദ്ധ്വാനശക്തിയെ മൂന്നു ഭാഗങ്ങളായി വേർതിരിക്കുകയാണെങ്കിൽ -പാടത്തെ കുടുംബാദ്ധ്വാനം, കൂലിക്കായുള്ള പാടത്തെ പണി, കൂലിക്കായുള്ള കാർഷികേതര ജോലി-ഒന്നാമത്തെ ഘടകത്തിന്റെ വിഹിതം തീരെ കുറവാണ്; പല ഗ്രാമങ്ങളിലും അത് 50 ശതമാനത്തിലും കുറവാണ്.

82. കൂലിവേലയ്ക്കുള്ള വിപണി വിപുലമാവുകയാണ്; മുമ്പത്തെക്കാൾ കൂടുതൽ വിഭാഗങ്ങൾ ഇപ്പോൾ അതിൽ പങ്കെടുക്കുകയാണ്. പല വില്ലേജുകളിലും ഗ്രാമപ്രദേശങ്ങളിലും പ്രാഥമികമായും കർഷക കുടുംബങ്ങളിൽനിന്നുള്ള അംഗങ്ങൾ കാർഷികമേഖലയിൽ കൂലി വേലചെയ്യുന്ന ദിനങ്ങളും മൊത്ത ദിനങ്ങളുമായുള്ള അനുപാതം താരതമ്യേന ഉയർന്നതാണ്.

83. ഈ പശ്ചാത്തലത്തിൽ, ദരിദ്രരും ഇടത്തരക്കാരുമായ കർഷകർക്കൊപ്പം കായികത്തൊഴിലാളികളെക്കൂടി കൂട്ടിച്ചേർക്കുമ്പോൾ പൊതുവിൽ ഗ്രാമങ്ങളിലെ മൊത്തം കുടുംബങ്ങളുടെ 60 ശതമാനമോ അതിലേറെയോ വരും. പല ഗ്രാമങ്ങളിലും ദരിദ്ര കർഷക ജനവിഭാഗത്തെ കായികത്തൊഴിലാളികളിൽനിന്നും വേർതിരിക്കുന്ന കൃത്യമായ ഒരു രേഖ വരയ്ക്കുന്നത് ബുദ്ധിമുട്ടാണ്.

84. പൊതു തൊഴിൽ സേനയിൽ കർഷക ജനത വഹിക്കുന്ന പങ്ക് സംബന്ധിച്ച് ലെനിൻ നടത്തിയ ഒരു നിരീക്ഷണത്തിന് ഇവിടെ പ്രത്യേക പ്രസക്തിയുണ്ട്. 'കൃഷിയുടെ പൊതു സംവിധാനത്തിൽ ഈ വലിയ വിഭാഗം തൊഴിലാളി 'കൃഷിക്കാരു'ടെ പ്രാധാന്യം' സംബന്ധിച്ച ഒരു ചർച്ചയിൽ ലെനിൻ ചൂണ്ടിക്കാണിക്കുന്നത്, സാമൂഹ്യ സമ്പദ്ഘടനയിലെ മുതലാളിത്ത പൂർവ്വവ്യവസ്ഥയും മുതലാളിത്ത വ്യവസ്ഥയും തമ്മിലുള്ള ചരിത്രപരമായ തുടർച്ചയെയാണ് അവ പ്രതിനിധാനംചെയ്യുന്നത് എന്നാണ്. രണ്ടാമതായി "അവഗണിക്കാവുന്നത്ര ചെറിയ തുണ്ടുഭൂമിയുടെ ഉടമകളായ വലിയ വിഭാഗം 'കൃഷിക്കാർ'ക്ക് ആ ഭൂമിയിൽനിന്നുള്ള വരുമാനംകൊണ്ടുമാത്രം ഉപജീവനംകഴിക്കുക അസാദ്ധ്യമാണ്. അവരെ സംബന്ധിച്ചിടത്തോളം കൃഷി ഒരു അനുബന്ധ തൊഴിൽ മാത്രമാണ്. മുതലാളിത്ത വ്യവസ്ഥയിൽ മൊത്തമായുള്ള തൊഴിലില്ലാത്തവരുടെ കരുതൽസേനയുടെ ഭാഗമായി ഇവരും മാറുന്നു. തൊഴിൽരഹിതരുടെ ഈ കരുതൽ സേനയിൽ തൊഴിൽ നഷ്ടപ്പെടുന്ന തൊഴിലാളികൾ മാത്രമാണുള്ളത് എന്നു കരുതുന്നത് തെറ്റായിരിക്കും. തങ്ങളുടെ ചെറിയ തുണ്ടുഭൂമിയിൽനിന്ന് ലഭിക്കുന്നതുകൊണ്ട് നിലനില്ക്കാനാകാത്ത, പ്രധാനമായും തങ്ങളുടെ അദ്ധ്വാനശക്തി പണയപ്പെടുത്തി ഉപജീവനമാർഗ്ഗത്തിന് ശ്രമിക്കേണ്ടതായുള്ള 'കർഷകർ' അഥവാ 'ചെറുകിട കൃഷിക്കാർ' കൂടി ഈ തൊഴിലില്ലാപ്പടയിൽ ഉൾപ്പെടുന്നുണ്ട്."

85. നാട്ടിൻപുറത്തെ നമ്മുടെ പ്രവർത്തനത്തിന്റെ ഒരു പ്രധാന വശം ദരിദ്രരും ഇടത്തരക്കാരുമായ കർഷക ജനതയെ പാപ്പരാക്കുന്ന നവലിബറൽ നയങ്ങളോട് പൊരുതാൻ അവരെ സഹായിക്കുക എന്നതാണ്. അതേസമയംതന്നെ, സാദ്ധ്യമാകുന്നിടത്തെല്ലാം സാങ്കേതിക വിദ്യ ഫലപ്രദമായി ഉപയോഗിക്കുന്നതിനും ഉല്പാദനോപാധികൾ വില്ക്കുന്നവരും ഉല്പന്നങ്ങൾ വാങ്ങുന്നവരും നേർക്കുനേർ നിന്നുള്ള വിലപേശലിന്റെ ശക്തി വർദ്ധിപ്പിക്കുന്നതിനുമായി സമ്പദ്ഘടനയുടെ

വ്യാപ്തി മെച്ചപ്പെടുത്തുന്നതിന് കർഷക ജനത സഹകരണ യത്നങ്ങളുടെ സാദ്ധ്യതകൾ ആരായേണ്ടത് ആവശ്യമാണെന്ന് പഠന ഗ്രൂപ്പ് അംഗങ്ങൾ കരുതുന്നു.

ഗ്രാമീണ കാർഷികേതര മേഖലയിലെ വർഗ്ഗങ്ങൾ

86. പരമ്പരാഗതമായിത്തന്നെ, ഗ്രാമങ്ങളിലെ അഥവാ ഗ്രാമീണ ജനസംഖ്യയിലെ പ്രമുഖ വിഭാഗങ്ങൾ വിള ഉല്പാദനവുമായി നേരിട്ട് ബന്ധപ്പെടുന്നില്ല; ഒന്നാമത്, മരപ്പണിക്കാർ, കൊത്തവേലക്കാർ, കൊല്ലപ്പണിക്കാർ, കുംഭാരന്മാർ, നെയ്ത്തുകാർ എന്നിങ്ങനെയുള്ള പരമ്പരാഗത ജാതികളിൽ ഉൾപ്പെടുന്ന കൈവേലക്കാരും മറ്റു ജോലികളിൽ ഏർപ്പെടുന്നവരും പരമ്പരാഗതമായി സേവകരുടെ ജോലികൾചെയ്യുന്ന ജാതിക്കാരുമുണ്ട്. ഇപ്പോഴത്തെ ഘട്ടത്തിൽ, ഈ വിഭാഗത്തിന്റെ എണ്ണം കുറഞ്ഞിട്ടുണ്ട്; ഒരു പ്രവൃത്തിവർഷത്തിൽ പരമ്പരാഗത ജോലിയിൽ അവർ ഏർപ്പെടുന്ന ജോലി സമയത്തിലും കുറവ് വന്നിട്ടുണ്ട്.

87. രണ്ടാമതായി, ചെറുകിട വ്യാപാരികളും ചെറുകിട കച്ചവടക്കാർ, ഭക്ഷണശാലാ ഉടമസ്ഥർ, സൈക്കിളുകളുടെയും മറ്റു വാഹനങ്ങളുടെയും അറ്റകുറ്റപ്പണി നടത്തുന്ന സ്ഥാപനങ്ങളുടെ ഉടമസ്ഥർ, ഇലക്ട്രീഷ്യന്മാർ തുടങ്ങിയവരുമുണ്ട്.

88 ഗ്രാമപ്രദേശങ്ങളിൽ പ്രധാനപ്പെട്ട പുതിയ തൊഴിലുകളുമുണ്ട്. ഒന്നാമതായി, ചെറുകിട, ഇടത്തരം, വൻകിട ഉല്പാദകരുടെ പുതിയ വിഭാഗങ്ങളുണ്ട്. ഉദാഹരണത്തിന് ഡയറിഫാമുകളുടെയും പൗൾട്രി ഫാമുടമകളുടെയും മറ്റ് ഉല്പാദന യൂണിറ്റുകളുടെയും ഉടമസ്ഥർ. ഇവയുടെ പ്രവർത്തനം കുടുംബാദ്ധ്വാനത്തിന്റെ സഹായത്തോടെയോ കുടുംബത്തിന്റെയും കൂലിവേലക്കാരുടെയും സഹായത്തോടെയോ കൂലിവേലക്കാരുടെ മാത്രം സഹായത്തോടെയോ ഉടമസ്ഥർ തന്നെ നടത്തുന്നതാണ്.

89. രണ്ടാമതായി, ഇപ്പോൾ കൂടുതൽ വലിയ വ്യാപാരികളും കച്ചവടക്കാരും ഗ്രാമങ്ങളിൽതന്നെ കഴിയുന്നുണ്ട്. ഗ്രാമതല കച്ചവടക്കാരിൽ ഗണ്യമായ പുതിയൊരു വിഭാഗം ഉല്പാദനോപാധികളുടെ (Input) കച്ചവടക്കാരാണ്. വികസനത്തിന്റെ ഇപ്പോഴത്തെ ഘട്ടത്തിൽ സർക്കാർ ധനസഹായത്തോടെയുള്ള കാർഷിക വ്യാപനം ദുർബ്ബലമായിരിക്കെ, സസ്യ സംരക്ഷണ രാസവസ്തുക്കൾ ഉൾപ്പെടെയുള്ള കെമിക്കൽ ഇൻപുട്ടുകൾ ശുപാർശചെയ്യുന്നതിൽ ഇൻപുട്ട് ഡീലർമാരുടെ പങ്ക് പലപ്പോഴും വളരെ പ്രധാനപ്പെട്ടതാണ്. വൻകിട കൃഷിക്കാർക്കുണ്ടാകുന്ന ചെലവുകളെ നിർണ്ണയിക്കുന്നത് ഈ വിഭാഗമാണ്. യന്ത്രസാമഗ്രികൾ വാടകയ്ക്ക് നല്കുന്ന ''സേവന ദാതാക്കളു''മുണ്ട് (ഭൂപ്രഭുക്കൾ ഉൾപ്പെടെ).

90. മൂന്നാമതായി, ഗ്രാമങ്ങളിൽ ശമ്പളക്കാരായ ''ഇടത്തരം വർഗ്ഗ''ത്തിൽ

പെടുന്ന വിഭാഗവുമുണ്ട്. പൊതുവെ സർക്കാർ മേഖലയിൽനിന്ന് ശമ്പളംപറ്റുന്നവരാണിവർ. (അതായത് സർക്കാർ അർദ്ധസർക്കാർ ജീവനക്കാർ, അദ്ധ്യാപകർ തുടങ്ങിയവർ); എന്നാൽ സർക്കാരിതര ശമ്പളംപറ്റുന്ന ആളുകളുമുണ്ട്. പശ്ചിമബംഗാളിലെ അനുഭവത്തെ ആധാരമാക്കി പഠനഗ്രൂപ്പ് നടത്തിയ ഒരു നിരീക്ഷണം, ഗ്രാമീണ ദരിദ്രരോട് ഗ്രാമീണ ഇടത്തരം വർഗ്ഗത്തിന്റെ അടുപ്പം ഗ്രാമീണ പ്രക്ഷോഭത്തിന്റെ വികാസത്തിന്റെ ആദ്യഘട്ടത്തിലേതുപോലെയല്ല എന്നാണ്. സമകാലിക കാർഷികേതര ഇടത്തരം വർഗ്ഗം ഗ്രാമീണ അഭിപ്രായ രൂപീകരണത്തിൽ സ്വാധീനം ചെലുത്തുന്നവരാണ്. എന്നാൽ അവർ ഗ്രാമീണ ദരിദ്രരുടെ ആശയാഭിലാഷങ്ങൾ പങ്കുവയ്ക്കുന്നവരോ രാജ്യത്തിന്റെ ചില ഭാഗങ്ങളിലെങ്കിലും ആദ്യകാലത്ത് കണ്ടിരുന്നവിധത്തിൽ ദരിദ്ര ജനതയുടെ മോചനത്തിനായുള്ള പോരാട്ടത്തിന് ശ്രമിക്കുന്നവരോ അല്ല.

91. നാലാമതായി, ഗ്രാമതലങ്ങളിലെ സർക്കാർ സ്കീമുകളിൽ പണിയെടുക്കുന്ന ഗ്രാമീണ തൊഴിലാളി വിഭാഗങ്ങളുമുണ്ട്. ഐ സി ഡി എസുമായി ബന്ധപ്പെട്ട സ്കീമുകളിലും ഉച്ചഭക്ഷണ പരിപാടിയുമായും ദേശീയഗ്രാമീണആരോഗ്യമിഷനുമായി ബന്ധപ്പെട്ട ആശ (ASHA) പോലുള്ള ചില പരിപാടികളുമായും ബന്ധപ്പെട്ട തൊഴിലാളികളാണ് ഇവരിൽ പ്രമുഖ വിഭാഗങ്ങൾ. മുമ്പുപറഞ്ഞ വിഭാഗങ്ങളിൽനിന്ന് വ്യത്യസ്തമായി ഇവർ നമ്മുടെ ബഹുജന സംഘടനകൾക്ക് സംഘടിപ്പിക്കാനാവുന്ന (സംഘടിപ്പിച്ചുകൊണ്ടിരിക്കുന്ന) ഗ്രാമീണ ജനവിഭാഗങ്ങളിൽപെടുന്നവരാണ്. കർഷക ജനതയ്ക്കും ഗ്രാമീണ കായികത്തൊഴിലാളികൾക്കുമിടയിൽ പുരോഗമനപരമായ ഒരുപങ്ക് വഹിക്കാൻ കഴിയുന്നവരുമാണ്.

92. അഞ്ചാമതായി, ഗ്രാമപ്രദേശങ്ങളിലും അർദ്ധ നഗരങ്ങളിലും ചെറുകിട പട്ടണപ്രദേശങ്ങളിലും മറ്റൊരു വിഭാഗം കൂടിയുണ്ട്. ഗ്രാമീണ സമ്പന്നവിഭാഗം ഉൾപ്പെടുന്നവരാണിവർ-അടുത്തകാലത്ത് ചെറുകിട-ഇടത്തരം മാനുഫാക്ചറിങ് യൂണിറ്റുകളിലും കാർഷികാധിഷ്ഠിത ഉല്പാദന യൂണിറ്റുകളിലും റിയൽ എസ്റ്റേറ്റിലും കൺസ്ട്രക്ഷൻ രംഗത്തും വ്യാപാരത്തിലും സേവനങ്ങളിലും വാടക പിരിച്ചും പലിശപിരിച്ചും സമ്പത്തും അധികാരവും നേടിയ വിഭാഗമാണിവർ. ഉദാരവല്ക്കരണാനന്തര കാലഘട്ടത്തിൽ സർക്കാർ നയങ്ങളുടെയും കരാറുകളുടെയും ആനുകൂല്യങ്ങളുടെയും നേരിട്ടുള്ള ഗുണഭോക്താക്കളാണിവർ. നവലിബറൽ പരിഷ്കാരങ്ങളുടെ ഭാഗമായി സ്ഥാപനപരമായ വായ്പകളിൽനിന്ന് സർക്കാർ പിന്തിരിഞ്ഞത് പണമിടപാടുകാരുടെ ഒരു വിഭാഗത്തെ സൃഷ്ടിച്ചിട്ടുണ്ട്; എപ്പോഴും പ്രധാന ഗ്രാമീണ ചൂഷക വിഭാഗങ്ങളിൽ ഈ വിഭാഗം ഉൾപ്പെടുന്നുമില്ല.

93. ഇതിനുമുമ്പത്തെ 5 ഖണ്ഡികകളിൽ ചർച്ചചെയ്ത ഈ 5 സംവർഗ്ഗ

ങ്ങളും കൃഷിഭൂമിയുടെ കൈവശാവകാശമോ ഉടമസ്ഥതയോ ഉള്ളതോ ഇല്ലാത്തതോ ആയ കുടുംബങ്ങളാണ്. എന്നാൽ അവയുടെ സവിശേഷത ഈ വ്യക്തികളുടെ അഥവാ ബന്ധപ്പെട്ട കുടുംബങ്ങളുടെ മുഖ്യ വരുമാനസ്രോതസ്സ് കർഷിക വിളകളുടെ ഉല്പാദനത്തിൽനിന്നുള്ളതല്ല എന്നതാണ്.

ജാതി, ഗോത്രം, ജൻഡർ, മറ്റു സാമൂഹ്യ വേർതിരിവുകൾ എന്നിവയെ അടിസ്ഥാനമാക്കിയുള്ള സാമൂഹ്യമായ അടിച്ചമർത്തൽ

94. ജാതി, ഗോത്രം, ജൻഡർ, അധികാര ശ്രേണിയിലെ സ്ഥാനത്തെ ആധാരമാക്കിയുള്ള സാമൂഹ്യമായ ഒഴിവാക്കലിന്റെയും വിവേചനത്തിന്റെയും മറ്റു രൂപങ്ങൾ എന്നീ വിഷയങ്ങൾ ഇന്ത്യയിലെ കാർഷിക പ്രശ്നത്തിൽ അന്തർലീനമായിരിക്കുന്നു.

95. സാമൂഹ്യഗ്രൂപ്പുകളുടെ ഒഴിവാക്കലും വിവേചനവും വ്യത്യസ്ത രൂപങ്ങൾ കൈവരിക്കുന്നുണ്ട്. ഇത്തരം വിവേചനങ്ങൾ പ്രത്യക്ഷത്തിലുള്ള അക്രമം, കൊലപാതകം, ശാരീരികമായ ക്ഷതമേല്പിക്കൽ എന്നീ രൂപങ്ങൾ കൈവരിക്കുന്നതാണ്. ദൈനംദിന ജീവിതത്തിൽ സാമൂഹ്യ വിവേചനത്തിന്റെ ഇരകളുടെ സ്വാതന്ത്ര്യത്തിന്മേൽ നേരിട്ടുള്ള ആക്രമണമുണ്ടാകുമ്പോൾ ഒഴിവാക്കലും വിവേചനവും പ്രത്യക്ഷത്തിലുള്ള വിവേചനത്തിന്റെ രൂപം കൈവരിക്കുന്നതാണ്. തമിഴ്നാട്ടിലെ തീണ്ടാമൈ ഒഴിപ്പു ഇഴക്കം (അയിത്തോച്ചാടനപ്രസ്ഥാനം) ആന്ധ്രാപ്രദേശിലെ കുല വിവക്ഷ വ്യതിരേഖ പോരാട്ടസമിതി (അയിത്തത്തിനെതിരായ പോരാട്ടത്തിനായുള്ള സംഘടന) എന്നിങ്ങനെയുള്ള നമ്മുടെ സംഘടനകൾ ഇന്നും നിലനില്ക്കുന്ന പ്രത്യക്ഷത്തിലുള്ള വിവേചനത്തിന്റെ പ്രാകൃതവും കുറ്റകരവുമായി ചില രൂപങ്ങളെക്കുറിച്ച് രേഖപ്പെടുത്തുന്നുണ്ട്.

96. പ്രത്യക്ഷത്തിലുള്ള വിവേചനം എത്രത്തോളം വ്യാപകമാണോ അത്രത്തോളമുണ്ട് മർദ്ദിത ഗ്രൂപ്പുകളിൽപെട്ടവരുടെ വിദ്യാഭ്യാസം, ആരോഗ്യം, പാർപ്പിടം, തൊഴിൽ, സാമൂഹ്യപദവി എന്നിവയിൽ വ്യവസ്ഥാപിതമായി താഴ്ന്ന തലത്തിലെത്തിക്കുന്ന തലമുറകളായുള്ള ഒഴിവാക്കലിനെയും അവഗണനയെയും ആധാരമാക്കിയുള്ള ബുദ്ധിമുട്ടുകൾ.

97. വിവേചനത്തിന്റെ അഥവാ അടിക്കടി വർദ്ധിച്ചുവരുന്ന ദുരിതാവസ്ഥയുടെ ഓരോ രൂപത്തിനും അതിന്റെ ഇരകളുടെ സ്വാതന്ത്ര്യത്തെയും ഉപജീവനമാർഗ്ഗത്തെയും സംബന്ധിച്ചിടത്തോളം ഒട്ടേറെ അനന്തരഫലങ്ങളുണ്ടാക്കാനാകും. ഉദാഹരണത്തിന്, സ്വത്തവകാശത്തിന്റെ സ്വഭാവം നിർണ്ണയിക്കുന്നത് ഭൂമിയുടെയും മറ്റ് ആസ്തികളുടെയും ഉടമസ്ഥത മാത്രമല്ല, മറിച്ച് വരുമാനം, ഉപജീവനമാർഗ്ഗം, സാമൂഹിക നിലയുടെയും ക്ഷേമത്തിന്റെയും മറ്റു വശങ്ങളും എന്നിവയെ

സംബന്ധിച്ചുള്ള അനന്തരഫലങ്ങളും കൂടിയാണ്. ഭൂമി വില്പന യുടെ ഗ്രാമതല മാതൃകകൾ, ഭൂപണയം, വസ്തു കൈമാറ്റത്തിന്റെ മറ്റു രൂപങ്ങൾ എന്നിവയെല്ലാം ഒരിടത്തും ഒഴിവാക്കലിന്റെയും വി വേചനത്തിന്റെയും കമ്പോള ഇതര രൂപങ്ങളിൽനിന്നും പൂർണ്ണമാ യും സ്വതന്ത്രമല്ല. ജാതി അർത്ഥമാക്കുന്നത് വിപണിക്കുപുറത്ത് നിർണ്ണയിക്കപ്പെടുന്ന തൊഴിൽ വിഭജനവും ആസ്തികളുടെ വിത രണവുമാണ്. ഗുണനിലവാരമുള്ള പാർപ്പിടവും ശുചീകരണ സം വിധാനവും ലഭ്യമാകുന്നതിനും അതേ തുടർന്ന് സുരക്ഷിതവും ആ രോഗ്യകരവുമായ പരിസരവും ജീവിതവും ലഭ്യമാകുന്നതിലെ സു പ്രധാനവും നിർണ്ണായകവുമായ ഘടകം ഇതാണ്. ഇനി നമുക്ക് മ റ്റൊരുദാഹരണം നോക്കാം. വിദ്യാഭ്യാസവുമായും ചലനക്ഷമതയു മായും ബന്ധപ്പെട്ട് വർദ്ധിച്ചുവരുന്ന ദുരിതങ്ങളും സജീവമായ വിവേ ചനവും അടിസ്ഥാനപരമായി സ്വാതന്ത്ര്യത്തെ അപകടപ്പെടുത്തുന്നു. കൂലിക്കും തൊഴിൽപരമായ സഞ്ചാരത്തിനും തൊഴിൽപരമായ പദ വിക്കുംമേൽ അത് അടിയന്തരമായും ഫലമുണ്ടാക്കും.

98. സാമ്പത്തിക ചൂഷണത്തിനും കഷ്ടപ്പാടുകൾക്കുംപുറമെ സ്ത്രീകൾ സാമ്പത്തികമായ സ്വാതന്ത്ര്യത്തിനും സാമൂഹ്യ-രാഷ്ട്രീയ ജീവിത ത്തിൽ സമ്പൂർണ്ണവും തുല്യവും സ്വതന്ത്രവുമായ പങ്കാളിത്തത്തിനും വിലക്കുകൾ നേരിടുന്നു; ഗ്രാമീണ സമൂഹത്തിൽ ഏറ്റവും കടുത്ത രൂപത്തിലുള്ള അന്ധവിശ്വാസങ്ങൾക്കും ലിംഗപരമായ മുൻവിധി കൾക്കും അക്രമത്തിനും സ്ത്രീകൾ ഇരയാകുന്നുമുണ്ട്.

99. ഇന്ത്യയിലെ കാർഷികപ്രശ്നത്തിന്റെ പ്രധാനപ്പെട്ട ഒരുവശമാണ് ആദിവാസി ജനവിഭാഗങ്ങൾക്കിടയിലെ കാർഷികബന്ധങ്ങൾ.

100. പട്ടികവർഗ്ഗക്കാരായ ജനവിഭാഗങ്ങളെ സംബന്ധിച്ചിടത്തോളം സ്ഥിര മായി സീസണലായി താണ പ്രദേശത്ത് കൃഷിനടത്തി വരുന്നതും പല ജാതികളിൽപെട്ട ഗ്രൂപ്പുകളോ വിഭാഗങ്ങളോ ഇടകലർന്നു ജീവി ക്കുന്നതുമായ ഗ്രാമങ്ങളിലെ ആദിവാസി കുടുംബങ്ങളെയും ആദി വാസി കുടുംബങ്ങൾ മഹാ ഭൂരിപക്ഷമുള്ള (മൊത്തത്തിൽ) ''ഗോത്ര വർഗ്ഗമേഖലകളി''ൽ സ്ഥിതിചെയ്യുന്ന ''ഗോത്രവർഗ്ഗ'' വില്ലേജുകൾ എന്ന് വിശേഷിപ്പിക്കപ്പെടാനാവുന്ന ഗ്രാമങ്ങളെയും തമ്മിൽ (വ്യത്യ സ്ത സ്വഭാവത്തിലുള്ള വടക്കു-കിഴക്കൻ സംസ്ഥാനങ്ങൾ ഒഴികെ യുള്ള പ്രദേശങ്ങളെക്കുറിച്ചാണ് ഇവിടെ പ്രത്യേകമായി സൂചിപ്പി ക്കുന്നത്) വിശദീകരണപരവും വിശകലനപരവുമായ ആവശ്യങ്ങൾ ക്കായി വേർതിരിക്കാൻ കഴിയുന്നതാണ്.

101 വരുമാനത്തിന്റയും വിദ്യാഭ്യാസത്തിന്റെയും പാർപ്പിടത്തിന്റെയും ഔപചാരിക മേഖലയിലെ തൊഴിലുകളുടെയും മറ്റു നിരവധി വിക സന സൂചികകളുടെയും അടിസ്ഥാനത്തിൽ ആദ്യ വിഭാഗത്തിൽ പെട്ട വില്ലേജുകളിൽനിന്നുള്ള ഡാറ്റ വെളിപ്പെടുത്തുന്നത് പട്ടികവർഗ്ഗ ക്കാരായ ജനവിഭാഗങ്ങളാണ് ആ വില്ലേജിലെ ഏറ്റവും അധികം

പരിതാപകരമായ അവസ്ഥയിൽ സ്ഥിരമായി കഴിയുന്നത് എന്നാണ്. രണ്ടാമത്തെ വിഭാഗത്തിൽപെട്ട വില്ലേജുകളെ സംബന്ധിച്ചിടത്തോളം അവ പ്രത്യേകതരത്തിൽപെട്ട വികസ്വരമെന്ന് (under development) വിശേഷിപ്പിക്കാവുന്ന വിഭാഗത്തിൽപ്പെടുന്നയാണ്. സാങ്കേതികവിദ്യയിലെ മാറ്റത്തിന്റെ സാമ്പത്തിക വളർച്ചയുടെയും നില മാനവിക വികാസത്തിന്റെയും സാമൂഹ്യ പശ്ചാത്തല സൗകര്യങ്ങളുടെയും സ്ഥിതി ജനങ്ങളുടെ ഉപജീവനമാർഗ്ഗങ്ങളുടെയും വരുമാനത്തിന്റെയും അവസ്ഥ എന്നിവയെല്ലാം ആദിവാസി ഇതര വില്ലേജുകളിലേതിനേക്കാൾ ഗുണപരമായി താണനിലയിലാണ് ആദിവാസി വില്ലേജുകളിൽ എന്നത് ഇക്കാര്യം പ്രകടമാക്കുന്നു. കൃഷിരീതികളുമായി ബന്ധപ്പെട്ട കാര്യങ്ങളിലും ഈ വില്ലേജുകൾ വ്യത്യസ്തങ്ങളാണ്. ഇത്തരം വില്ലേജുകളിൽ ഏറ്റവും പ്രധാനപ്പെട്ട കുടുംബ ആസ്തികൾ പലപ്പോഴും അടിസ്ഥാനപരമായും വ്യാപാരേതര ചരക്കുകളാണ് - കൃഷിഭൂമി (അതിന്മേലുള്ള ഉടമസ്ഥാവകാശമാകട്ടെ പലപ്പോഴും അനൗപചാരികവുമാണ്), കുടിലുകൾ, കന്നുകാലി ഷെഡ്ഡുകൾ.

102. സർവ്വോപരി, രാജ്യത്തെ ആദിവാസി ഗ്രാമങ്ങളിലാണ് പരമ്പരാഗത കൈത്തൊഴിൽ എന്ന നിലയിൽ കൃഷി നടത്തുന്ന രീതി ഇന്ത്യയിൽ ഇന്നും നിലനില്ക്കുന്നതെന്ന് പറയാനാകും. കൃഷി പൊതുവെ ഖാരിഫ് വിളവെടുപ്പിൽ ഒതുക്കപ്പെട്ടിരിക്കുകയാണ്. സാങ്കേതികവിദ്യയിലെ മാറ്റം ഏറ്റവും താണനിലയിലായിരിക്കുന്നതും ഉല്പാദനവും ഉല്പാദനക്ഷമതയും താരതമ്യേന താണ നിലവാരം പുലർത്തുന്നതിനിടയാക്കിയിരിക്കുന്നു. ഗോത്രവർഗ്ഗ ഗ്രാമങ്ങളെ കാർഷിക വിളയുടെയും വിത്ത് വൈവിദ്ധ്യത്തിന്റെയും സങ്കേതംപോലെയൊന്നാക്കിയതാണ് സാങ്കേതികവിദ്യയിലെ മാറ്റത്തിന്റെ അഭാവംമൂലമുണ്ടായ അനന്തരഫലങ്ങളിലൊന്ന്. പല ഇനം വിളകൾ ഇടകലർത്തി കൃഷിചെയ്യുന്ന പരമ്പരാഗത രീതിയനുസരിച്ചാണ് ഒട്ടനവധി വിത്തുകളും വിളകളും സംരക്ഷിച്ചിട്ടുള്ളത്. ഇന്ത്യയുടെ വിവിധ ഭാഗങ്ങളിൽ ഇത് നിരീക്ഷിക്കപ്പെടുകയും രേഖപ്പെടുത്തപ്പെടുകയും ചെയ്തിട്ടുണ്ട്. മദ്ധ്യപ്രദേശിലെ അനുപൂർ ജില്ലയിലെ ഗോത്രവർഗ്ഗ ഗ്രാമമായ ബധാറിൽ നിരവധി ഇനം ധാന്യങ്ങൾ, പയർവർഗ്ഗങ്ങൾ എണ്ണക്കുരുക്കൾ എന്നിവ ഉൾപ്പെടുന്ന ഏകദേശം 42 വിളകൾ വളരുന്നതായി 2008 ൽ കണ്ടെത്തിയിരുന്നു. ഇവ മുഖ്യമായും പല ഇനം വിളകൾ ഇടകലർത്തിയോ അടുക്കളത്തോട്ടമായോ ആണ് കൃഷി ചെയ്യുന്നത്.

103. ഉപജീവനത്തിനായുള്ള കൂട്ടിച്ചേർക്കപ്പെട്ട സ്രോതസ്സുകളുടെ പങ്ക് തുടരുന്നതാണ് ആദിവാസി കുടുംബ സമ്പദ്ഘടനയുടെ സവിശേഷമായ ഘടകം. ഉദാഹരണത്തിന്, 2007 ൽ സർവ്വെ നടത്തിയ ദുൻഗാരിയ വില്ലേജിലെ (രാജസ്താനിലെ ഉദയപൂർജില്ല) ഗോത്ര ജനത

മുൻകാലങ്ങളിൽ മഹുവാപൂവും ടെൻഡു ഇലയും തേനും മറ്റു പഴങ്ങളും പൂക്കളും ഔഷധസസ്യങ്ങളും വനങ്ങളിൽനിന്ന് ശേഖരിച്ചിരുന്നു; അവർ ചകോരം, കാട്ടുകോഴി, മുയൽ, മാൻ, കാട്ടുപന്നി എന്നിവയെ വേട്ടയാടുകയും ചെയ്തിരുന്നു. അവർ വിറകും, വീടും കലപ്പയും അത്യാവശ്യം വേണ്ട വീട്ടുപകരണങ്ങളും - പ്രധാനമായും കട്ടിൽ-നിർമ്മിക്കാനുള്ള തടിയും വനത്തിൽനിന്ന് ശേഖരിക്കുകയും ചെയ്തിരുന്നു. ഇന്ന്, ഇങ്ങനെ ശേഖരിക്കുന്നത് മുഖ്യമായും തടിയും (വിറകിനും ചെറുകിട നിർമ്മാണത്തിനും ഉപകരണങ്ങൾക്കും) മഹുവാപൂവും മാത്രമാണ്. ചെറിയതോതിലാണെങ്കിലും ഇങ്ങനെ ശേഖരിക്കുന്ന, എന്നാൽ ഉപജീവനത്തിന് വളരെ പ്രധാനപ്പെട്ട വനോല്പന്നങ്ങൾ, അരക്ക്, മുള, പഴങ്ങൾ (ഈത്തപ്പഴം ഉൾപ്പെടെ), പുല്ല്, തേൻ, ആവണക്കിൻകുരു എന്നിവയാണ്.

104. സെക്കൻഡറി സോഴ്സുകളിൽനിന്നും മറ്റു സോഴ്സുകളിൽനിന്നുമുള്ള സമീപകാല ഗവേഷണങ്ങൾ, ആദിവാസി ജനവിഭാഗങ്ങൾക്കിടയിലെ മാറ്റത്തിന്റെ കൂടുതൽ സവിശേഷതകൾ ചൂണ്ടിക്കാണിക്കുന്നുണ്ട്. ഒന്നാമത് പട്ടികവർഗ്ഗങ്ങൾക്കിടയിലെ വർദ്ധിച്ചുവരുന്ന തൊഴിലാളിവർഗ്ഗവല്ക്കരണമാണ്. വളരെ വലിയ ഭൂരാഹിത്യത്തിലും കൂലിവേലക്കാരെന്ന നിലയിൽ കൂടുതൽ ജോലിസമയം വിനിയോഗിക്കുന്നതിൽ ഇത് പ്രതിഫലിക്കുന്നുണ്ട്. വാസ്തവത്തിൽ, ഇന്ത്യയിലെ ആദിവാസി ജനത-കർഷകർ, വനത്തിൽനിന്നും മറ്റു പൊതുസ്വത്തുക്കളിലെ വിഭവങ്ങളിൽനിന്നും ഉപജീവനംതേടുന്നവർ, ഗ്രാമീണ കായികത്തൊഴിലാളികൾ, നഗരങ്ങളിലെ അവിദഗ്ധരായ പ്രവാസികൾ എന്നീ നിലകളിൽ-ഇന്ത്യയിലെ തൊഴിൽ കരുതൽ സേനയിലെ പരമ ദരിദ്ര വിഭാഗമാണ്. രണ്ടാമതായി, മുതലാളിത്തം, ഗ്രാമീണ ഗോത്രവർഗ്ഗ സമ്പദ്ഘടനകളെ മാറ്റിമറിക്കുകയാണ്. ഇവിടെ വേർതിരിക്കലിന്റേതായ ഒരു വേറിട്ട ഘടകമുണ്ട്; അതായത് ഗോത്രവർഗ്ഗ പ്രദേശങ്ങളിൽ, ഭൂമിയുടെ സമാഹരണത്തിന്റെയും (accumulation) സാന്ദ്രീകരണത്തിന്റെയും (con-centration) ഗുണഭോക്താക്കൾ ഗോത്രജന വിഭാഗങ്ങളിൽനിന്നുള്ളവർ മാത്രമല്ല, മറിച്ച് ഗോത്ര സമൂഹത്തിനുപുറത്തുള്ളവരും ഉൾപ്പെടുന്നു.

105. പട്ടികജാതിയിലും പട്ടികവർഗ്ഗത്തിലുംപെട്ട മഹാഭൂരിപക്ഷം ആളുകളും അനൗപചാരികമേഖലയിൽ കായികജോലികളാണ് ചെയ്യുന്നതെങ്കിലും ഒരു ചെറിയ വിഭാഗം നഗരങ്ങളിലെയും ഗ്രാമങ്ങളിലെയും കായികേതരമായ ജോലികളും ചെയ്യുന്നുണ്ട്. ഉദാഹരണത്തിന് മാസശമ്പളം ലഭിക്കുന്ന ജോലികൾ, ഷോപ്പ് അസിസ്റ്റന്റുമാരും സേവന മേഖലയിലെ ജീവനക്കാരും, അനൗപചാരിക മേഖലയിൽ ജോലിചെയ്യുന്നവരെക്കാൾ പരിതാപകരമായും അപമാനകരമായുമുള്ള അവസ്ഥയിലുള്ള ജോലികളിൽ ഏർപ്പെടുന്നവർ. ഈ വിഭാഗം താരതമ്യേന എണ്ണത്തിൽ കുറവാണെങ്കിലും, അവരുടെ

സാമൂഹ്യമായ പ്രാധാന്യത്തെ കുറച്ചുകാണാനാവില്ല. ഇവിടെ ജോലി ചെയ്യുന്ന തൊഴിലാളികൾ പ്രധാനമായും ചെറുപ്പക്കാരാണ്; ചെറുപ്പക്കാർ ആഗ്രഹിക്കുന്നതും ഈ ജോലികളാണ്; സമൂഹത്തിൽ അഭിപ്രായ രൂപീകരണം നടത്തുന്നവരും ഈ വിഭാഗമാണ്.

106. നമ്മുടെ ബഹുജന സംഘടനകളും പാർട്ടിയും സാമൂഹ്യവിവേചനത്തിനെതിരായ പോരാട്ടങ്ങളുടെ മുൻനിരക്കാരാവണം. എപ്പോഴെങ്കിലും, എവിടെയെങ്കിലും സാമൂഹ്യ വിവേചനത്തിന്റേതായ ഒരു നടപടിയോ സംഭവമോ ഉണ്ടായാൽ ജനങ്ങൾ തിരിയേണ്ട, സമീപിക്കേണ്ട സംഘടനയായി ഇവയെ ആളുകൾ തിരിച്ചറിയണം. അതേസമയംതന്നെ, സാമൂഹ്യമായ ദുരിതങ്ങളുടെ മറ്റു രൂപങ്ങളെ ചെറുക്കുന്നതിനുള്ള പോരാട്ടത്തിന്റെ മുൻനിരയിലും നാം ഉണ്ടാകണം-ഉദാഹരണത്തിന്, വിദ്യാഭ്യാസവും ആരോഗ്യവും പാർപ്പിടവുമായി ബന്ധപ്പെട്ട സൗകര്യങ്ങൾ അർഹിക്കുന്നത്ര ലഭിക്കാത്തവരുടെ അവകാശങ്ങൾ, തൊഴിൽസേനയിലെ പ്രത്യേക ഇടങ്ങളിലുള്ള (പലപ്പോഴും മുൻ നിശ്ചിതമായ) ഇരകളാക്കപ്പെട്ട സാമൂഹ്യ ഗ്രൂപ്പുകളുടെ പ്രശ്നങ്ങളും തൊഴിൽ വിഭജനവും.

107. ഒരു വിഭാഗത്തിനോടുള്ള വിവേചനത്തിനും അത്തരം ഒരു വിഭാഗത്തിന്റെ കഷ്ടപ്പാടിനും എതിരായ നമ്മുടെ പോരാട്ടം സജീവവും വിട്ടുവീഴ്ചയില്ലാത്തതുമായിരിക്കണം. അതേസമയംതന്നെ അദ്ധ്വാനിക്കുന്ന ജനങ്ങൾക്കിടയിൽ ഐക്യം കെട്ടിപ്പടുക്കേണ്ടതിന്റെ ആവശ്യകതയെക്കുറിച്ച് നമുക്ക് വിസ്മരിക്കാനാവില്ല; അദ്ധ്വാനിക്കുന്ന ജനങ്ങൾക്കിടയിൽതന്നെയുള്ള മദ്ധ്യസ്ഥിതവും മറ്റുമായ ജാതികളിൽപെട്ടവർ പലപ്പോഴും സാമൂഹ്യമായ അടിച്ചമർത്തലുകാർക്കിടയിലുണ്ടാവാറുണ്ട് എന്ന വസ്തുത ഈ കടമയെ അനന്തമായവിധം കൂടുതൽ സങ്കീർണ്ണമാക്കുന്നു. സാമൂഹ്യമായ വേർതിരിക്കലുകളുടേതായ മദ്ധ്യകാല രൂപങ്ങൾ നിലനില്ക്കുന്ന ഒരു രാജ്യത്ത് കമ്യൂണിസ്റ്റുപാർട്ടിക്കുമാത്രമേ, സാമൂഹ്യവിവേചനങ്ങൾക്കെതിരെ പൊരുതുന്നതിനൊപ്പംതന്നെ സ്വത്വരാഷ്ട്രീയം ഉയർത്തിക്കൊണ്ടുവരുന്ന ജനകീയ ഐക്യം ശിഥിലമാക്കുന്ന നടപടികളോടുള്ള വ്യക്തമായ ബദൽ മുന്നോട്ടുവെയ്ക്കാൻ കഴിയൂ.

ഗ്രാമീണ ഇന്ത്യയിൽനിന്ന് തൊഴിലിനായുള്ള കുടിയേറ്റം

108. നാട്ടിൻപുറങ്ങളിൽനിന്ന് തൊഴിൽതേടിയുള്ള കുടിയേറ്റത്തിന് ഇന്ത്യയിൽ നീണ്ടകാലത്തെ ചരിത്രമുണ്ട്. ചരിത്രപരമായിതന്നെ രാജ്യത്തെ മുതലാളിത്ത വികാസത്തിന്റെ അവിഭാജ്യഭാഗവുമാണത്. പൊതുവിൽ, ഉദാരവല്ക്കരണത്തിന്റെ വരവോടെ ജോലിതേടിയുള്ള പ്രവാസം വർദ്ധിച്ചിരിക്കുകയാണ്. ആക്റ്റിവിസ്റ്റുകളുടെയും സാമൂഹ്യശാസ്ത്രജ്ഞരുടെയും പൊതുവായ നിരീക്ഷണമാണിത്. സമീപകാലത്തെ വർദ്ധനവിലേറെയും താല്ക്കാലികമായ കുടിയേ

റ്റംപോലെയുണ്ട്-അതായത് എത്തിച്ചേരുന്ന ഏതെങ്കിലും ഒരിടത്ത് പ്രവാസികൾ സ്ഥിരമായി പാർപ്പുറപ്പിക്കുന്നില്ല. കുടിയേറ്റം സംബന്ധിച്ച ഏറ്റവും അടുത്തകാലത്തെ ഡാറ്റ ലഭ്യമായിട്ടുള്ളത് 2008 ൽ നടത്തിയ എൻ എസ് എസിൽ നിന്നുള്ളതാണ്. അത് കുടിയേറ്റ പ്രതിഭാസത്തെ വേണ്ടത്ര വ്യക്തമാക്കുന്നില്ല. ഔദ്യോഗിക ഡാറ്റയുടെ പ്രത്യേകമായ ഒരു പോരായ്മ അത് ഹ്രസ്വകാല കുടിയേറ്റത്തെ വേണ്ടത്ര രേഖപ്പെടുത്തുന്നില്ല എന്നതാണ്. ഹ്രസ്വകാല കുടിയേറ്റത്തെക്കുറിച്ചുതന്നെ ഡാറ്റ പൂർണ്ണമായും നിശ്ശബ്ദമാണ്; ഇത്തരത്തിൽ ആവർത്തിച്ചുവരുന്ന ഹ്രസ്വകാല കുടിയേറ്റങ്ങളെക്കുറിച്ചും ഒന്നും പറയുന്നില്ല.

109. ഗ്രാമങ്ങളിൽനിന്ന് ഗ്രാമങ്ങളിലേക്കുള്ള കുടിയേറ്റവും ഗ്രാമങ്ങളിൽനിന്ന് നഗരങ്ങളിലേക്കുള്ള കുടിയേറ്റവും ഒരേപോലെ വർദ്ധിച്ചിട്ടുണ്ടെങ്കിലും മൊത്തത്തിൽ എല്ലാവിധത്തിലുമുള്ള കുടിയേറ്റത്തിൽ ഏറ്റവും കൂടുതൽ എന്ന നിലയിൽ ഗ്രാമങ്ങളിൽനിന്ന് നഗരങ്ങളിലേക്കുള്ള കുടിയേറ്റം ഇപ്പോൾ ഗ്രാമങ്ങളിൽനിന്ന് ഗ്രാമങ്ങളിലേക്കുള്ള കുടിയേറ്റത്തെ പിന്തള്ളി മുന്നിലെത്തിയിരിക്കുകയാണ്. (നിശ്ചയമായും, ഇപ്പോഴും തുടരുന്ന ഗ്രാമങ്ങളിൽനിന്ന് ഗ്രാമങ്ങളിലേക്കുള്ള കുടിയേറ്റത്തിന്റെ പ്രാധാന്യം കുറച്ചുകാണിക്കുന്നില്ല ഇത്)

110. പൊതുവിൽ, ഗ്രാമീണ കുടിയേറ്റ തൊഴിലാളികളുടെ ഉറവിടത്തിലെ ഏറ്റവും പ്രധാന (അതായത്, കുടിയേറ്റക്കാരുടെ എണ്ണത്തിന്റെ അടിസ്ഥാനത്തിൽ) സംസ്ഥാനങ്ങളും മേഖലകളും കിഴക്കൻ ഉത്തർപ്രദേശ്, ബിഹാർ, ഝാർഖണ്ഡ്, പശ്ചിമബംഗാൾ, വടക്കുകിഴക്കൻ ഇന്ത്യയിലെ സംസ്ഥാനങ്ങൾ എന്നിവയാണ്. അതിനുംപുറമെ, മറ്റെല്ലാ സംസ്ഥാനങ്ങളിലും കുടിയേറ്റക്കാരുടെ ചില പോക്കറ്റുകളുണ്ട്. 1980 കൾവരെയും പശ്ചിമബംഗാളായിരുന്നു മുഖ്യ ഉറവിട സംസ്ഥാനങ്ങളിൽനിന്നുള്ള കുടിയേറ്റക്കാരുടെ പ്രധാന ലക്ഷ്യസ്ഥാനം. പഞ്ചാബിലെയും ഹരിയാനയിലെയും വടക്കുപടിഞ്ഞാറൻ-പടിഞ്ഞാറൻ ഇന്ത്യയിലേയും കാർഷികമേഖലകളിലേക്കുള്ള കുടിയേറ്റമായിരുന്നു 1990 കളിൽ ഉടനീളമുള്ള പ്രധാന ഭൂമിശാസ്ത്രപരമായ പ്രവണത; പഞ്ചാബ്-ഹരിയാന ബെൽറ്റിലെ നെൽകൃഷി വർദ്ധിച്ചതിനെ തുടർന്ന് പ്രത്യേകിച്ചും അത് വർദ്ധിച്ചു. അടുത്ത കാലത്തായി, ഈ സംസ്ഥാനങ്ങളിൽനിന്നുള്ള കുടിയേറ്റക്കാരുടെ പ്രവാഹം പ്രധാനമായും തെക്കൻ സംസ്ഥാനങ്ങളിലേക്ക് തിരിഞ്ഞു; കേരളവും തമിഴ്നാടും കർണ്ണാടകവും അവിഭക്ത ആന്ധ്രാപ്രദേശും ലക്ഷ്യസ്ഥാനങ്ങളായി.

111. കുടിയേറ്റത്തൊഴിലാളികൾ ചെന്നെത്തുന്ന പ്രധാന തൊഴിൽ പദവി സംവർഗ്ഗം താല്ക്കാലിക തൊഴിലുകളാണ് (casual work); അതു കഴിഞ്ഞാൽ സ്വയം തൊഴിലുകളും (self-employment). പ്രധാന തൊഴിൽമേഖലകൾ കൺസ്ട്രക്ഷൻ, മൈനിങ്ങും മാനുഫാക്ചറും,

സേവനം എന്നിവയാണ്. കുടിയേറ്റം സംബന്ധിച്ച ഔദ്യോഗിക ഡാറ്റ പൊതുവിൽ അപര്യാപ്തമാണെങ്കിലും സ്ത്രീകളായ കുടിയേറ്റക്കാരുടെ കാര്യത്തിൽ ആ ഡാറ്റ കൂടുതൽ അപര്യാപ്തമാണ്. സ്ത്രീ കുടിയേറ്റക്കാരുടെ കൂട്ടത്തിൽ കുടിയേറ്റത്തിനുള്ള മുഖ്യ കാരണം വിവാഹമാണ്; പുരുഷ കുടിയേറ്റക്കാരെ സംബന്ധിച്ച ഡാറ്റയുടെ കാര്യത്തിലേതിനെക്കാൾ കൂടുതൽ ബുദ്ധിമുട്ടാണ് വ്യത്യസ്ത തരത്തിലുള്ള തൊഴിൽ കുടിയേറ്റം സംബന്ധിച്ച ഡാറ്റ വേർതിരിച്ചെടുക്കൽ. എന്നിരുന്നാലും, തൊഴിലിനുവേണ്ടി കുടിയേറുന്ന സ്ത്രീകളുടെ എണ്ണം കേവലാടിസ്ഥാനത്തിൽ പുരുഷന്മാരുടേതിനെക്കാൾ കുറവാണെങ്കിലും അടുത്തകാലത്തായി തൊഴിലന്വേഷിച്ച് കുടിയേറുന്ന സ്ത്രീകളുടെ വർദ്ധനനിരക്ക് പുരുഷന്മാരുടേതിനെക്കാൾ അധികമായിരിക്കുകയാണ്. സ്ത്രീ തൊഴിലാളികളെ സംബന്ധിച്ചിടത്തോളവും മൊത്തത്തിലുള്ള ഡാറ്റ സൂചിപ്പിക്കുന്നത് കൺസ്ട്രക്ഷനും സേവനങ്ങളുമാണ് പ്രധാന തൊഴിൽ മേഖലകൾ എന്നാണ്; തൊഴിലാളികൾ പ്രധാനമായും കാഷ്വൽ തൊഴിലാളികളും അതുകഴിഞ്ഞാൽ സ്വയം തൊഴിൽ ചെയ്യുന്നവരുമാണ്.

112. സ്ത്രീകളുടെ ഒറ്റയ്ക്കുള്ള കുടിയേറ്റത്തിന് സാമൂഹ്യമായ വിലക്കുകൾ, വിശേഷിച്ചും ഉത്തരേന്ത്യൻ സംസ്ഥാനങ്ങളിൽ, നിലനില്ക്കുന്നുണ്ട്. വിവാഹം മൂലമുള്ള കുടിയേറ്റത്തിന്റെ വ്യാപ്തി വർദ്ധിച്ചിരിക്കുന്നതായാണ് ഈ ഡാറ്റകളിലെ രസകരമായ ഒരു ഘടകം. വടക്കുപടിഞ്ഞാറൻ മേഖലകളിലെയും സംസ്ഥാനങ്ങളിലെയും ലിംഗപരമായ അനുപാതം (Sex ratio) കുറവാണെന്ന് ഭാഗികമായി ഇത് പ്രതിഫലിപ്പിക്കുന്നെങ്കിലും കിഴക്കൻ മേഖലയിൽനിന്ന് സ്ത്രീകളുടെ വിവാഹത്തെ തുടർന്നുള്ള കുടിയേറ്റം വർദ്ധിച്ചിരിക്കുകയാണ്.

113. വരാൻപോകുന്ന വർഷങ്ങളിൽ കുടിയേറ്റത്തിന്റെ വ്യാപ്തി വർദ്ധിക്കുന്നത് തുടരും; പ്രത്യേകിച്ചും പശ്ചാത്തല വികസനത്തിന്റെ വേഗത വർദ്ധിക്കുന്നതോടുകൂടി. ആയതിനാൽ, ഡിമാൻഡുകൾക്ക് രൂപം നല്കാൻ കൃത്യമായി കഴിയുന്നതിലും പ്രവാസികളുടെ തൊഴിലും ഉപജീവനവും സംബന്ധിച്ച് കൃത്യമായി അറിയുന്നതിനും നമ്മുടെ പാർട്ടിയും ബഹുജന സംഘടനകളും കുടിയേറ്റത്തിന്റെ വലിപ്പത്തേയും ദിശയേയുംകുറിച്ചും രാജ്യത്തിന്റെ നാനാഭാഗങ്ങളിൽ പ്രവാസി തൊഴിലാളികൾ നേരിടുന്ന പ്രശ്നങ്ങളെക്കുറിച്ചും കുടിയേറ്റക്കാരുടെ സ്വന്തം ഗ്രാമങ്ങളിൽ കഴിയുന്ന കുടുംബങ്ങളുടെ അവസ്ഥയെക്കുറിച്ചും മൂർത്തമായി വിശകലനം നടത്തേണ്ടത് വളരെ പ്രധാനപ്പെട്ട സംഗതിയാണ്.

തൊഴിലാളി-കർഷക ഐക്യം

114. കർഷക വേർതിരിക്കലിലെയും തൊഴിലാളിവർഗ്ഗവല്ക്കരണത്തി

ലെയും കുടിയേറ്റം തുറന്നുതരുന്നതിലെയും ഇപ്പോഴത്തെ പ്രവണതകൾ ഗ്രാമീണ തൊഴിലാളികളും ദരിദ്രരും ഇടത്തരക്കാരുമായ കർഷകരും തമ്മിലുള്ള ഐക്യം കെട്ടിപ്പടുക്കുന്നതിന് പുത്തൻ സാദ്ധ്യതകൾ പ്രദാനംചെയ്യുന്നു. ഇത്തരം പ്രവണതകൾ കാർഷിക പ്രശ്നത്തിന് പരിഹാരം കാണുന്നതിനുള്ള ഉപകരണമെന്ന നിലയിൽ തൊഴിലാളി കർഷക ഐക്യം കെട്ടിപ്പടുക്കുന്നതിന് പുതിയ സാദ്ധ്യതകൾ തുറന്നുതരുന്നു. കർഷക ജനതയുടെയും ഗ്രാമീണ തൊഴിലാളികളുടെയും വർഗ്ഗപരമായ ഡിമാൻഡുകൾക്കായുള്ള പോരാട്ടത്തിന് മൊത്തത്തിൽ തൊഴിലാളിവർഗ്ഗത്തിന്റെ നേരിട്ടുള്ള പിന്തുണ ലക്ഷ്യംവെയ്ക്കുന്നതാണ് തൊഴിലാളി-കർഷക സഖ്യം. ആസന്നമായ വർഷങ്ങളിൽ, പുതുതും ഭാവനാപൂർണ്ണവുമായ മാർഗ്ഗങ്ങളിൽ ഈ സഖ്യം കെട്ടിപ്പടുക്കുന്നതിന് നാം ശ്രമിക്കണം. ഉദാഹരണത്തിന്, ഗ്രാമപ്രദേങ്ങളിലേയും നഗരപ്രദേശങ്ങളിലേയും കാർഷികേതര തൊഴിലുകളിലേക്ക് തൊഴിലുറപ്പ് വ്യാപിപ്പിക്കുന്നതിനുള്ള പോരാട്ടങ്ങളിലൂടെ ഇത് ഉറപ്പാക്കാൻ കഴിയും; പട്ടണങ്ങളിലും നാട്ടിൻപുറങ്ങളിലും പൊതുവിതരണ സമ്പ്രദായം സാർവ്വത്രികമാക്കൽ, ദരിദ്രർക്കുള്ള പാർപ്പിടം; ശുദ്ധജലം, ശുചീകരണം, വീടുകളിൽ വൈദ്യുതി എന്നിവ ലഭ്യമാക്കൽ; സ്കൂൾ വിദ്യാഭ്യാസവും അടിസ്ഥാന ആരോഗ്യ പരിചരണവും സാർവ്വത്രികമാക്കൽ; ജാതിയുടെയും ജൻഡറിന്റെയും അടിസ്ഥാനത്തിലും മറ്റു രൂപങ്ങളിലുമുള്ള സാമൂഹ്യമായ അടിച്ചമർത്തലിനെ ചെറുക്കൽ എന്നിവയ്ക്കായുള്ള പോരാട്ടങ്ങളിലും തൊഴിലാളി-കർഷക ഐക്യം ഉറപ്പാക്കേണ്ടതുണ്ട്.

V. 1991 നു ശേഷമുള്ള സാഹചര്യം സംബന്ധിച്ച ചില കുറിപ്പുകൾ കൂടി

115. ആഗോളവല്ക്കരണത്തിന്റെയും ഉദാരവല്ക്കരണത്തിന്റെയും നയങ്ങൾ ദ്രുതഗതിയിൽ നടപ്പാക്കാൻ തുടങ്ങിയ 1991 നെ തുടർന്ന് ഒട്ടേറെ നിയമങ്ങളും ചട്ടങ്ങളും നടപടിക്രമങ്ങളും ഉത്തരവുകളും നയപരമായ മറ്റു നടപടികളും നടപ്പാക്കപ്പെടുകയുണ്ടായി; ഗ്രാമീണ ഇന്ത്യയിലെ വർഗ്ഗശക്തികളുടെ ബലാബലം ഗ്രാമീണ ധനികർക്കും വൻകിട ബൂർഷ്വാസിക്കും അവരുടെ സാമ്രാജ്യത്വ സഖ്യകക്ഷികൾക്കും അനുകൂലമായി മാറ്റാനുള്ള പ്രത്യക്ഷത്തിലുള്ള നീക്കമായിരുന്നു അവ. ഗ്രാമീണ ഇന്ത്യയിലെ കാർഷികവും കാർഷികേതരവുമായ പ്രവർത്തനങ്ങളിലെ ധനകാര്യം, ഉല്പാദനം, സംഭരണം, വിതരണം എന്നിവയുടെ വിവിധ ഘട്ടങ്ങളിൽ വൻകിട മൂലധനത്തിന് കടന്നുവരാൻ അവസരമൊരുക്കുന്നതും അതുപോലെതന്നെ സാമൂഹിക പശ്ചാത്തല സൗകര്യങ്ങളുടെ വിവിധ വശങ്ങളുടെ ഉടമസ്ഥതയെയും നിയന്ത്രണത്തെയും വിനിയോഗരീതിയെയും ബാധിക്കു

ന്നതുമായ നയങ്ങൾ ഇവയിൽ ഉൾപ്പെടുന്നു.

116. നവലിബറൽ നയങ്ങൾക്കും നടപടികൾക്കും ഒപ്പം തന്നെ ഗവൺമെന്റിന്റെ നിരവധി നയങ്ങളും നടപടികളും വായ്പ, കാർഷികരംഗത്തെ ദേശീയവും അന്തർദ്ദേശീയവുമായ വ്യാപാരം, കൃഷിയിലും ഭൂവിനിയോഗത്തിലും കോർപ്പറേറ്റ് മൂലധനത്തിന്റെ പങ്ക്, ഭക്ഷ്യസുരക്ഷ എന്നീ മേഖലകളിൽ പ്രാധാന്യമർഹിക്കുന്നവയാണ്. നവലിബറൽ കാലഘട്ടത്തിലെ ഈ ഓരോ വശങ്ങളെ സംബന്ധിച്ചുമുള്ള ലഘു കുറിപ്പുകൾ ചുവടെ നല്കുന്നു.

117. വിദ്യാഭ്യാസം, ആരോഗ്യം, ദാരിദ്ര്യം, മനുഷ്യക്ഷേമത്തിന്റെ മറ്റു വശങ്ങൾ എന്നീ മേഖലകളിൽ ഈ സംഭവവികാസങ്ങൾ അനന്തരഫലങ്ങൾ സൃഷ്ടിക്കുന്നുണ്ട്. ഈ നയങ്ങളും സ്കീമുകളും ജനങ്ങളെ സംബന്ധിച്ച് അവയുണ്ടാക്കുന്ന അനന്തരഫലങ്ങളും ചെറുത്തുനില്പിനായുള്ള രാഷ്ട്രീയ ഇടപെടലുകൾക്കും ജനങ്ങളെ അണിനിരത്തുന്നതിനും മറ്റു സാദ്ധ്യതകൾ പ്രദാനം ചെയ്യുന്നുമുണ്ട്. വരുമാന ദാരിദ്ര്യം, വിദ്യാഭ്യാസം, ആരോഗ്യം, കുടുംബത്തിലെ സൗകര്യങ്ങൾ എന്നിവയുമായി ബന്ധപ്പെട്ട് ക്ഷേമത്തിന്റെ സൂചിക എന്ന നിലയിലാണ് ഈ വശം ഞങ്ങൾ ഇവിടെ പരിശോധിക്കുന്നത്.

118. കഴിഞ്ഞ രണ്ടു പതിറ്റാണ്ടിലേറെക്കാലത്ത് ഉയർന്നുവന്ന മറ്റു പുതിയ വശങ്ങളിൽ കാലാവസ്ഥാ വ്യതിയാനത്തിന്റെ ഉയർന്നുവരവാണ് കൃഷിയെയും ദുരന്തനിവാരണത്തെയും ബാധിക്കുന്ന പ്രധാന വിഷയം. അവസാന ഭാഗത്ത് ഇതു സംബന്ധിച്ച കാര്യങ്ങൾ പ്രതിപാദിക്കുന്നു.

ഗ്രാമീണ വായ്പ

119. 1990 കൾ സാമൂഹികവും വികസനപരവുമായ ബാങ്കിങ്ങിൽനിന്നുള്ള പിന്തിരിയലിന്റെ പതിറ്റാണ്ടായിരുന്നു. കാർഷികരംഗത്തേക്കുള്ള വായ്പയുടെ ഒഴുക്കിന്റെ വളർച്ചയിൽ ഇടിവുണ്ടാവുകയും ചെറുകിട - നാമമാത്ര കർഷകരിൽനിന്നും കാർഷിക വായ്പ വഴിതിരിച്ചുവിടപ്പെടുകയും ഗ്രാമീണ വായ്പാരംഗത്ത് സ്വകാര്യ പണമിടപാടുകാരുടെ പിടി മുറുകി വരുകയും ചെയ്ത ദശകമാണത്. 2004 മുതൽ കാർഷിക വായ്പയുടെ പരിമിതമായ പുനരുജ്ജീവനം അടയാളപ്പെടുത്തപ്പെടുന്നത് ആ പുനരുജ്ജീവനത്തിന്റെ ഗുണഭോക്താക്കളെ സംബന്ധിച്ച ഭീമമായ അസമത്വത്താലാണ്. കഴിഞ്ഞ പത്തുവർഷക്കാലത്തെ കാർഷിക വായ്പയിലെ വർദ്ധനവിന്റെ ഏകദേശം നാലിലൊന്നു ഭാഗവും പോയത് വാണിജ്യപരവും കയറ്റുമതി അധിഷ്ഠിതവും കൂടുതൽ മൂലധന നിക്ഷേപം ആവശ്യമുള്ളതുമായ കൃഷിയിലേക്കും ബിസിനസ്സ് കോർപ്പറേഷനുകളിലേക്കും "പരോക്ഷ" ധനസഹായത്തിലെ വർദ്ധനവിന്റെ രൂപത്തിലാണ്. ബാങ്കുകൾ നല്കിയ വൻകിട വ്യക്തിഗത വായ്പകളിലെ എണ്ണത്തിൽ ഈ

കാലത്ത് വലിയ വർദ്ധന ഉണ്ടായിട്ടുണ്ട്. 1990 നും 2011 നും ഇടയിൽ ഓരോരുത്തർക്കും 20,000 രൂപയിൽ കുറഞ്ഞ തുകയുടെ നേരിട്ടുള്ള വ്യക്തിഗത കാർഷിക വായ്പാ വിഹിതം 92 ശതമാനത്തിൽ നിന്നും വെറും 48 ശതമാനമായി കുറയുകയുണ്ടായി; എന്നാൽ അതേസമയം ഓരോരുത്തർക്കും 10 ലക്ഷം രൂപയിൽ അധികം നല്കുന്ന വായ്പകളുടെ വിഹിതം വെറും 4 ശതമാനമായിരുന്നത് 2011 ൽ 23 ശതമാനത്തോളമായി വർദ്ധിക്കുകയുണ്ടായി. ഈ വൻകിട വായ്പകൾ പ്രധാനമായും നല്കപ്പെടുന്നത് വൻകിട അഗ്രി ബിസിനസ് അധിഷ്ഠിത സംരംഭങ്ങൾപോലെയുള്ള പുതിയ പ്രവർത്തനങ്ങൾക്ക് വേണ്ട ധനസഹായം നല്കുന്നതിനായാണ്. 2011 ൽ മൊത്തം കാർഷിക വായ്പയുടെ ഏകദേശം 33 ശതമാനവും പ്രത്യക്ഷ കാർഷിക വായ്പയുടെ ഏകദേശം 26 ശതമാനവും പട്ടണങ്ങളിലും വൻകിട നഗരകേന്ദ്രങ്ങളിലുമുള്ള ബാങ്ക് ബ്രാഞ്ചുകളിൽ നിന്നാണ്.

120. 1991 നുശേഷം, ദീർഘകാല കാർഷിക വായ്പയുടെ വിഹിതത്തിൽ കുത്തനെ ഇടിവുണ്ടായി; മൊത്തത്തിലുള്ള കാർഷിക വായ്പയിൽ ഹ്രസ്വകാല കാർഷിക വായ്പാ വിഹിതത്തിൽ അതിന് ആനുപാതികമായ വർദ്ധനവുമുണ്ടായി. അതേതുടർന്ന്, കൃഷിയിൽ സ്ഥിര മൂലധന രൂപീകരണത്തിനായി വിനിയോഗിക്കപ്പെടുന്ന കാർഷിക വായ്പയുടെ വിഹിതം കൂടുതൽ ചെറുതായി മാറി.

121. പ്രാഥമിക കാർഷിക വായ്പാ സഹകരണ സംഘങ്ങൾ (PACS) പലപ്പോഴും ഔപചാരിക വായ്പാ സംവിധാനത്തിന്റെ ജാലകമായാണ് പരിഗണിക്കപ്പെടുന്നത്; അതിലാണ് കർഷകജനവിഭാഗത്തിലെ അദ്ധ്വാനിക്കുന്നവർക്ക് ഏറെ സ്വീകാര്യത ഉണ്ടായിരുന്നത്. സഹകരണ വായ്പയിലെ ഇടപെടലുകളിലൂടെ കർഷ ജനതയുടെ രക്ഷയ്ക്ക് വരുന്നതിനുള്ള സംസ്ഥാന ഗവൺമെന്റുകളുടെ ശേഷി, കേന്ദ്ര ഗവൺമെന്റിന്റെയും റിസർവ് ബാങ്കിന്റെയും കേന്ദ്രീകരണ നടപടികൾമൂലം ശോഷിച്ചു വരികയാണ്. രണ്ടാം യു പി എ ഗവൺമെന്റ് പ്രകാശ് ബക്ഷി സമിതിയുടെ ശുപാർശകൾ അംഗീകരിച്ചുകൊണ്ട് ഇന്ത്യയുടെ പ്രാഥമിക കാർഷിക വായ്പാ സഹകരണ പ്രസ്ഥാനത്തിന്റെ അടിത്തറ തകർക്കാനാണ് ശ്രമിച്ചത്. അവയെ വാണിജ്യ ബാങ്കുകളുടെ ''ബാങ്കിങ്ങ് കറസ്പോണ്ടന്റു''കളാക്കി മാറ്റുന്നതിനാണ് ശ്രമിക്കുന്നത്; ഡിപ്പോസിറ്റുകൾ സ്വീകരിക്കുന്നത് വിലക്കുകയും വാണിജ്യബാങ്കുകൾക്കും അവയുടെ ഉപഭോക്താക്കൾക്കും ഇടയിലെ ഇടനിലക്കാരാക്കി ഈ സഹകരണ സ്ഥാപനങ്ങളെ മാറ്റുകയാണ്. ഇന്ത്യയിലെ 90,000 ത്തിലധികം പി എ സി എസുകളെ ഈ നയം പ്രതികൂലമായി ബാധിക്കുന്നു. കർഷകരും ബാങ്കു ജീവനക്കാരും സഹകരണ ജീവനക്കാരും കൂട്ടായി നടത്തിയ സംയുക്ത പ്രക്ഷോഭത്തെ തുടർന്ന് താല്ക്കാലികമായി ഇത് തട

യപ്പെട്ടിരിക്കുകയാണ്. എന്നാൽ സൊസൈറ്റികൾക്കെതിരായ ഭീഷണി തുടരുക തന്നെയാണ്.

122. എന്നിരുന്നാലും, എല്ലാ പരിമിതികൾക്കുള്ളിൽ നിന്നാണെങ്കിൽ പോലും അത് അസമത്വം ഉണ്ടാക്കിയെങ്കിൽ പോലും ഔപചാരിക വായ്പയുടെ പുനരുജ്ജീവനം 2003-04 നുശേഷം കാർഷിക മേഖലയുടെ വീണ്ടെടുപ്പിൽ പ്രധാന പങ്കു വഹിച്ചിട്ടുണ്ട്.

വ്യാപാര ഉദാരവല്ക്കരണ പ്രശ്നങ്ങൾ

123. മുൻ സോവിയറ്റ് യൂണിയനിലും പൂർവ്വയൂറോപ്പിലും സോഷ്യലിസത്തിന് തിരിച്ചടിയേറ്റതിനെ തുടർന്ന് അമേരിക്കൻ സാമ്രാജ്യത്വത്തിന്റെ മേധാവിത്വത്തിലുള്ള ഏകധ്രുവലോകത്തെ വികസ്വര രാജ്യങ്ങൾ അഭിമുഖീകരച്ച 1994 ലാണ് ഡബ്ല്യു ടി ഒ നിലവിൽ വന്നത്. കൃഷി, സേവനങ്ങൾ, ബൗദ്ധികസ്വത്ത്, തർക്ക പരിഹാര നടപടിക്രമങ്ങൾ എന്നിവയുമായി ബന്ധപ്പെട്ട വളരെയേറെ കടന്നുകയറ്റ സ്വഭാവമുള്ള നിരവധി കരാറുകൾ വികസ്വര രാജ്യങ്ങൾക്കുമേൽ അടിച്ചേല്പിക്കപ്പെടുകയുണ്ടായി. സാമ്രാജ്യത്വരാജ്യങ്ങൾക്ക് അവരിഷ്ടപ്പെടുന്നതുപോലെ ബിസിനസ് നടത്താൻ അവസരം നല്കപ്പെട്ടപ്പോൾ വികസ്വര രാജ്യങ്ങളുടെ പരമാധികാരത്തിന്മേൽ ഈ പ്രക്രിയയിൽ കടുത്ത നിയന്ത്രണങ്ങൾ ഏർപ്പെടുത്തപ്പെട്ടു. കഴിഞ്ഞ രണ്ടു പതിറ്റാണ്ടുകൾക്കിടയിൽ ഡബ്ല്യുടിഒയ്ക്കുള്ളിലെ ശാക്തിക ബലാബലത്തിൽ മാറ്റം സംഭവിച്ചിട്ടുണ്ടെങ്കിലും ഇപ്പോൾ സാമ്രാജ്യത്വത്തിനു മേധാവിത്വമുണ്ട്. ഇന്ത്യയിലെ നവലിബറൽ ഭരണാധികാരികൾ സാമ്രാജ്യത്വരാജ്യങ്ങൾ അവർക്കുമേൽ കൊണ്ടുവന്ന സമ്മർദ്ദങ്ങൾക്ക് വലിയ തോതിൽ കീഴടങ്ങുകയുണ്ടായി; എന്നാൽ സമീപകാലത്തായി ചിലപ്പോഴെല്ലാം ചൈനയുമായും ബ്രസീലുമായും ദക്ഷിണാഫ്രിക്കയുമായും മറ്റു വികസ്വര രാജ്യങ്ങളുമായും കൂട്ടുചേർന്ന് ചില മത്സരങ്ങൾക്ക് തയ്യാറാകുന്നുണ്ട്. ഇന്ത്യയുടെ കാർഷിക സമ്പദ്ഘടനയെയും കർഷകരുടെ വരുമാനത്തെയും ഡബ്ല്യു ടി ഒ അനുശാസനങ്ങൾ ഗണ്യമായവിധം ബാധിച്ചിട്ടുണ്ട്. ജി ഡി പി യിൽ ചരക്കുകളുടെയും സേവനങ്ങളുടെയും ഇറക്കുമതിയുടെയും കയറ്റുമതിയുടെയും വിഹിതം 1991 ലെ 14 ശതമാനത്തിൽ നിന്നും 50 ശതമാനത്തിനടുത്തേക്ക് ഉയർന്നതോടുകൂടി ഡബ്ല്യു ടി ഒയുടെ സമ്മർദ്ദം രൂക്ഷമായിരിക്കുകയാണ്.

124. 1990 കൾ മുതൽ, ഇന്ത്യാ ഗവൺമെന്റ് മിക്കവാറും എല്ലാ വിളകൾക്കുമേലും കയറ്റുമതി നിയന്ത്രണം ക്രമേണ പല ഘട്ടങ്ങളായി കൊണ്ടുവന്നു. 2000 മുതൽ ഗോതമ്പും ഗോതമ്പുല്പന്നങ്ങളും, അരി, പയറുവർഗ്ഗങ്ങൾ, എണ്ണക്കുരുക്കൾ എന്നിത്യാദി ചരക്കുകളുടെ ഇറക്കുമതിയിലെ അളവുപരമായ നിയന്ത്രണങ്ങൾ നീക്കം ചെയ്യപ്പെട്ടു. മിക്ക വിളകളുടെയും ഇറക്കുമതിച്ചുങ്കങ്ങൾ ഗണ്യമായി കുറഞ്ഞു;

ഡബ്ല്യു ടി ഒയിൽ ഇന്ത്യ സമ്മതിച്ചിരുന്നതിനെക്കാൾ വളരെ താണ നിലയിലേക്ക് ചുങ്കങ്ങൾ (താരിഫുകൾ) താഴ്ത്തപ്പെട്ടു. 1990-91 നും 2011-12 നും ഇടയ്ക്ക് ഇന്ത്യയുടെ കാർഷിക കയറ്റുമതിയുടെ വാർഷിക നിരക്ക് ഏകദേശം 13 ശതമാനമായി വളർന്നു; അതേസമയം കാർഷിക ഇറക്കുമതിയാകട്ടെ, 21 ശതമാനമായിട്ടാണ് വളർന്നത്. വ്യാപാര ഉദാരവല്ക്കരണത്തെത്തുടർന്നു ആഭ്യന്തര വിലകളിലും ആഗോള വിലകളിലും ഉണ്ടായ വർദ്ധിച്ച തോതിലുള്ള ഉയർച്ച അന്താരാഷ്ട്ര വിലകളിലുണ്ടാകുന്ന ചാഞ്ചാട്ടത്തെ - വളരെ ഉയർന്ന കുത്തകാധിപത്യമുള്ള വിപണി സാഹചര്യത്തിൽ രൂപം കൊണ്ടത് - ഇന്ത്യൻ കാർഷിക രംഗത്തേക്കും ഫലപ്രദമായി ഇറക്കുമതി ചെയ്യപ്പെട്ടു.

125. തങ്ങൾക്ക് അനുയോജ്യമാകുമ്പോഴെല്ലാം സാമ്രാജ്യത്വ രാജ്യങ്ങൾ ഡബ്ല്യു ടി ഒയെ അരികുവല്ക്കരിക്കുമ്പോൾ തന്നെ അവ സിംഗപ്പൂർ വിഷയങ്ങൾ എന്ന് വിളിക്കപ്പെടുന്നവയെ ഉയർത്തിപ്പിടിക്കാൻ ശ്രമിക്കുകയാണ്. വ്യാപാര സൗകര്യമൊരുക്കൽ (TF) ഗവൺമെന്റ് സംഭരണം, മത്സരനയം, നിക്ഷേപ സംരക്ഷണം എന്നിവയാണ് ആ വിഷയങ്ങൾ. ആദ്യം 2001 ൽ ദോഹയിൽ അവ ഉന്നയിക്കപ്പെട്ടു. 2013 ൽ ബാലിയോഗത്തിൽ ടി എഫ് അജൻഡ അടിച്ചേൽപിക്കാൻ അവ ശ്രമിച്ചു; ഇന്ത്യ തുടക്കത്തിൽ നടത്തിയ ചില നാട്യങ്ങൾക്കുശേഷം ആത്യന്തികമായി ഭക്ഷ്യസുരക്ഷയുടെയും പരമാധികാരത്തിന്റെയും വിഷയങ്ങളെ ടി എഫ് വിഷയങ്ങളുമായി ബന്ധിപ്പിക്കാൻ സമ്പന്ന രാജ്യങ്ങളെ അനുവദിച്ചു. ഇന്ത്യയുടെ പൊതുസംഭരണ പരിപാടിയെ താല്കാലികമായി മാത്രമേ ഇന്ത്യ സംരക്ഷിച്ചുള്ളൂ. അമേരിക്കൻ സമ്മർദ്ദത്തിനുവഴങ്ങി ഇന്ത്യ താല്ക്കാലികമായ ഒത്തുതീർപ്പിനു സമ്മതിച്ചു. കരാറിൽനിന്നു വിട്ടുനില്ക്കുന്നതിനുപകരം ഇങ്ങനെ സമ്മതിച്ചതിലൂടെ ടിഎഫിന് അരങ്ങൊരുക്കിയിരിക്കുകയാണ്. സാമ്രാജ്യത്വവുമായുള്ള ബന്ധത്തിൽ നമ്മുടെ ഭരണവർഗ്ഗങ്ങൾ നടത്തുന്ന ചാഞ്ചാട്ടത്തിന്റെ മറ്റൊരു ദൃഷ്ടാന്തമാണ് ബാലി. സാമ്രാജ്യത്വവുമായി ഏറ്റുമുട്ടുന്നതായി തോന്നിപ്പിക്കുമ്പോൾ തന്നെ ഇന്ത്യൻ ജനതയുടെയും മറ്റു പിന്നണി രാജ്യങ്ങളിലെ ജനങ്ങളുടെയും താല്പര്യങ്ങൾ അടിയറവെച്ച് സാമ്രാജ്യത്വവുമായി സന്ധിചെയ്യുന്നതിനു വഴി കണ്ടെത്തുകയും ചെയ്യുന്നു.

126. വികസനത്തിൽ ഏറ്റവും പിന്നോക്കം നില്ക്കുന്ന രാജ്യങ്ങളിലെ ജനങ്ങളുടെ താല്പര്യങ്ങൾ അടിയറവെച്ച് സാമ്രാജ്യത്വ താല്പര്യങ്ങൾ സംരക്ഷിക്കുന്ന ഉപകരണമെന്ന നിലയിൽ തീർത്തും അസമമായ കാർഷിക കരാറിനു (AOA) നമ്മുടെ പാർട്ടി എതിരാണ്.

127. ശ്രീലങ്കയുമായുള്ള സ്വതന്ത്ര വ്യാപാരക്കരാറും (എഫ് ടി എ) ഇന്ത്യ - ആസിയാൻ സ്വതന്ത്ര വ്യാപാരക്കരാറും റബർ, കാപ്പി, തേയില, കുരുമുളക്, നാളികേരം എന്നിങ്ങനെയുള്ള നാണ്യവിളകളുടെ കൃഷി

ക്കാരെ പ്രതികൂലമായി ബാധിക്കുന്നവയാണ്. ഇന്ത്യയും യൂറോപ്യൻ യൂണിയനും കൂടിയുള്ള എഫ് ടി എയും കൂടിയാകുമ്പോൾ അമേരിക്ക, ജപ്പാൻ, ഇസ്രയേൽ എന്നിവയുമായുള്ള കരാറുകൾ ഉൾപ്പെടെ വിവിധ രാജ്യങ്ങളുമായും പ്രാദേശിക ഗ്രൂപ്പുകളുമായും ഇന്ത്യ 56 എഫ് ടി എകളിൽ ഏർപ്പെട്ടിട്ടുണ്ട്. നമ്മുടെ കർഷകജനതയെ വലിയ തോതിൽ സബ്സിഡി നല്കുന്ന രാജ്യങ്ങളിലെ കാർഷിക മേഖലയുമായി നേരിട്ടുള്ള മത്സരത്തിനു വിട്ടു കൊടുക്കുന്നതും ആ രാജ്യങ്ങളിൽനിന്നുള്ള ഉല്പന്നങ്ങൾ കുന്നുകൂട്ടാൻ അനുവദിക്കുന്നതും ഈ രാജ്യത്തെ ദശലക്ഷക്കണക്കായ കർഷകരുടെയും ക്ഷീരകർഷകരുടെയും മത്സ്യബന്ധനത്തിലേർപ്പെടുന്നവരുടെയും ഉപജീവനമാർഗ്ഗത്തെ പ്രതികൂലമായി ബാധിക്കും. സംസ്ഥാന ഗവൺമെന്റുകളോടോ പാർലമെന്റിനോടുപോലുമോ ആലോചിക്കാതെയാണ് കേന്ദ്രഗവൺമെന്റ് ഇത്തരം കരാറുകളിൽ ഏർപ്പെടുന്നത്. ഈ വിനാശകരമായ നയങ്ങൾക്കും നടപടികൾക്കും എതിരെ ഗ്രാമീണജനവിഭാഗങ്ങൾക്കിടയിൽ കാംപെയ്ൻ നടത്തുന്നതിന് വളരെ പ്രാധാന്യമുണ്ട്.

കോർപ്പറേറ്റ് മൂലധനവും കൃഷിയും ഭരണകൂടവും

128. ഭൂമി കൈവശപ്പെടുത്താനും ഇന്ത്യയിലെ ധാതുക്കളും മറ്റു പ്രകൃതി വിഭവങ്ങളും ചൂഷണം ചെയ്യാനുമുള്ള ഇന്ത്യൻ വൻകിട മൂലധനത്തിന്റെയും വിദേശ വൻകിട മൂലധനത്തിന്റെയും നീക്കങ്ങളെ നവലിബറൽ ഭരണാധികാരികൾ സജീവമായി സഹായിക്കുകയാണ്. പ്രത്യേക സാമ്പത്തിക മേഖലകൾക്കായും ഖനനത്തിനായും വ്യവസായങ്ങൾക്കായും നഗരവല്ക്കരണത്തിനായും വനഭൂമിയും ഒപ്പം കൃഷിഭൂമിയും ഏറ്റെടുക്കുന്നതും പരിവർത്തനം ചെയ്യുന്നതും നടന്നുവരുന്നു. പ്രത്യേക സാമ്പത്തികമേഖലാ നിയമം വൻകിട മൂലധനത്തിനു നികുതി ഇളവുകൾ പ്രദാനം ചെയ്യുകയും തൊഴിലാളികളുടെ അവകാശങ്ങൾ ഹനിക്കുകയും ഊഹക്കച്ചവടത്തിനായുള്ള റിയൽ എസ്റ്റേറ്റ് ഇടപാടുകൾക്ക് ബിസിനസ് കോർപറേഷനുകൾക്കായി ഭൂമി ഏറ്റെടുക്കാൻ സൗകര്യമൊരുക്കുകയും ചെയ്യുന്നു. കൃത്യമായ നഷ്ടപരിഹാരമോ പുനരധിവാസമോ പാർപ്പിടമൊരുക്കലോ കൂടാതെ വലിയൊരു വിഭാഗം ജനങ്ങൾ അവരുടെ ഭൂമിയിൽനിന്നും കുടിയൊഴിപ്പിക്കപ്പെടുന്നു. ഭൂമി ഏറ്റെടുക്കുന്നതിൽ സുതാര്യതയ്ക്കും ന്യായമായ നഷ്ടപരിഹാരത്തിനുമുള്ള അവകാശം സംബന്ധിച്ച നിയമം ദ്രുതഗതിയിൽ ഭൂമി ഏറ്റെടുക്കലിനു അവസരമൊരുക്കുന്നു; എന്നാൽ ന്യായമായ നഷ്ടപരിഹാരവും ഫലപ്രദമായ പുനരധിവാസവും പാർപ്പിടമൊരുക്കലുമൊന്നും ഉറപ്പാക്കുന്നതുമില്ല. ഇപ്പോഴത്തെ ഗവൺമെന്റാകട്ടെ, കോർപ്പറേറ്റുകൾക്ക് ഭൂമി ഏറ്റെടുക്കാൻ പിന്നെയും കൂടുതൽ സൗകര്യമൊരുക്കുന്ന

തിനും ഭൂമി നഷ്ടപ്പെടുന്നവർക്ക് നല്കുന്ന അവകാശങ്ങൾ പിന്നെയും ദുർബ്ബലമാക്കുന്നതിനും ശ്രമിക്കുകയാണ്.

129. ഭൂമി ഏറ്റെടുക്കലിനെതിരെ രാജ്യത്തുടനീളം പ്രതിഷേധങ്ങൾ ഉയർന്നുവരികയാണ്. യുക്തിസഹമായ ഒരു ഭൂവിനിയോഗനയത്തിന്റെ ചട്ടക്കൂടിനുള്ളിൽനിന്ന് നഷ്ടപരിഹാരത്തിനും പുനരധിവാസത്തിനും പാർപ്പിടമൊരുക്കലിനുംവേണ്ടി മാത്രമല്ല ഭൂമി ഏറ്റെടുക്കുന്നത് മുൻകൂട്ടി അറിയിച്ചുകൊണ്ടും ഭൂഉടമയുടെ സമ്മതത്തോടെയും എന്ന തത്ത്വത്തെ ആധാരമാക്കി ആയിരിക്കണം എന്ന് ഉറപ്പാക്കുന്നതിനായി നാം സാദ്ധ്യമായേടത്തെല്ലാം ഇടപെടണം.

130. ഭൂപരിധി നിയമങ്ങളിൽ വെള്ളം ചേർക്കുന്നതും വിദേശ മൂലധനത്തിനും ഇന്ത്യൻ വൻകിട മൂലധനത്തിനും റിയൽ എസ്റ്റേറ്റ് മേഖലയിലേക്ക് കടന്നുവരാൻ കഴിയുന്നതും സമൂഹത്തിന്റെ മൊത്തത്തിലുള്ള ആവശ്യം കണക്കിലെടുക്കാതെ ഭൂവിനിയോഗത്തിലും കൃഷിരീതിയിലും ഗണ്യമായ മാറ്റം വരുന്നതിനിടയാക്കുന്നു. ഭൂവിനിയോഗനയം ന്യായമായതും പാരിസ്ഥിതികമായി സുസ്ഥിരവും ദേശീയ ഭക്ഷ്യപരമാധികാരം സംരക്ഷിക്കുന്നതും ആയിരിക്കണമെങ്കിൽ, അതൊരിക്കലും ലാഭം പരമാവധി ആക്കലിന്റെ യുക്തിക്ക് അനുസരിച്ചുള്ളതും കോർപറേറ്റ് താല്പര്യങ്ങൾ സംരക്ഷിക്കുന്നതും ആയിരിക്കരുത്.

131. ഇന്ത്യയിൽ, കാർഷികരംഗത്ത് ആഭ്യന്തരമായും സാർവ്വദേശീയവുമായുള്ള കോർപറേറ്റ് ഇടപെടലുകളുടെ മാധ്യമം നേരിട്ടുള്ള കോർപറേറ്റ് കൃഷി നടത്തിപ്പിനെക്കാളുപരി കരാർ കൃഷിയിലൂടെയാണ്. ഇന്ന് കരാർ കൃഷി ചെയ്യുന്ന പ്രദേശം മൊത്തം കൃഷി ചെയ്യുന്ന പ്രദേശത്തിന്റെ ചെറിയൊരു ഭാഗം മാത്രമാണെങ്കിലും ചില പ്രത്യേക പ്രദേശങ്ങളിലും പ്രത്യേക വിളകളിലും ഗണ്യമായത്ര കരാർ കൃഷി നടക്കുന്നുണ്ട് - പശ്ചിമ ബംഗാളിലും പഞ്ചാബിലും ഉരുളക്കിഴങ്ങും മദ്ധ്യപ്രദേശിൽ സോയാബീനും പോലുള്ളവ. കരാർ കൃഷിയിൽ ഏർപ്പെടുന്ന കർഷകർക്ക് വേണ്ടത്ര പിന്തുണയും സംരക്ഷണവും സർക്കാർ പ്രദാനം ചെയ്യുന്നുവെന്ന് ഉറപ്പാക്കലായിരിക്കണം നമ്മുടെ നയം. ഗ്രാമപ്രദേശങ്ങളിലെ നമ്മുടെ ബഹുജന സംഘടനകൾ ഇതു സംബന്ധിച്ച കർഷകരുടെ വിലപേശൽ ശേഷിക്കൊപ്പം അവരുടെ ഇൻപുട്ടുകളുടെ (ഉല്പാദനോപാധികൾ) വാങ്ങൽശേഷിയിലും വർദ്ധനവുണ്ടാക്കുന്നതിനുള്ള മുൻകൈയെടുക്കേണ്ടതാണ്.

132. നേരിട്ടുള്ള ഇടപെടലിന് കോർപറേറ്റുകൾ ശ്രമിക്കുന്ന മറ്റൊരു മേഖലയാണ് സംഭരണത്തിനും വിപണനത്തിനുമുള്ള പൊതുസൗകര്യങ്ങൾ ഏറ്റെടുക്കുന്നത്. ഫുഡ് കോർപറേഷൻ ഓഫ് ഇന്ത്യയുടെ സൗകര്യങ്ങളെ തകർക്കാനും കൈവശപ്പെടുത്താനുമുള്ള നീക്കം നടക്കുന്നുണ്ട്; പൊതു അധികൃതരുടെ ഭരണപരമായ നിയന്ത്രണത്തിൻ കീഴിലല്ലാതെ കാർഷികോല്പന്നങ്ങളുടെ വിപണിയെ തല്

സ്ഥാനത്ത് പ്രതിഷ്ഠിക്കാനുള്ള നീക്കവുമുണ്ട്.

133. ബിസിനസ് കോർപറേഷനുകൾ ഗ്രാമീണ മേഖലയിലേക്ക് കടക്കുമ്പോൾ അവരുടെ കടന്നുവരവിന് ഒത്താശ ചെയ്തു കൊടുക്കുന്ന വർഗ്ഗം ഭൂപ്രഭുക്കളും കാർഷികമുതലാളിമാരും ഉൾപ്പെടുന്ന വർഗ്ഗമാണ്.

ഭക്ഷ്യസുരക്ഷ

134. ഗ്രാമപ്രദേശങ്ങളിലും നഗരപ്രദേശങ്ങളിലുമുള്ള ഇന്ത്യൻ ജനസംഖ്യയിലെ ഗണ്യമായ ഒരു വിഭാഗത്തെ സംബന്ധിച്ചിടത്തോളം ഭക്ഷ്യസുരക്ഷയാണ് നിർണ്ണായകമായ വിഷയം. മൂന്നു മാനങ്ങളിൽനിന്ന് ഇതിനെ വിശകലനം ചെയ്യാവുന്നതാണ്. ലഭ്യത, പ്രാപ്യത, ആഗിരണം. സ്ഥൂലതലത്തിൽ ഭക്ഷ്യസാധനങ്ങളുടെ ലഭ്യത ഉല്പാദനത്തിന്റെയും സംഭരണത്തിന്റെയും ഇറക്കുമതിയുടെയും ധർമ്മം നിറവേറ്റലാണ്. പ്രാദേശികതലത്തിൽ അത് ആശ്രയിച്ചിരിക്കുന്നത്, നിർണ്ണായകമായും ഗതാഗത പശ്ചാത്തല സൗകര്യങ്ങളെയും വിപണി ഉദ്ഗ്രഥനത്തെയുമാണ്. ഭക്ഷ്യസാധനങ്ങളുടെ പ്രാപ്യത പ്രാഥമികമായും ക്രയശേഷിയുടെ വിഷയമാണ്; അതുകൊണ്ട് തന്നെ അത് ഉല്പാദനപരമായ ആസ്തികളും ഉപജീവനത്തിന്റെ അവസരങ്ങളും ലഭ്യമാകുന്ന വിഷയങ്ങളോട് ഉറ്റബന്ധമുള്ളതുമാണ്. കുടുംബത്തിനുള്ളിൽ എന്നതുപോലെ തന്നെ വിശാലമായ സമൂഹത്തിലും പ്രാപ്യത സവിശേഷവല്കരിക്കപ്പെട്ടിരിക്കുന്നത് ലിംഗപരമായ അസമത്വത്താലാണ്. ആഗിരണം നിർണ്ണായകമായും ആശ്രയിക്കുന്നത് ശുചീകരണ സംവിധാനങ്ങളുടെയും ഉപഭോഗം നടത്തുന്ന ഭക്ഷണത്തിന്റെ ജീവശാസ്ത്രപരമായ വിനിയോഗം ഉറപ്പാക്കുന്ന കുടിക്കുന്നതിനുവേണ്ട ശുദ്ധജലത്തിന്റെയും ലഭ്യതയെയാണ്.

135. നവലിബറൽ നയങ്ങൾ ഭക്ഷ്യസുരക്ഷയിലെ ഈ എല്ലാ മാനങ്ങളിലും കനത്ത ആഘാതം ഏല്പിച്ചിട്ടുണ്ട് - പ്രത്യേകിച്ചും 1997 നും 2004 നും ഇടയ്ക്കുള്ള കാലത്ത്. ഭക്ഷ്യധാന്യങ്ങളുടെ (സ്ഥൂലതലത്തിൽ ഭക്ഷ്യലഭ്യതയെ സംബന്ധിച്ചിടത്തോളം ഒരു പകരക്കാരൻ) ലഭ്യത 1994-95 നും 2004-05 നും ഇടയിൽ പ്രതിശീർഷാടിസ്ഥാനത്തിൽ തകരാറിലായി; പ്രതിവർഷ ജനസംഖ്യാ വളർച്ച 1.6 ശതമാനത്തിൽ കുറയാതിരിക്കവെ ഭക്ഷ്യധാന്യ ഉല്പാദനം വെറും 0.7 ശതമാനം നിരക്കിൽ മാത്രം പ്രതിവർഷ വളർച്ച ഉണ്ടായതിനെതുടർന്നാണത്. പൊതുവിതരണ സംവിധാനത്തിലെ വിലകൾ കുത്തനെ ഉയരുകയും തൊഴിലവസരവളർച്ച മന്ദഗതിയിലാവുകയും ആരോഗ്യ-വിദ്യാഭ്യാസ ചെലവുകൾ ഉയരുകയും ഊർജ്ജാവശ്യങ്ങൾക്കും മറ്റു പശ്ചാത്തല സേവനങ്ങൾക്കുമുള്ള സബ്സിഡികൾ വെട്ടിക്കുറയ്ക്കുകയും ചെയ്തതോടുകൂടി ജനങ്ങളുടെ ക്രയശേഷിയെ ആ

ശ്രയിക്കുന്ന ലഭ്യതാമാനം (availability dimension) ഈ കാലഘട്ട ത്തിൽ കൂടുതൽ വഷളായി. അവസാനമായി, ആപേക്ഷികാടിസ്ഥാ നത്തിൽ പൊതുനിക്ഷേപത്തിൽ വെട്ടിക്കുറവ് വരുത്തുകയും ധന കമ്മി നിയന്ത്രിക്കുന്നതിനുള്ള മുഖ്യമാർഗ്ഗമെന്ന നിലയിൽ ചെലവ് ചുരുക്കലിൽ ഊന്നുകയും ചെയ്തതോടെ ആഗിരണം മെച്ചപ്പെടു ത്താൻ സഹായകമായ ശുദ്ധമായ കുടിവെള്ളവും ശുചീകരണ സൗകര്യങ്ങളും ഉറപ്പാക്കുന്നതിൽ കടുത്ത വീഴ്ച ഉണ്ടായി.

136. 2004-05 നെ തുടർന്നുള്ള ഭക്ഷ്യസുരക്ഷാ പരിപ്രേക്ഷ്യം ഏറെക്കുറെ വ്യത്യസ്തമാണ്. ലഭ്യതയുടെ കാര്യം ആദ്യമെടുത്താൽ 2006-07 നും 2011-12 നും ഇടയ്ക്ക്, 2009-10 ലെ വരൾച്ചാക്കാലത്തൊഴികെ, ഭക്ഷ്യധാന്യങ്ങളുടെ ഉല്പാദനത്തിലും ആദായത്തിലും ഒരേപോ ലെ സ്ഥിരമായി വളർച്ചയുണ്ടായി. 2012-13 ലെ ഭക്ഷ്യധാന്യ ഉല്പാദന ത്തിൽ, 2011-12 ലെ 2590 ലക്ഷം ടണ്ണിൽനിന്ന് 2500 ലക്ഷം ടണ്ണായി ഇടിഞ്ഞെങ്കിലും 2013-14 ൽ കണക്കാക്കപ്പെട്ടിട്ടുള്ള ഉല്പാദനം 2630 ലക്ഷം ടണ്ണാണ്. സർവ്വോപരി, 2006-07 നെ തുടർന്നുള്ള കാലത്ത് ഇന്ത്യയിൽ ഭക്ഷ്യധാന്യങ്ങളുടെ ലഭ്യതയിൽ വർദ്ധനവുണ്ടായി ട്ടുണ്ട്. ഭക്ഷ്യധാന്യത്തിന്റെ പ്രതിദിന പ്രതിശീർഷ ലഭ്യത 1994-95നും 2004-05 നും ഇടയ്ക്ക് ഇടിഞ്ഞത് 2005 ലെ 422.4 ഗ്രാമിൽ നിന്ന് 2011 ൽ 462.9 ഗ്രാമിലേക്ക് ഉയർന്നു. മിതമായ ഒരു വർദ്ധനവ് മാത്രമാണിത്; പ്രതിദിനം 504 ഗ്രാമായിരുന്ന മുൻകാലത്തെ ഉയർന്ന ലഭ്യതയിൽനിന്നും ഏറെ താഴെയാണിത്.

137. ഭക്ഷ്യസുരക്ഷയുടെ പ്രാപ്യതാമാനത്തിന്റെ കാര്യത്തിലും കുറച്ച് അഭിവൃദ്ധി ഉണ്ടായിട്ടുണ്ട്. ദേശീയ ഗ്രാമീണ തൊഴിലുറപ്പ് നിയമം (NREGA) പാസാക്കിയതും എൻ ആർ ഇ ജി എസിലൂടെ അത് ന ടപ്പാക്കിയതും ഇവിടെ നിർണ്ണായകമായ ഒരു പങ്ക് വഹിച്ചിട്ടുണ്ട്. 2003-04 നും 2007-08 നും ഇടയ്ക്ക് സമ്പദ്ഘടനയിൽ കൂടുതൽ ദ്രുതഗതിയിൽ വളർച്ചയുണ്ടായത് ഇങ്ങനെയാണ്.

138. മൂന്ന് ദേശീയ കുടുംബ ആരോഗ്യ സർവെയിൽനിന്നുള്ള (1992-93, 1998-99, 2005-06) വസ്തുതകൾ വെളിപ്പെടുത്തുന്നത്, പോഷകസൂ ചകങ്ങളിൽ ഗണ്യമായ വർദ്ധനവുണ്ടായിട്ടില്ല എന്നാണ്; 5 വയസ്സോ അതിൽ താഴെയോ പ്രായമുള്ള കുട്ടികളിൽ അനീമിയ ഉള്ളവരു ടെയോ പ്രായത്തിനനുസരിച്ചുള്ള ഭാരം ഇല്ലാത്തവരുടെയോ അനു പാതം അഥവാ 13 വയസ്സിനും 49 വയസ്സിനും ഇടയ്ക്കു പ്രായമുള്ള സ്ത്രീകളിൽ അനീമിയ ബാധിച്ചവരോ രൂക്ഷമായ ഊർജ്ജ കമ്മി അനുഭവിക്കുന്നവരോ ആയവരുടെ അനുപാതമാണ് ഈ സൂചക ങ്ങളിൽ പ്രധാനപ്പെട്ടത്. എന്നാൽ ഇന്ത്യയിൽ ഇത്തരം ഡാറ്റ 2005-06 നുശേഷം നമുക്ക് ലഭ്യമല്ല. ആഗിരണത്തെ സംബന്ധിച്ചുള്ള രണ്ട് ഇൻപുട്ട് സൂചകങ്ങളുടെ ഔദ്യോഗിക ഡാറ്റയുണ്ട്: സുരക്ഷിത കുടി വെള്ള ലഭ്യതയുള്ള കുടുംബങ്ങളുടെ അനുപാതവും ശുചിമുറി ലഭ്യ

തയുള്ള കുടുംബങ്ങളുടെ അനുപാതവും ഈ രണ്ട് ഇൻപുട്ട് സൂചികകളെ സംബന്ധിച്ചുമുള്ള ഔദ്യോഗിക ഡാറ്റയിൽ 2001 നും 2011 നും ഇടയ്ക്ക് കുറേക്കൂടി പരിമിതമായ അഭിവൃദ്ധി ഉള്ളത് വലിയ ആഘോഷത്തിനൊന്നും കാരണമാകുന്നില്ല. കാരണം ഇന്ത്യൻ ജനതയുടെ മഹാഭൂരിപക്ഷത്തിന്റെയും മൊത്തത്തിലുള്ള പോഷകനില അത്രത്തോളം പരിതാപകരമാണ്.

139. നവലിബറൽ പരിഷ്കരണങ്ങൾക്കുകീഴിൽ സമ്പദ്ഘടനയുടെ വളർച്ച ഭക്ഷ്യസുരക്ഷയിലും പോഷകസുരക്ഷയിലും ഗണ്യമായ വർദ്ധനവുണ്ടാക്കിയില്ല. സംഭവിച്ചതുപോലുള്ള ഇത്തരം അഭിവൃദ്ധിപ്പെടുത്തലുകൾ ഭക്ഷ്യസുരക്ഷയ്ക്കായുള്ള ഇടതുരാഷ്ട്രീയ ശക്തികളുടെയും മറ്റുള്ളവരുടെയും സമ്മർദ്ദത്തെ തുടർന്നുള്ള പൊതുവെ ചെലവിടലിന്റെയും സർക്കാർ ഇടപെടലിന്റെയും ഫലമായുണ്ടായതാണ്. നാം കാണുന്ന പോഷകപരമായ അനന്തര ഫലങ്ങളുടെ ദൃഷ്ടാന്തം വെളിപ്പെടുത്തുന്നത് കുട്ടികൾ, സ്ത്രീകൾ, ദളിതർ, ആദിവാസികൾ, മുസ്ലീങ്ങൾ എന്നീ വിഭാഗങ്ങൾക്കിടയിൽ ഗണ്യമായ തോതിൽ ദുരിതങ്ങളുണ്ടെന്നാണ്. ഭക്ഷ്യസുരക്ഷയുടെയും പോഷകസുരക്ഷയുടെയും വിഷയങ്ങളിന്മേൽ പ്രക്ഷോഭങ്ങളുടെയും ബഹുജന പ്രസ്ഥാനങ്ങളുടെയും കാംപെയ്ൻ, സുസ്ഥിരമാക്കേണ്ടത് ആവശ്യമാണ് - പ്രത്യേകിച്ചും, ഭക്ഷ്യസുരക്ഷയുടെ സാമൂഹികവും ലിംഗപരവുമായ മാനങ്ങളിൽ.

ഗവൺമെന്റ് സ്കീമുകൾ

140. ജനങ്ങൾക്ക് എം എൻ ആർ ഇ ജി എയും വനാവകാശനിയമവും നല്കുന്നതുപോലെയുള്ള നിയമാനുസൃതമുള്ള ചില അവകാശങ്ങൾ അനുവദിക്കാൻ ജനകീയസമരങ്ങൾ സർക്കാരിനെ നിർബ്ബന്ധിതമാക്കി. ഉച്ചഭക്ഷണ പദ്ധതിയും ഐ സി ഡി എസും കുറച്ചുകൂടി വിപുലപ്പെടുത്താനും ജനകീയസമ്മർദ്ദങ്ങൾ ഇടയാക്കി. ഈ എല്ലാ ദൃഷ്ടാന്തങ്ങളിലും, നിയമാനുസരണം ലഭിക്കേണ്ട അവകാശങ്ങൾ ലഭിക്കുന്നുവെന്ന് ഉറപ്പുവരുത്താനും കുറേക്കൂടി രാഷ്ട്രീയ മുന്നേറ്റമുണ്ടാക്കാനും ജനങ്ങളെ അണിനിരത്തുന്നതിനുള്ള അവസരം നിലനില്ക്കുന്നുണ്ട്. അതേപോലെ തന്നെ, രാഷ്ട്രീയ കൃഷി വികാസ് യോജന, കാർഷിക സാങ്കേതിക വിദ്യാ മാനേജ്മെന്റ് ഏജൻസി, ദേശീയ ഗ്രാമീണ ഉപജീവന മിഷൻ, ദേശീയ ഭക്ഷ്യസുരക്ഷാ മിഷൻ എന്നിവയുൾപ്പെടെ കൃഷിയുമായി ബന്ധപ്പെട്ട് മറ്റു കുറെ സ്കീമുകളും പരിപാടികളും കർഷക ജനവിഭാഗങ്ങൾക്കും ഗ്രാമീണ കായികത്തൊഴിലാളികൾക്കും നേട്ടമുണ്ടാക്കുന്നുണ്ട് എന്നുറപ്പുവരുത്തുന്നതിനായി സമരം നടത്തുന്നതിനുള്ള അവസരമൊരുക്കുന്നു. നാം ഫലപ്രദമായി ഇടപെടുകയാണെങ്കിൽ അവയെ ജനങ്ങളെ രാഷ്ട്രീയമായി അണിനിരത്തുന്നതിനുള്ള പ്രധാനപ്പെട്ട ഇ

ടമായി മാറ്റാൻ കഴിയും.

സഹകരണ സംഘങ്ങളും മറ്റ് ഇനിഷ്യേറ്റീവുകളും

141. നവലിബറൽ നയങ്ങൾക്കെതിരായ പോരാട്ടത്തിന് ചെറുകിട - ഇടത്തരം കർഷകരെ പ്രാപ്തമാക്കുന്നതിനുള്ള പ്രധാനപ്പെട്ട ഒരു മാർഗ്ഗം അധികാരപദവി കരസ്ഥമാക്കാൻ അവരെ സഹായിക്കലാണ്. ഈ വീക്ഷണത്തോടുകൂടി, സ്വയംസഹായ സംഘങ്ങളുടെയും ഉല്പാദനത്തിന്റെയും സംസ്കരണത്തിന്റെയും മൂല്യവർദ്ധനവിന്റെയും വിപണനത്തിന്റെയും രംഗങ്ങളിൽ കർഷകരുടെ സഹകരണ സംഘങ്ങളുടെയും രൂപീകരണത്തിനുള്ള സാദ്ധ്യത, ആത്മനിഷ്ഠ സാഹചര്യങ്ങൾ അനുകൂലമാകുന്നിടത്തെല്ലാം ആരായേണ്ടതുണ്ട്. ശാസ്ത്രീയ കൂട്ടായ്മകളുമായുള്ള ഇടപെടലുകളിലൂടെ കാർഷിക ഉല്പാദനം വർദ്ധിപ്പിക്കുന്നതിന് കർഷകജനതയെ പ്രാപ്തരാക്കുന്നതിനുള്ള സംവിധാനങ്ങളെക്കുറിച്ചും പരിശോധിക്കണം.

ദാരിദ്ര്യം

142. വരുമാന ദാരിദ്ര്യത്തിന്റെ മതിപ്പു കണക്കിൽ എത്തിച്ചേരുന്നതിന് വരുമാനത്തെയല്ല, ഉപഭോഗച്ചെലവുകളെയാണ് ഇന്ത്യാഗവൺമെന്റ് ആശ്രയിക്കുന്നത്. അങ്ങനെ ഇന്ത്യയിലെ ദാരിദ്ര്യത്തിന്റെ അളവ് നിശ്ചയിക്കുന്നത് ദാരിദ്ര്യത്തെ സംബന്ധിച്ച വളരെ സങ്കുചിതമായ നിർവ്വചനത്തെ ആസ്പദമാക്കിയാണ്. മാന്യമായ ജീവിതത്തിന്റെ അടിസ്ഥാന സൂചകങ്ങളെയോ ഉല്പാദനത്തിലേയും തൊഴിലിലേയും അനിശ്ചിതത്വങ്ങളെയോ ഈ നിർവ്വചനം കണക്കിലെടുക്കുന്നില്ല. ഇപ്പോഴത്തെ ഭരണസംവിധാനത്തിൽ, ദാരിദ്ര്യം കണക്കാക്കുന്നതിന്റെ ലക്ഷ്യം ദീർഘകാല ദാരിദ്ര്യ പ്രവണതകൾ മനസ്സിലാക്കുന്നതിൽനിന്നും ടാർജറ്റ് ചെയ്യപ്പെടുന്ന ക്ഷേമപരിപാടികൾക്കായുള്ള ''അർഹരായ ഗുണഭോക്താക്കളു''ടെ എണ്ണം നിശ്ചയിക്കുന്നതിനും ഫണ്ട് അനുവദിക്കുന്നതിനുമുള്ളതായി മാറിയിരിക്കുകയാണ്. ഇതേ ദാരിദ്ര്യത്തിന്റെ വരുമാന മാനദണ്ഡമാണ്, സബ്സിഡിയോടുകൂടിയ ഭക്ഷ്യധാന്യങ്ങൾക്കും പാർപ്പിടത്തിനും സബ്സിഡിയോടുകൂടിയ വീട് വൈദ്യുതീകരണത്തിനും സ്വയം തൊഴിലിനായുള്ള മൈക്രോക്രെഡിറ്റിനുമുള്ള അർഹത നിർണ്ണയിക്കുന്നതിനും ബാധകമാക്കുന്നത്. ദാരിദ്ര്യരേഖയുടെ ലക്ഷ്യം പൂർണ്ണമായും ബഹിഷ്കാരകമായി (exclusionary) മാറിയിരിക്കുകയാണ്; പൊതുക്ഷേമ പരിപാടികളിൽനിന്നും വലിയ വിഭാഗം ജനങ്ങളെ ഒഴിവാക്കുന്നതിനുള്ള മാനദണ്ഡമാക്കിയിരിക്കുകയാണ്. ഔദ്യോഗികമായി 'ദരിദ്ര'രുടെ എണ്ണം കുറച്ചു കാണിക്കുന്നതിനു ദാരിദ്ര്യരേഖയെ ചുരുക്കിക്കൊണ്ടുവരുന്നതിനുള്ള നിരന്തരമായ നീക്കം നടന്നുവരികയാണ്. ഔദ്യോഗിക ദാരിദ്ര്യരേഖ, പരമ ദരിദ്രമായ അ

വസ്ഥയെയാണ് സൂചിപ്പിക്കുന്നത് എന്നും ക്ഷേമപദ്ധതികൾക്കുള്ള ഗുണഭോക്താക്കളെ കണ്ടെത്തുന്നതിനോ തിരസ്കരിക്കുന്നതിനോ ഈ രേഖയെ ഉപയോഗപ്പെടുത്തുന്നത് തീർത്തും അസ്വീകാര്യമാണെന്നുമുള്ളതാണ് നമ്മുടെ നയം.

143. നവലിബറൽ പരിഷ്കാരങ്ങളുടെ ഈ കാലത്ത് വരുമാന ദാരിദ്ര്യത്തിൽ സ്ഥിരമായ ഇടിവ് ഉണ്ടായിട്ടേയില്ല. കഴിഞ്ഞ രണ്ടു പതിറ്റാണ്ടിലേറെ കാലത്ത് വളരെ വലിയ ജി ഡി പി വളർച്ചാനിരക്ക് ഉണ്ടായിട്ടും ഗ്രാമീണ ദാരിദ്ര്യം കുറയുന്നതിലെ പുരോഗതി തീരെ മന്ദഗതിയിലായത്, ''ധനപരമായ മിതവ്യയ''ത്തിന്റെ അടിസ്ഥാനത്തിൽ ദരിദ്രാനുകൂല ഇടപെടലുകൾ പരിമിതപ്പെടുത്തവെ തന്നെ ഗ്രാമീണ അസമത്വത്തെ രൂക്ഷമാക്കിയ നയങ്ങളുടെ പ്രത്യക്ഷത്തിലുള്ള അനന്തരഫലമാണെന്നതിനു ഊന്നൽ നല്കേണ്ടത് ഏറെ പ്രധാനപ്പെട്ട കാര്യമാണ്.

144. എഫ് എ എസ് സർവ്വെകളിൽനിന്നുള്ള ഫീൽഡ് ഡാറ്റ വെളിപ്പെടുത്തുന്നത് ഒന്നൊഴിയാതെ എല്ലാ ഗ്രാമങ്ങളിലും കായികതൊഴിലാളി കുടുംബങ്ങളിലും ദരിദ്ര കർഷക കുടുംബങ്ങളിലുമുള്ള ഗ്രാമീണ ജനവിഭാഗത്തിലെ ഗണ്യമായ അനുപാതം കടുത്ത ദുരിതത്തിലാണ് കഴിഞ്ഞു കൂടുന്നത് എന്നാണ്; ഏതു പരിഷ്കൃത സമൂഹത്തിലും ഇവരെ തീരെ ദരിദ്രരായി മാത്രമേ പരിഗണിക്കുകയുള്ളൂ.

വിദ്യാഭ്യാസം

145. ഗ്രാമീണ ഇന്ത്യയുടെ സാമൂഹിക - സാമ്പത്തിക പിന്നോക്കാവസ്ഥയുടെ ഒരു വശം ഇന്ത്യൻ ജനസംഖ്യയിലെ വലിയൊരു വിഭാഗത്തെ വിദ്യാഭ്യാസത്തിന്റെയും സയൻസിന്റെയും കാര്യത്തിലെ പിന്നോക്കാവസ്ഥ തുടരുന്നു എന്നതാണ്. ദേശീയാടിസ്ഥാനത്തിൽ സാർവ്വത്രികവും സൗജന്യവും നിർബ്ബന്ധിതവുമായ സ്കൂൾ വിദ്യാഭ്യാസം നടപ്പാക്കുന്നതിലെ വീഴ്ച സ്വാതന്ത്ര്യാനന്തര ഭരണകൂടത്തിന്റെ ഏറ്റവും വലിയ പരാജയങ്ങളിലൊന്നാണ്. വിജ്ഞാനവിരോധവും അന്ധവിശ്വാസവും (പലപ്പോഴും ഇത് പ്രകടമാകുന്നത് നിഷ്ഠുരമായ വിധത്തിലാണ്) ഗ്രാമീണ ജീവിതത്തിന്റെ പല വശങ്ങളിലും ഇപ്പോഴും ആധിപത്യം പുലർത്തുന്നു; ഇത് പൊതുവിൽ ജനങ്ങളുടെയാകെ പുരോഗതിയെ തടസ്സപ്പെടുത്തുന്നു; വിശേഷിച്ചും, സ്ത്രീകൾ ഉൾപ്പെടെയുള്ള സാമൂഹികമായ അടിച്ചമർത്തലിന്റെ ഏറ്റവും വലിയ ഇരകളുടെ പുരോഗതിക്ക് ഇത് പ്രതിബന്ധം സൃഷ്ടിക്കുന്നു.

146. പ്രീ- സ്കൂൾ മുതൽ തുടങ്ങി എല്ലാ തലങ്ങളിലുമുള്ള വിദ്യാഭ്യാസത്തിന്റെ സ്വകാര്യവല്ക്കരണവും വാണിജ്യവല്ക്കരണവും നവലിബറൽ പരിഷ്കാരങ്ങളുടെ ഭാഗമാണ്. വിദ്യാഭ്യാസത്തിനായുള്ള കേന്ദ്ര - സംസ്ഥാന സർക്കാരുകളുടെ സംയുക്ത ചെലവ് ജി ഡി

പിയുടെ 6 ശതമാനമായി ഉയർത്തുമെന്ന യു പി എ ഗവൺമെന്റിന്റെ വാഗ്ദാനം പാലിക്കപ്പെട്ടില്ല; മാത്രമല്ല, അത് 4 ശതമാനംവരെ പോലും എത്തിയുമില്ല. കേന്ദ്ര ഗവൺമെന്റ് വേണ്ടത്ര ധനപരമായ ബാദ്ധ്യത ഏറ്റെടുക്കാത്തതും നിയമപരമായ തുടർനടപടികൾ സ്വീകരിക്കാത്തതുംമൂലം വിദ്യാഭ്യാസ അവകാശം ഏറെക്കുറെ പ്രഹസനമായിരിക്കുകയാണ്.

147. സാമ്പത്തിക വികാസത്തോടുകൂടി, സാക്ഷരതാ നിരക്കിലും സ്കൂൾ പ്രവേശനത്തിലും ഹാജരിലും ഒപ്പം സ്കൂൾ വിദ്യാഭ്യാസത്തിന്റെ താണതലത്തിലും മദ്ധ്യതലത്തിലുമുള്ള സൂചികകളിലും പുരോഗതി ഉണ്ടാകുന്നുണ്ടെങ്കിലും അത് തീരെ മന്ദഗതിയിലാണ്. സാക്ഷരതയ്ക്ക് വലിയ പ്രാധാന്യമൊന്നും നല്കാത്ത സെൻസസ് പ്രകാരംപോലും 2011 ൽ 27.3 കോടി ഇന്ത്യക്കാർ നിരക്ഷരരായിരുന്നു. വിദ്യാഭ്യാസ നേട്ടങ്ങളുടെ എല്ലാ സൂചികകളുടെ കാര്യത്തിലും ധനികരും ദരിദ്രരും തമ്മിലും സവർണ്ണ ഹിന്ദുക്കളും ദളിതർ, ആദിവാസികൾ, മുസ്ലീങ്ങൾ എന്നിവർ തമ്മിലും പുരുഷന്മാരും സ്ത്രീകളും തമ്മിലും നഗരപ്രദേശങ്ങളും ഗ്രാമപ്രദേശങ്ങളും തമ്മിലും വലിയ അന്തരം നിലനില്ക്കുന്നു. ഫൗണ്ടേഷൻ ഫോർ അഗ്രേറിയൻ സ്റ്റഡീസ് നടത്തിയ ഗ്രാമീണ സർവ്വെകളിൽനിന്നുള്ള ഡാറ്റ വെളിപ്പെടുത്തുന്നത് അതിസമ്പന്നരായ 5 മുതൽ 10 ശതമാനം കുടുംബങ്ങൾ ഒഴികെ എല്ലാ വിഭാഗത്തിലും വലിയ തോതിൽ വിദ്യാഭ്യാസപരമായ ദരിദ്രാവസ്ഥ നിലനില്ക്കുന്നുവെന്നാണ്. സർവ്വെ ചെയ്യപ്പെട്ട എല്ലാ വില്ലേജിലെയും പ്രായപൂർത്തിയായ സ്ത്രീകളിൽ പകുതിയോ അതിലുമധികമോ പേർക്ക് ഒരു വർഷത്തെപോലും ഔപചാരിക വിദ്യാഭ്യാസം ലഭിച്ചിട്ടില്ല എന്നാണ്. ഒരു വില്ലേജിലൊഴികെ (ഡാറ്റ പ്രോസസ് ചെയ്യപ്പെട്ട 14 വില്ലേജുകളിൽ) മറ്റൊരിടത്തും 6 വയസ്സിനും 14 വയസ്സിനും ഇടയ്ക്കുള്ളവർ സാർവ്വത്രികമായി സ്കൂളിൽ ഹാജരാകുന്നു പോലുമില്ല.എട്ടുവർഷത്തെ സൗജന്യവും നിർബ്ബന്ധിതവുമായ വിദ്യാഭ്യാസം എന്ന ഭരണഘടനാപരമായ വാഗ്ദാനം സാക്ഷാല്ക്കരിക്കപ്പെടാതെ അവശേഷിക്കുന്നു. അതിസമ്പന്ന കുടുംബങ്ങളിൽ ഒഴികെ (പൊതുവിൽ ദളിതേര, ആദിവാസി ഇതര, പിന്നോക്കവർഗ്ഗ ഇതര ഹിന്ദുക്കളാണ് ഈ വിഭാഗം) മറ്റൊരു വിഭാഗവും സാർവ്വത്രിക സാക്ഷരതയ്ക്കോ സാർവത്രിക സ്കൂൾ ഹാജരാകലിലോ അടുത്തുപോലും എത്തിയിട്ടില്ല.

148. കുറച്ചുവർഷം സ്കൂൾ വിദ്യാഭ്യാസം നേടിയ ചിലരുടെ പഠനഫലം സംബന്ധിച്ച സർവ്വെകളിൽനിന്ന് ലഭ്യമാകുന്ന ദൃഷ്ടാന്തം വെളിപ്പെടുത്തുന്നത് രാജ്യത്തെല്ലായിടത്തും ഇക്കാര്യത്തിലും മോശപ്പെട്ട സ്ഥിതിയാണ് നിലനില്ക്കുന്നത് എന്നാണ്. കഴിഞ്ഞ രണ്ട് പതിറ്റാണ്ടിലേറെക്കാലത്തെ ഉയർന്ന ജി ഡി പി വളർച്ചാ നിരക്കുകൾ, വിദ്യാഭ്യാസപരമായ പിന്നോക്കാവസ്ഥയിൽ - വിശിഷ്യാ ചു

ഷിതവർഗ്ഗങ്ങൾക്കിടയിലും അടിച്ചമർത്തപ്പെട്ട സാമൂഹ്യവിഭാഗങ്ങൾക്കിടയിലും ഗ്രാമപ്രദേശങ്ങളിലെ സ്ത്രീകൾക്കിടയിലും - ഗണ്യമായ കുറവുണ്ടാകാൻ ഇടയായിട്ടില്ല. ഗ്രാമപ്രദേശങ്ങളിലെ നമ്മുടെ പ്രവർത്തനത്തിന്റെ ശ്രദ്ധ കേന്ദ്രീകരിക്കേണ്ടത് അദ്ധ്വാനിക്കുന്ന ജനങ്ങൾക്കിടയിലെ വിദ്യാഭ്യാസപരമായ പിന്നോക്കാവസ്ഥ പരിഹരിക്കുന്ന കാര്യത്തിലായിരിക്കണം.

149. തമിഴ്നാട് പോലെയുള്ള സംസ്ഥാനങ്ങളിൽനിന്നുള്ള ദൃഷ്ടാന്തങ്ങൾ സൂചിപ്പിക്കുന്നത് ഗവൺമെന്റ് സ്കൂളുകളിൽ ചേരുന്നത് കുറയുന്നതായാണ്. ഗുണനിലവാരം സുനിശ്ചിതമല്ലാത്ത സ്വകാര്യ സ്കൂളുകളിലേക്ക്, ഗണ്യമായ ചെലവ് വരുത്തിക്കൊണ്ടുപോലും, തങ്ങളുടെ കുട്ടികളെ അയക്കാനാണ് രക്ഷിതാക്കൾ താല്പര്യപ്പെടുന്നത്. മികച്ച വിദ്യാഭ്യാസ നിലവാരം ഉറപ്പാക്കുന്നതിന് വേണ്ടത്ര എണ്ണം സുശിക്ഷിതരായ അദ്ധ്യാപകരെ നിയമിക്കുന്നതിലും പശ്ചാത്തല സൗകര്യങ്ങൾ ശക്തിപ്പെടുത്തുന്നതിലും ഭരണകൂടം പരാജയപ്പെട്ടിരിക്കുകയാണ്. ''സർക്കാർ സ്കൂളുകളെ ശക്തിപ്പെടുത്തുക; ഗുണനിലവാരമുള്ള വിദ്യാഭ്യാസം ഉറപ്പാക്കുക'' എന്ന മുദ്രാവാക്യം നാം മുന്നോട്ടുവെയ്ക്കണം.

150. കനത്ത വാണിജ്യവല്ക്കരണത്തിന്റെയും സ്വേച്ഛാധിപത്യപരമായ കേന്ദ്രീകരണത്തിന്റെയും വ്യാപകമായ അഴിമതിയുടെയും ഏറ്റവും മോശപ്പെട്ട സ്ഥിതിയിലുള്ള ഇരയായി ഉന്നത വിദ്യാഭ്യാസവും പെട്ടിരിക്കുന്നു. മെഡിക്കൽ കൗൺസിൽ ഓഫ് ഇന്ത്യയുടെയും (എം സി ഐ) ആൾ ഇന്ത്യ കൗൺസിൽ ഫോർ ടെക്നിക്കൽ എഡ്യൂക്കേഷന്റെയും (എ ഐ സി ടി ഇ) അലമാരകൾക്കുള്ളിലുള്ള അസ്ഥികൂടങ്ങൾക്കൊപ്പം അനിയന്ത്രിതവും അഴിമതി നിറഞ്ഞതുമായ സ്വകാര്യ സ്ഥാപനങ്ങൾ ടെർഷ്യറി വിദ്യാഭ്യാസരംഗത്ത് ഭീമമായ ഫീസ് ഈടാക്കിക്കൊണ്ടും വിദ്യാർത്ഥികളുടെയും അദ്ധ്യാപകരുടെയും മറ്റു സ്റ്റാഫിന്റെയും ജനാധിപത്യാവകാശങ്ങളാകെ നിഷേധിച്ചുകൊണ്ടും ഉയർന്ന ചെലവിൽ തീരെ ഗുണനിലവാരമില്ലാത്ത വിദ്യാഭ്യാസം പ്രദാനം ചെയ്തുകൊണ്ടും പൊട്ടിമുളയ്ക്കുന്നത് ഗ്രാമീണ കുടുംബങ്ങളിൽ സ്വാധീനം ചെലുത്തുന്ന വിഷയങ്ങളാണ്; ഇതിനെയും പാർട്ടി കൈകാര്യം ചെയ്യണം.

151. ഗ്രാമീണ ഇന്ത്യയിലെ വിദ്യാഭ്യാസപരമായ പിന്നോക്കാവസ്ഥ ഇങ്ങനെയാണെന്നിരിക്കെ, വിദ്യാഭ്യാസത്തിലെ പൊതുനിക്ഷേപം വേണ്ടത്ര വർദ്ധിപ്പിക്കാൻ സർക്കാർ തയ്യാറാകാതിരിക്കുന്നത്, സ്കൂൾ വിദ്യാഭ്യാസത്തിന്റെപോലും ചെലവ് ദ്രുതഗതിയിൽ വർദ്ധിക്കുന്നത്, ഗവൺമെന്റ് സ്കൂളുകളും നിയന്ത്രണങ്ങളൊന്നുമില്ലാത്ത സ്വകാര്യ സ്ഥാപനങ്ങളും ഒരേപോലെ ഗുണനിലവാരം കുറഞ്ഞ വിദ്യാഭ്യാസം നല്കുന്നത് എന്നിങ്ങനെയുള്ള വിദ്യാഭ്യാസവുമായി ബന്ധപ്പെട്ട വിഷയങ്ങൾ പാർട്ടിയും ബഹുജനസംഘടനകളും ഏ

റ്റെടുക്കണം; മികച്ച വിദ്യാഭ്യാസ സംവിധാനത്തിനായി സാമ്പത്തിക ബുദ്ധിമുട്ടനുഭവിക്കുന്നവരും സാമൂഹ്യമായി അടിച്ചമർത്തപ്പെട്ടവരുമായ ജനവിഭാഗങ്ങളെ ഇതിനായി അണിനിരത്തണം.

ആരോഗ്യം

152. കഴിഞ്ഞ കുറെ വർഷങ്ങളായി, ആയുർദൈർഘ്യം, ശിശുമരണ നിരക്ക്, മാതൃമരണ അനുപാതം എന്നിങ്ങനെയുള്ള ആരോഗ്യ സൂചകങ്ങളിൽ അഭിവൃദ്ധി ഉണ്ടാകുന്നുണ്ട്. എന്നാൽ ഈ അഭിവൃദ്ധിയും ഒപ്പം ഈ സൂചകങ്ങളുടെ മൂല്യങ്ങളും വ്യത്യസ്ത സംസ്ഥാനങ്ങളിൽ വ്യത്യസ്തമായിരിക്കുന്നു; പാർപ്പിട പ്രദേശമനുസരിച്ചും (ഗ്രാമങ്ങളും നഗരങ്ങളും വ്യത്യസ്ത) ലിംഗപരമായും വ്യത്യാസമുണ്ട്. സാമൂഹ്യ വിഭാഗങ്ങൾക്കിടയിൽതന്നെ ഗണ്യമായ വ്യത്യാസങ്ങളുണ്ട്; ഈ വ്യത്യാസങ്ങളിന്മേൽ തെളിവ് ലഭ്യമാണ്.

153. നവലിബറൽ പരിഷ്കാരങ്ങളുടെ കാലത്ത് പൊതുമേഖലയിലെ ആരോഗ്യ സൗകര്യങ്ങളുടെയും സേവനങ്ങളുടെയും ചെറിയൊരു വിപുലീകരണം നടന്നിട്ടുണ്ട്. ആവശ്യവുമായി ബന്ധപ്പെട്ട് നോക്കുമ്പോൾ ഈ വിപുലീകരണം പര്യാപ്തമല്ല; ലഭ്യമായതും എന്നാൽ ബൂർഷ്വാ - ഭൂപ്രഭു ഭരണകൂടം ഇതേവരെ ചൂഷണം ചെയ്തിട്ടില്ലാത്തതുമായ വിഭവസമാഹരണ സാദ്ധ്യതകളുമായി ബന്ധപ്പെട്ടും ഇത് അപര്യാപ്തമാണ്. നവലിബറൽ പരിഷ്കാരങ്ങളുടെ കാലഘട്ടത്തിൽ ആരോഗ്യത്തിനായുള്ള ചെലവിന്റെ കേവല നിലയിൽ വർദ്ധനവുണ്ടായിട്ടുണ്ടെങ്കിലും ആരോഗ്യത്തിനായുള്ള കേന്ദ്ര - സംസ്ഥാന സർക്കാരുകളുടെ കൂട്ടായ ചെലവ് ജി ഡി പിയുടെ ഏകദേശം ഒരു ശതമാനത്തിൽനിന്നും ജി ഡി പി യുടെ രണ്ട് ശതമാനത്തിനും മൂന്ന് ശതമാനത്തിനും ഇടയ്ക്കായി ഉയർത്തുമെന്ന ഒന്നാം യു പി എയുടെ ദേശീയ പൊതുമിനിമം പരിപാടി പൂർത്തിയാക്കപ്പെടാതെ തുടരുകയാണ്.

154. നവലിബറൽ പരിഷ്കാരങ്ങളുടെ കാലത്ത് പൊതുമേഖലയിൽ ആരോഗ്യസൂചകങ്ങളുമായും ആരോഗ്യ പശ്ചാത്തല സംവിധാനങ്ങളുമായും സൗകര്യങ്ങളുമായും ബന്ധപ്പെട്ട് സംഭവിച്ച ഇത്തരം പുരോഗതിയെ അംഗീകരിക്കുകയെന്നാൽ ആരോഗ്യമേഖലയിൽ നവലിബറൽ പരിഷ്കാരങ്ങളുണ്ടാക്കിയ ഗുരുതരമായ നിഷേധാത്മക അനന്തരഫലങ്ങളെ കണ്ടില്ലെന്നു നടിക്കുക എന്നല്ല അർത്ഥമാക്കുന്നത്. നവലിബറൽ നയങ്ങളുടെ പ്രധാന പ്രത്യാഘാതങ്ങളിലൊന്ന് കുടുംബങ്ങളുടെ ആരോഗ്യ പരിചരണ ചെലവ് ഉയർന്നതാണ്. ഇത് ആരോഗ്യ പരിചരണ സൗകര്യങ്ങളുടെ ലഭ്യതയുടെ കാര്യത്തിലും സാമീപ്യത്തിന്റെ അടിസ്ഥാനത്തിലും എന്നപോലെ തങ്ങളുടെ മൊത്തം വരുമാനത്തിലെ ആരോഗ്യ പരിചരണ ചെലവിന്റെ വിഹിതം വർദ്ധിക്കുന്നതിന്റെ അടിസ്ഥാനത്തിലും ഗ്രാമീണ ദരിദ്രരെ

വിശേഷിച്ചും കഠിനമായി ബാധിക്കുന്നു. അതിനുംപുറമേ, അവർക്ക് ഏതെങ്കിലും വിധത്തിലുള്ള ആരോഗ്യ ഇൻഷുറൻസ് പരിമിതമായി മാത്രമേ ലഭ്യമാകുന്നുള്ളൂ. ഔദ്യോഗിക ഡാറ്റ പ്രകാരംപോലും, ആശുപത്രിയിൽ കിടത്തി ചികിത്സിക്കാതെയുള്ള ആരോഗ്യ പരിചരണത്തിന് അവനവന്റെ കീശയിൽനിന്ന് ഗ്രാമീണ കുടുംബങ്ങൾക്ക് ചെലവഴിക്കേണ്ടി വരുന്നതിന്റെ ശതമാനം ഗ്രാമീണ കുടുംബങ്ങളെ സംബന്ധിച്ച് 2005 ൽ 61 ആയിരുന്നത് 2012 ൽ 79 ശതമാനമായി വർദ്ധിച്ചതായാണ് റിപ്പോർട്ടു ചെയ്യപ്പെടുന്നത്. 2000 ത്തിനും 2012 നുമിടയ്ക്ക് ഇത്തരം ചെലവുകൾ സംബന്ധിച്ച് റിപ്പോർട്ടു ചെയ്യപ്പെടുന്ന ഗ്രാമീണ കുടുംബങ്ങളുടെ അനുപാതം ഏറ്റവും ദരിദ്രരായ 20 ശതമാനത്തെ സംബന്ധിച്ചിടത്തോളം 51 ശതമാനത്തിൽനിന്നും 73 ശതമാനമായും പട്ടികജാതി കുടുംബങ്ങളെ സംബന്ധിച്ചിടത്തോളം 58 ശതമാനത്തിൽനിന്നും 76 ശതമാനമായും മുസ്ലീം കുടുംബങ്ങളെ സംബന്ധിച്ചിടത്തോളം 67 ശതമാനത്തിൽനിന്നും 83 ശതമാനമായും വർദ്ധിച്ചതായാണ്. ഗ്രാമീണ കുടുംബങ്ങളിൽ പ്രതിമാസം ഓരോ കുടുംബാംഗവും ആരോഗ്യസംരക്ഷണത്തിനായി സ്വന്തം കീശയിൽനിന്നുമുള്ള ചെലവുകൾ ദ്രുതഗതിയിൽ വർദ്ധിച്ചുവരികയാണ്; 2000 ത്തിലേതിനെക്കാൾ ഇത് 2012 ൽ 60 ശതമാനത്തോളം ഉയർന്നിട്ടുണ്ട്. കേവലാടിസ്ഥാനത്തിലും കുടുംബച്ചെലവിന്റെ വിഹിതമെന്ന നിലയിലും ആരോഗ്യ പരിചരണ ചെലവ് വർദ്ധിക്കുന്നത് നാട്ടിൻപുറങ്ങളിലെ കർഷകജനസാമാന്യത്തിന്റെ എന്ന പോലെ കായികത്തൊഴിലാളികളുടെയും കൈത്തൊഴിൽകാരുടെയും കുടുംബങ്ങൾ നേരിടുന്ന ഉപജീവനത്തിന്റെ പ്രതിസന്ധിയിലെ ഒരു ഘടകമാണ്. നമ്മുടെ പാർട്ടിയെയും ബഹുജനസംഘടനകളെയും സംബന്ധിച്ചിടത്തോളം, വിശിഷ്യാ നാട്ടിൻപുറങ്ങളിലും ഗ്രാമീണദരിദ്രർക്കിടയിലും, ബഹുജനങ്ങളെ പ്രക്ഷോഭത്തിനായി അണിനിരത്താനുള്ള ഒരു പ്രധാന സംഗതി ആയിരിക്കണം ഇത്.

155. ഇപ്പോഴത്തെ നയം, ആരോഗ്യനയത്തിൽ രോഗപ്രതിരോധത്തെ കൂടുതൽ അരികുവല്ക്കരിക്കുന്നതാണ്. കുടിവെള്ളം, ശുചീകരണം, പോഷകാഹാരം എന്നിവയ്ക്കായുള്ള ചെലവഴിക്കലിനുള്ള വകയിരുത്തലിലെ പുരോഗതി ദയനീയമായവിധം അപര്യാപ്തമായി തുടരുന്നു. പ്രാഥമികമായും പ്രതിരോധപരമായും പ്രോത്സാഹനപരമായുമുള്ള ആരോഗ്യപരിചരണത്തിനായും ആരോഗ്യപരിചരണത്തിലെ ജാതീയമായും ലിംഗപരമായ ഗ്രാമ - നഗരാടിസ്ഥാനത്തിലും മേഖലാതലത്തിലുമുള്ള ആരോഗ്യപരിചരണത്തിലെ അസമത്വങ്ങൾ കൈകാര്യം ചെയ്യുന്നതിൽ പ്രത്യേക ശ്രദ്ധ ചെലുത്തുന്നതിനായും നാം ജനകീയ കാംപെയ്ൻ സംഘടിപ്പിക്കണം.

കുടുംബ സൗകര്യങ്ങൾ

156. 1948 ലെ മനുഷ്യാവകാശങ്ങൾ സംബന്ധിത സർവ്വലോക പ്രഖ്യാപനത്തിൽ ഇങ്ങനെ പ്രസ്താവിക്കുന്നു: ''അവനവന്റെയും സ്വന്തം കുടുംബത്തിന്റെയും ആരോഗ്യത്തിനും ക്ഷേമത്തിനും വേണ്ടത്ര ജീവിത നിലവാരത്തിനുള്ള അവകാശം ഓരോരുത്തർക്കുമുണ്ട്''. പാർപ്പിടവുമായി ബന്ധപ്പെട്ട് ഗ്രാമീണ ഇന്ത്യയിലെ ഇന്നത്തെ അവസ്ഥ ഈ അവകാശത്തിന്റെ നഗ്നമായ ലംഘനം ഉൾപ്പെടുന്നതാണ്. 2011 ലെ സെൻസസ് അനുസരിച്ച്, 650 ലക്ഷം ഗ്രാമീണ കുടുംബങ്ങൾ ഓലപ്പുരകളിലാണ് പാർക്കുന്നത് (ഓലയും മുളയും പോലുള്ള താല്ക്കാലിക വസ്തുക്കൾ ഉപയോഗിച്ചുള്ളവ); 790 ലക്ഷം പേർക്ക് ഉറപ്പുള്ള ഭിത്തികളുള്ള വീടുകളില്ല; 10.6 കോടി ഗ്രാമീണരുടെ വീടുകളുടെ തറ മണ്ണ് കൊണ്ടുള്ളതാണ്. ദളിതർ, ആദിവാസികൾ, മുസ്ലീങ്ങൾ എന്നീ വിഭാഗങ്ങളിൽപെട്ടവരുടെ പാർപ്പിടങ്ങളുടെ അവസ്ഥ മറ്റു സാമൂഹിക വിഭാഗങ്ങളിൽനിന്നുള്ള കുടുംബങ്ങളുടേതിൽനിന്നും ദയനീയമാണ്. 950 ലക്ഷത്തിലേറെ ഗ്രാമീണ കുടുംബങ്ങൾ താമസിക്കുന്നത് തിങ്ങിഞെരുങ്ങിയ സാഹചര്യങ്ങളിലാണ്; അതായത് രണ്ടിലേറെ ആളുകൾ ഒരു മുറിയിൽ താമസിക്കുന്നു; തൊഴിലാളികളുടെ പാർപ്പിടത്തിനായുള്ള ഇന്റർനാഷണൽ ലേബർ ഓഫീസ് ശുപാർശ ചെയ്യുന്ന മാനദണ്ഡം ഒരു മുറിയിൽ രണ്ടാൾ എന്നാണ്.

157. പാർപ്പിടം എന്നാൽ വെറുമൊരു മേല്ക്കൂരയും നാല് ചുവരുകളും എന്നല്ല അർത്ഥമാക്കുന്നത്; മറിച്ച് ശുചിമുറികൾ, കുടിവെള്ളം, വൈദ്യുതി എന്നിവയ്ക്കുള്ള സൗകര്യങ്ങളും ഉണ്ടായിരിക്കണം. ആറ് സംസ്ഥാനങ്ങളിലെ 15 വില്ലേജുകളിൽനിന്നുള്ള വില്ലേജ് സർവ്വെ ഡാറ്റയാണ് ചുവടെ ചേർക്കുന്ന മാനദണ്ഡങ്ങളോടുകൂടിയ വീടുകളുടെ എണ്ണം കണക്കാക്കാൻ ഉപയോഗിക്കുന്നത്. പക്കാ മേല്ക്കൂരയും ചുവരും തറയും രണ്ട് മുറിയുമുള്ള വീട്; വീട്ടിനുള്ളിലോ, തൊട്ടടുത്തോ കുടിവെള്ളം ലഭിക്കാനുള്ള സാദ്ധ്യത, വൈദ്യുതി, നല്ല നിലയിലുള്ള കക്കൂസ്, സർവ്വെ ചെയ്യപ്പെട്ട വില്ലേജുകളിൽ, ദളിത് കുടുംബങ്ങൾ താമസിക്കുന്ന 94 ശതമാനം പാർപ്പിടങ്ങളും, മുസ്ലീം കുടുംബങ്ങൾ താമസിക്കുന്ന 96 ശതമാനം പാർപ്പിടങ്ങളും, ആദിവാസി കുടുംബങ്ങൾ താമസിക്കുന്ന 100 ശതമാനം പാർപ്പിടങ്ങളും ഈ പ്രത്യേക മാനദണ്ഡങ്ങൾക്കുള്ളിൽ വരുന്നില്ല. മറ്റു പ്രത്യേക ഗ്രൂപ്പുകളിൽ 78 ശതമാനം കുടുംബങ്ങളും ഈ മാനദണ്ഡങ്ങൾ പ്രകാരമുള്ളതല്ലാത്ത വീടുകളിലാണ് താമസിക്കുന്നത്. ചുരുക്കത്തിൽ, ആരോഗ്യത്തിനായും ക്ഷേമത്തിനായും അനുപേക്ഷണീയ ആവശ്യകതയായ വേണ്ടത്ര പാർപ്പിടങ്ങളുടെ അടിസ്ഥാനത്തിൽ വൻതോതിലുള്ള പൊതുദുരിതത്തിന്റേതാണ് ചിത്രം. നവലിബറലിസം അവകാശപ്പെടുന്നതുപോലുള്ള 'ഉയർന്ന' ജി ഡി പി

വളർച്ചയുണ്ടായ രണ്ടു പതിറ്റാണ്ടിലേറെക്കാലത്തെ സ്ഥിതി പോലും ഇതാണ്. പാർപ്പിടത്തിന്റെയും മറ്റു സൗകര്യങ്ങളുടെയും വിഷയങ്ങൾ ഗ്രാമപ്രദേശങ്ങളിലെ രാഷ്ട്രീയ പ്രവർത്തനത്തിന്റെ അജൻഡയുടെ ഒരു പ്രധാന ഭാഗമായി മാറേണ്ടതുണ്ട്.

കാലാവസ്ഥാ വ്യതിയാനം, കൃഷി, ഗ്രാമീണ ദുരന്ത നിവാരണം

158. കൃഷിയെ സംബന്ധിച്ചിടത്തോളം ഉൽക്കണ്ഠപ്പെടുത്തുന്ന പുതിയതും സുപ്രധാനവുമായ ഒരു വിഷയം കാലാവസ്ഥാ വ്യതിയാനത്തിന്റെ ഭീഷണിയിൽനിന്നും ഉയർന്നുവരുന്നതാണ്. കാർഷിക ഉല്പാദനത്തിന്മേൽ അത് മൊത്തത്തിൽ ഗുരുതരമായ പ്രതികൂല സ്വാധീനം ചെലുത്തുന്നുണ്ട് - വിശിഷ്യാ കർഷക ജനവിഭാഗത്തിന്റെയും ഗ്രാമീണ കായികത്തൊഴിലാളികളുടെയും ജീവിതത്തെയും അവരുടെ ഉപജീവന മാർഗ്ഗത്തെയും ബാധിക്കുന്നു. കാലാവസ്ഥാ വ്യതിയാനത്തിന്റെ ഏറെക്കുറെ പ്രധാനപ്പെട്ട അനന്തരഫലം രൂക്ഷമായ കാലാവസ്ഥാ ഘടകങ്ങൾക്കുള്ള സാദ്ധ്യത വർദ്ധിക്കുന്നതാണ് - അഥവാ പ്രകൃതിക്ഷോഭവുമായി ബന്ധപ്പെട്ട ദുരന്തങ്ങളുടെ രൂക്ഷത വർദ്ധിക്കുന്നതാണ്. ലോകത്തിന്റെ ചില ഭാഗങ്ങളിൽ ഇവ ഇതിനകം തന്നെ ശാസ്ത്രീയമായി തെളിയിക്കപ്പെട്ടിട്ടുണ്ട്.

159. കാലാവസ്ഥാ വ്യതിയാനത്തിന് കാർഷികോല്പാദനത്തിന്മേൽ നിരവധി പ്രത്യാഘാതങ്ങളുണ്ടാക്കാൻ കഴിയും - ഊർപ്പലഭ്യതയിന്മേലുണ്ടാക്കുന്ന അനന്തരഫലങ്ങൾ, കീടങ്ങൾ, കളകൾ, പോഷക ലഭ്യത എന്നിവ ഉൾപ്പെടെ പ്രത്യക്ഷവും പരോക്ഷവുമായ നിരവധി പ്രത്യാഘാതങ്ങളുണ്ടാക്കുന്നുണ്ട്. ഇവയെല്ലാം തന്നെ കാർഷികോല്പാദനത്തെ പ്രതികൂലമായി ബാധിക്കുന്നുണ്ട്. ഗോതമ്പിന്റെ വളർച്ചയുടെ സീസണിൽ താപനിലയിൽ 2 ഡിഗ്രി സെന്റിഗ്രേഡ് വർദ്ധിക്കുന്നത് അതിന്റെ വളർച്ച മുരടിപ്പിക്കും; തന്മൂലം ഹെക്ടറൊന്നിന് ഏകദേശം 0.75 ടൺ വിള നഷ്ടം ഉണ്ടാക്കുന്നു. മറ്റു നിരവധി വിളകൾക്കും സമാനമായ ഫലങ്ങൾ ഉണ്ടാക്കുന്നുണ്ട്. ഇന്ത്യയിൽ ശരാശരി വാർഷിക താപനില സ്ഥിരമായി വർദ്ധിച്ചുവരികയാണ് - രാജ്യത്തിന്റെ വിവിധ ഭാഗങ്ങളിൽ 0.8 ഡിഗ്രി സെന്റിഗ്രേഡ് മുതൽ 1.2 ഡിഗ്രി സെന്റിഗ്രേഡ് വരെ പ്രതിവർഷം വർദ്ധിക്കുന്നുണ്ട്. എന്നാൽ, ആഗോളതാപനംമൂലമുള്ള കാര്യമായ ഒരു മാറ്റവും ഇന്ത്യൻ മൺസൂണുമായി ബന്ധപ്പെട്ട് ഇതേവരെ സംഭവിച്ചിട്ടുള്ളതായി തോന്നുന്നില്ല. രാജ്യത്തെ 36 കാലാവസ്ഥാ സബ്ഡിവിഷനുകളിൽ മൂന്നെണ്ണത്തിൽ മൊത്തം മൺസൂൺ മഴ ലഭ്യതയിൽ മാറ്റങ്ങളും മഴ പെയ്യുന്നതിൽ ചില പ്രാദേശിക മാറ്റങ്ങളും ഉണ്ടാകുന്നതായി ശ്രദ്ധിക്കപ്പെടുന്നുണ്ട്.

160. ഇന്ത്യയിലെ കാർഷിക ഉല്പാദനത്തിൽ കാലാവസ്ഥാ വ്യതിയാനം

ഇതിനകം എന്തെങ്കിലും ഗുരുതരമായ പ്രത്യാഘാതം ഉണ്ടാക്കിയിട്ടുണ്ടോ? ഉത്തരം പ്രധാനമായും ഇല്ല എന്നാണ്. എന്നാൽ ചില പ്രത്യാഘാതങ്ങൾ ദൃശ്യമാകുന്ന ചില കേസുകളുണ്ട്. ഹിമാചൽ പ്രദേശിലെ ആപ്പിൾ ഉല്പാദനം സമുദ്രനിരപ്പിൽനിന്നും ഉയരം കൂടിയ ജില്ലകളിലേക്കു ഗണ്യമായി മാറിയിട്ടുണ്ട്; കാരണം ഉയരം (altitude) കുറഞ്ഞ ജില്ലകളിൽ ശീതകാല താപനില വർദ്ധിച്ചിരിക്കുകയാണ്. ഇത് വിള ഉല്പാദനക്ഷമതയിലും ഗുണനിലവാരത്തിലും സമുദ്രനിരപ്പിൽനിന്നുള്ള ഉയരം കുറവായ ജില്ലകളിൽ ഇടിവുണ്ടാകുന്നതിന് ഇടയാക്കിയിട്ടുണ്ട്. പശ്ചിമ ബംഗാളിൽ കുളങ്ങളിലെ കാർപ്പ് മത്സ്യകൃഷിയിൽ പ്രജനനകാലത്തിന്റെ ദൈർഘ്യം ഗണ്യമായി കൂടിയത് (ഒരു മാസത്തിലേറെയായി) വേനല്ക്കാലം തുടങ്ങുന്നതിനുമുൻപുള്ള മാസങ്ങളിൽ താപനില വർദ്ധിക്കുന്നതുമൂലം ഉല്പാദനക്ഷമതാ വർദ്ധനവിന് ഇടയാക്കുന്നു. എന്നാൽ, പിന്നെയും താപനില കൂടുന്നത് വേനൽക്കാല മാസങ്ങളിൽ നഷ്ടമുണ്ടാക്കുകയും ചെയ്യുന്നു. 1995 നുശേഷം പഞ്ചാബിലും ഹരിയാനയിലും ഉത്തരപ്രദേശിലും റാബി ഗോതമ്പ് ഉല്പാദനക്ഷമത വളർച്ച കുറഞ്ഞതിലും കാലാവസ്ഥാ വ്യതിയാനത്തിനു ഒരു പങ്കുണ്ടാകാനിടയുണ്ട്.

161. കാർഷിക സമ്പദ്ഘടനയിൽ നിലനില്ക്കുന്ന ഉല്പാദന ബന്ധങ്ങൾക്കുകീഴിൽ കാലാവസ്ഥയുമായി ബന്ധപ്പെട്ട തകരാറുകൾ, ഭൂപ്രഭുക്കളെയും ധനിക കർഷകരെയും ബാധിക്കുന്നതിനെക്കാളേറെ ചെറുകിട കർഷകരെയാണ് ദോഷകരമായി ബാധിക്കുന്നത്. പ്രകൃതിക്ഷോഭങ്ങളുടെയും സാമ്പത്തിക ശിഥിലീകരണത്തിന്റെയും കാര്യത്തിലും സ്ഥിതി അതുതന്നെയാണ്. കാലാവസ്ഥാ വ്യതിയാനത്തിന്റെ സ്വാധീനം കർഷകജനവിഭാഗത്തെ ബാധിക്കാനുള്ള സാദ്ധ്യതയുടെ ഗുരുതരാവസ്ഥ അംഗീകരിക്കുമ്പോൾ തന്നെ, ഈ പ്രശ്നത്തിന്റെ പരിഹാരം സ്ഥിതി ചെയ്യുന്നത് കാർഷികബന്ധങ്ങളിലെ മാറ്റത്തിലാണെന്നും കർഷകജനതയ്ക്ക് സർക്കാരിൽനിന്നും വേണ്ടത്ര പിന്തുണ നല്കുന്നതിലാണെന്നുമുള്ള വസ്തുത നാം എടുത്തു കാണിക്കണം.

162. സുസ്ഥിരമായ കൃഷിയെ ചെറുകിട കൃഷിയായി അടയാളപ്പെടുത്തരുത്. ചെറുകിട ഉല്പാദനത്തെ കൂടുതൽ കാര്യക്ഷമമെന്ന രീതിയിലോ പാരിസ്ഥിതികമായി കൂടുതൽ സുസ്ഥിരമെന്ന നിലയിലോ കാല്പനികവല്ക്കരിക്കാൻ പാടില്ല. സുസ്ഥിരകൃഷിക്കായുള്ള ഏതു കാഴ്ചപ്പാടും കാർഷിക ഉല്പാദനത്തിന്റെ സാമ്പത്തികമായ ജയസാദ്ധ്യത എന്ന പോലെ തന്നെ പാരിസ്ഥിതിക സംരക്ഷണവും ഒരേ പോലെ ഉൾപ്പെടുന്നതായിരിക്കണം; അതേസമയം ഉല്പാദന ബന്ധങ്ങളിലും നിക്ഷേപ വർദ്ധനയിലുമുള്ള മാറ്റങ്ങളിലൂടെ കൃഷിയിൽ ഉല്പാദനശക്തികളുടെ വളർച്ചയുടെ ആവശ്യകത അം

ഗീകരിക്കുകയും വേണം. സുസ്ഥിരകൃഷിയെ സംബന്ധിച്ച ഈ ധാരണ, ഗാഡ്ഗിൽ കമ്മിറ്റിയും കസ്തൂരിരംഗൻ കമ്മിറ്റിയും ഉന്നയിച്ച വിഷയങ്ങളോടുള്ള നമ്മുടെ സമീപനത്തിനു വഴികാട്ടുന്നതുമാകണം.

163. പ്രകൃതിക്ഷോഭങ്ങളും ദുരന്തങ്ങളും മുൻകാലങ്ങളിലും ഉണ്ടായിട്ടുണ്ടെങ്കിലും രൂക്ഷമായ സംഭവങ്ങൾ ഉണ്ടാകുന്നതിനുള്ള സാദ്ധ്യത കാലാവസ്ഥാ വ്യതിയാനം ഗണ്യമായി വർദ്ധിപ്പിക്കുന്നത് ഗ്രാമീണ ദുരന്ത നിവാരണ വിഷയത്തിന്റെ അടിയന്തര സ്വഭാവത്തെ കൂടുതൽ വർദ്ധിപ്പിക്കുന്നു. കാർഷികോല്പാദനത്തിൽ ഇത്തരം ദുരന്തങ്ങൾ - അത് മനുഷ്യൻ സൃഷ്ടിച്ചതായാലും പ്രകൃതി പ്രതിഭാസമായാലും - സൃഷ്ടിക്കുന്ന ആഘാതവും വിവിധ വിഭാഗം ഗ്രാമീണ ജനതയെ അത് ബാധിക്കുന്ന രീതിയും നിലവിലുള്ള സാമ്പത്തിക - സാമൂഹികക്രമത്തെയാണ് മുഖ്യമായും ആശ്രയിച്ചിരിക്കുന്നത്. ഇന്ത്യയിൽ, വെള്ളപ്പൊക്കങ്ങൾ മാത്രം ഓരോ വർഷവും ശരാശരി 324.3 ലക്ഷം ആളുകളെ ബാധിക്കുന്നു (1953 മുതൽ 2011 വരെ ഡാറ്റ കേന്ദ്ര ജല കമീഷനിൽ നിന്നു ലഭിച്ചത്); ഇതു ബാധിച്ച പ്രദേശത്തിന്റെ ശരാശരി വിസ്തീർണ്ണം 72.25 ലക്ഷം ഹെക്ടറാണ്; ഇതിനുള്ളിൽ ഓരോ വർഷവും നാശനഷ്ടങ്ങൾക്കിരയാകുന്ന കൃഷി ചെയ്തിരുന്ന സ്ഥലത്തിന്റെ വിസ്തീർണ്ണം 37.89 ലക്ഷം ഹെക്ടറാണ്. ഏറ്റവും കൂടുതൽ പ്രദേശത്തെ കൃഷിയെ ബാധിച്ച ഒരു വർഷം 2005 ആയിരുന്നു. 120 ലക്ഷത്തിലേറെ ഹെക്ടർ പ്രദേശത്തെ കൃഷിയെയാണ് അന്ന് വെള്ളപ്പൊക്കം ബാധിച്ചത്. ദുരന്തബാധിത പ്രദേശത്തിന്റെ മൊത്തം വിസ്തീർണ്ണം, എത്ര പേരെ അതു ബാധിച്ചു, ജീവൻ നഷ്ടപ്പെട്ടത് എത്ര പേർക്ക്, എത്ര കന്നുകാലികൾ നഷ്ടപ്പെട്ടു, തകർന്ന വീടുകളുടെ എണ്ണമെത്ര എന്നിങ്ങനെയുള്ള മറ്റു നിരവധി സൂചകങ്ങളുടെയെല്ലാം അനന്തരഫലങ്ങൾ ഏറ്റവും വർദ്ധിച്ചിരുന്നത് 1970 കളുടെ ഒടുവിലാണ്. ആളുകളുടെ ജീവൻ നഷ്ടപ്പെട്ടതും കന്നുകാലികൾ നഷ്ടപ്പെട്ടതും ഇത്തരം മറ്റെല്ലാ നഷ്ടങ്ങളും ആപേക്ഷികമായി കുറവാണെങ്കിലും വിള ഉല്പാദനത്തെ പ്രതികൂലമായി ബാധിച്ച ഭൂവിസ്തൃതി വളരെ ഉയർന്ന നിലയിൽതന്നെ തുടരുകയാണ്.

164. പ്രകൃതിക്ഷോഭങ്ങളുടെ അപകടസാദ്ധ്യത കുറയ്ക്കുന്നതിലും കാർഷികോല്പാദനത്തിലെ നഷ്ടത്തിനു മതിയായ നഷ്ടപരിഹാരം നല്കുന്നതിലുമുള്ള ഇന്ത്യയുടെ റിക്കാർഡ് വളരെ മോശപ്പെട്ടതാണ്. കൃഷി നാശത്തിനുള്ള നഷ്ടപരിഹാരം ആവശ്യമായത്ര അല്ല. സർവ്വോപരി, കുടികിടപ്പുകാർക്ക് നഷ്ടപരിഹാരം നല്കുന്ന പതിവുമില്ല. തൊഴിൽദിനങ്ങൾ നഷ്ടപ്പെടുന്നതിന്റെ ഭാഗമായി പൊതുവിൽ ഗ്രാമീണ തൊഴിലാളികൾക്ക് നഷ്ടപരിഹാരം നല്കാറില്ല. ദരിദ്ര കർഷകരെയും ഇടത്തരം കർഷകരെയും ഗ്രാമീണ കായികത്തൊഴിലാളികളെയും പ്രകൃതിക്ഷോഭങ്ങളുടെ അനന്തരഫലങ്ങൾ

ആനുപാതികമായിട്ടല്ല ബാധിക്കുന്നത്.

165. നദീജലമോ കടൽവെള്ളമോ കരയിലേക്ക് കയറുന്നതുമൂലമുണ്ടാകുന്ന വെള്ളപ്പൊക്കത്തിൽനിന്ന് ആനുപാതികമായിട്ടല്ലാതെയാണ് ഗ്രാമീണ കുടുംബങ്ങൾ ദുരിതമനുഭവിക്കുന്നത് എന്നാണ് ദേശീയ സാമ്പിൾ സർവ്വെ ഡാറ്റ വെളിപ്പെടുത്തുന്നത്. ഗ്രാമപ്രദേശങ്ങളിൽ തറ വിസ്തീർണ്ണം തീരെ കുറഞ്ഞ വീടുകളുടെ എണ്ണം വളരെയേറെയാണ്; വെള്ളപ്പൊക്കംമൂലമുണ്ടാകുന്ന തകർച്ചകളും അതേപോലെ തന്നെ വളരെയധികമാണ്. നദികൾ കരകവിഞ്ഞൊഴുകുന്നതുമൂലമോ കടൽവെള്ളം കരയിലേക്കു കയറിയതുമൂലമോ വെള്ളപ്പൊക്കം ബാധിച്ചവർക്കിടയിൽ പ്രതിമാസ പ്രതിശീർഷചെലവ് ഏറ്റവും കുറവുള്ള വിഭാഗങ്ങളിൽനിന്നുള്ളവരെയാണ് ഏറ്റവും അധികം പ്രതികൂലമായി ബാധിക്കുന്നത്.

166. ദുരന്തസാഹചര്യത്തിൽ ആശ്വാസമെത്തിക്കുന്നതിനുള്ള വ്യവസ്ഥ, വീണ്ടെടുപ്പിനും പുനരധിവാസത്തിനും മതിയായ നടപടികൾ വേണ്ടത്ര ഇല്ലാത്തത്, ദുരന്തങ്ങളിൽ അപകട സാദ്ധ്യത കുറയ്ക്കുന്നതിനുള്ള നടപടികൾ വേണ്ടത്ര ഇല്ലാത്തത് എന്നിവയെല്ലാമാണ് ഗ്രാമീണജനതയെ ഏറെ ആശങ്കപ്പെടുത്തുന്ന ഗുരുതരമായ വിഷയങ്ങളാണ് ഇവയെല്ലാം. എന്നാൽ, നാട്ടിൻപുറങ്ങളിലെ ദരിദ്രർക്കുമേൽ ദുരന്തങ്ങളുടെ ആനുപാതികമല്ലാത്ത പ്രത്യാഘാതമുണ്ടാകുന്നതിന്റെയും അവരുടെ ക്ഷേമം നഷ്ടമാകുന്നതിന്റെയും കാരണം വെറും പരിസ്ഥിതിയുമായി ബന്ധപ്പെട്ടുള്ളതു മാത്രമല്ല, നേരെമറിച്ച്, നാട്ടിൻപുറത്തെ സാമൂഹിക - സാമ്പത്തികക്രമത്തിന്റെ ഘടനയാണ് ദുരന്തങ്ങൾ ദരിദ്രർക്കുമേൽ അസമമല്ലാത്ത പ്രത്യാഘാതമുണ്ടാക്കുന്നതിന് നിദാനം.

167. ദുരന്തങ്ങളുണ്ടാകുമ്പോൾ നാം ജനങ്ങൾക്കൊപ്പം നില്ക്കണം; കഴിയാവുന്നിടത്തോളം നാം അവരെ സഹായിക്കണം. ദുരന്തങ്ങൾ ഉണ്ടാകുന്നതും അതുമൂലമുണ്ടാകുന്ന നാശനഷ്ടങ്ങളും തമ്മിലുള്ള ബന്ധങ്ങളെക്കുറിച്ചും അവ ദരിദ്രർക്കുമേൽ വലിയ പ്രത്യാഘാതം സൃഷ്ടിക്കുന്നതും പാരിസ്ഥിതിക പ്രശ്നങ്ങൾ ശമിപ്പിക്കുന്നതിലും തടയുന്നതിലും ശ്രദ്ധ ചെലുത്താത്ത നവലിബറൽ നയങ്ങളും തമ്മിലുള്ള ബന്ധത്തെക്കുറിച്ചും ജനങ്ങളെ പഠിപ്പിക്കുന്നതിന് നാം ഫലപ്രദമായി കാംപെയ്ൻ ചെയ്യണം.

VI. സംഗ്രഹവും ഉപസംഹാരവും

168. ഇന്ത്യയിലെ പ്രമുഖ കാർഷികവർഗ്ഗങ്ങളുടെ സാമൂഹിക സാമ്പത്തിക സ്വഭാവങ്ങളിലെ മാറ്റങ്ങളെക്കുറിച്ച്, വിശിഷ്യാ 1991 ൽ മുതലാളിത്ത ഉദാരവല്ക്കരണത്തിന്റെയും ആഗോളവല്ക്കരണത്തിന്റെയും നയങ്ങൾ അവതരിപ്പിക്കുകയും തീവ്രമാക്കുകയും ചെയ്തശേഷമുള്ള മാറ്റങ്ങളെക്കുറിച്ച് വിവരിക്കുന്നതിനും വി

ശകലനംചെയ്യുന്നതിനുമാണ് ഈ റിപ്പോർട്ട് ശ്രമിച്ചത്.

169. നവലിബറൽ സാമ്പത്തികനയം നടപ്പാക്കിയതിന്റെ ഫലമായി അവതരിപ്പിക്കപ്പെട്ട പൊതുവിലുള്ള പ്രധാന മാറ്റങ്ങളിൽ ചിലതാണ് ഞങ്ങൾ ആദ്യം ചുരുക്കമായി അവതരിപ്പിച്ചത്. (ഖണ്ഡിക 4)

ഉല്പാദനശക്തികൾ

170. നാട്ടിൻപുറങ്ങളിൽ ഉല്പാദനശക്തികളുടെ വികാസത്തിൽ സമീപകാലത്തുണ്ടായ മാറ്റങ്ങളെക്കുറിച്ചാണ് റിപ്പോർട്ട് തുടർന്ന് ചർച്ച ചെയ്യുന്നത്. (ഖണ്ഡിക 6–10). ഈ ഭാഗത്തിന്റെ പ്രധാനപ്പെട്ട ഒരു വശം (ഈ റിപ്പോർട്ടിലുടനീളം അവതരിപ്പിക്കപ്പെട്ടിട്ടുള്ള വിഷയവും) കാർഷിക പ്രതിസന്ധി വർഗ്ഗങ്ങൾ, വിളകൾ, പ്രദേശങ്ങൾ, കാലഘട്ടം എന്നീ നിലകളിൽ വേർതിരിച്ച് കാണുന്നുണ്ട് എന്നതാണ്. ഇത് ഈ കാലഘട്ടത്തിലുടനീളം ഏറ്റവുമധികം ദോഷകരമായി ബാധിച്ചത്, സർവ്വോപരി, ദരിദ്രരും ഇടത്തരക്കാരുമായ കർഷക ജന സാമാന്യത്തെയും കായികത്തൊഴിലാളികളെയുമാണ്. കൂടുതൽ വിശദീകരിച്ച് പറയുകയാണെങ്കിൽ, 1991 മുതൽ 1997 വരെയുള്ള കാലഘട്ടം ഉദാരവല്ക്കരണത്തിന്റെ ആദ്യഘട്ടമായാണ് ഡാറ്റ വെളിപ്പെടുത്തുന്നത്; നയപരമായ ഒരുകൂട്ടം പുതിയ നടപടികൾ അവതരിപ്പിക്കപ്പെട്ടത് അപ്പോഴാണ്. 1997 മുതൽ ഏകദേശം 2004 വരെയുള്ള കാലഘട്ടം ഉദാരവല്ക്കരണത്തിനുശേഷം സമ്പദ്ഘടനയെയും ജനങ്ങളെയും സംബന്ധിച്ചിടത്തോളം ഏറ്റവും മോശപ്പെട്ട കാലമായിരുന്നു; മുൻകാലഘട്ടത്തിലെ നയങ്ങളിൽ മാറ്റംവരുത്തിയതിനൊപ്പം വിളവെടുപ്പ് മോശമാവുകയും നാട്ടിൻപുറങ്ങളിൽ അഭൂതപൂർവ്വമായ ഒരു പ്രതിസന്ധി സൃഷ്ടിച്ച അന്താരാഷ്ട്ര ചരക്കുവിലകളിൽ പൊതുവിൽ ഇടിവുണ്ടാവുകയും ചെയ്തതിന്റെ നീണ്ടുനിന്ന അനന്തരഫലങ്ങളുടെ പ്രത്യാഘാതം അനുഭവപ്പെട്ടത് അപ്പോഴാണ് (വിരോധാഭാസമെന്നുപറയട്ടെ, ''തിളങ്ങുന്ന ഇന്ത്യ'' എന്നു ബി ജെ പി വിശേഷിപ്പിച്ചത് ഈ കാലത്തെയാണ്). 2004 നുശേഷമുള്ള കാലഘട്ടത്തിൽ കാർഷിക സൂചകങ്ങളിൽ കുറച്ച് പുനരുജ്ജീവനം കണ്ടു; ഇടതുപക്ഷത്തിന് ചെലുത്താൻ കഴിഞ്ഞ സമ്മർദംമൂലം നടപ്പാക്കപ്പെട്ട നയങ്ങളുടെ സ്വാധീനം ഗ്രാമീണ സമ്പദ്ഘടനയിലും അനുഭവപ്പെട്ടു. എന്നാൽ 2004 നുശേഷമുള്ള വളർച്ച മൊത്തത്തിൽ അസമത്വംനിറഞ്ഞ വളർച്ചയായിരുന്നു; നാട്ടിൻപുറങ്ങളിലും മറ്റെല്ലായിടത്തും രൂക്ഷവും വർദ്ധിച്ചുകൊണ്ടിരിക്കുന്നതുമായ അസമത്വങ്ങളാണ് ഈ കാലഘട്ടത്തിന്റെ സവിശേഷത.

വർഗ്ഗഘടന

171. എന്നിട്ട് ഞങ്ങൾ പ്രത്യേക ചർച്ചയ്ക്കായി ഇന്ത്യൻ നാട്ടിൻപുറങ്ങളിലെ ഏറ്റവും പ്രധാനപ്പെട്ട വർഗ്ഗങ്ങളുടെ സാമൂഹിക-സാമ്പത്തിക സവിശേഷതകളെടുത്തു.

172. നാട്ടിൻപുറത്തെ മുതലാളിത്ത വികാസം അസമമാണ്; നിശ്ചയമായും ആഗോളവല്ക്കരണത്തിന്റെ ഈ കാലത്ത് മുതലാളിത്തത്തിന്റെ അസമമായ ഈ വികാസംതന്നെ വഷളായിരിക്കുകയാണ്; കാർഷികബന്ധങ്ങൾതന്നെ സവിശേഷവല്ക്കരിക്കപ്പെടുന്നത് പഴഞ്ചൻ സ്ഥാപനങ്ങളുടെയും ഇപ്പോഴത്തേക്കായുള്ള സാമൂഹികമായ ഉരുവംകൊള്ളലിന്റെയും സവിശേഷതകളുടെ വ്യാപനത്താലാണ്; പരിഗണനയിലുള്ള കാലഘട്ടത്തെ കടത്തിവെട്ടുന്ന ഘടകം ഗ്രാമീണ ഇന്ത്യയിൽ മുതലാളിത്തത്തിന്റെ വ്യാപനവും തീവ്രമാക്കലുമാണ്.

ഭൂപ്രഭുക്കളും വൻകിട കാർഷിക മുതലാളിമാരും

173. ഭൂപ്രഭുക്കളെ വൻകിട കാർഷിക മുതലാളിമാരെയും നാട്ടിൻപുറങ്ങളിലെ ഭരണകൂടാധികാരത്തിന്റെ മുഖ്യ പ്രതിനിധികളെന്ന നിലയിലാണ് ഞങ്ങൾ അടയാളപ്പെടുത്തിയിരിക്കുന്നത്. ഈ വർഗ്ഗത്തിന്റെ രണ്ടു മുഖ്യഘടകങ്ങളുണ്ട്. ഒന്നാമത്തെ വിഭാഗം ഭൂമിയിലും ഗ്രാമീണ സമ്പദ്ഘടനയിലുമുള്ള തങ്ങളുടെ സ്ഥാനം നേടുന്നത് ഭൂമിയുമായും പദവിയുമായും ബന്ധപ്പെട്ടുള്ള പൂർവ്വാർജ്ജിത സ്വത്തിൽനിന്നായിരിക്കും (അതായത്, ചരിത്രപരമായി ഭൂപ്രഭു കുടുംബങ്ങളിൽനിന്ന് വരുന്നവർ). രണ്ടാമത്തെ വിഭാഗം, സ്വാതന്ത്ര്യാനന്തര മുതലാളിത്ത വികാസത്തിന്റെ ഗുണഭോക്താക്കളാണ്; അവരുടെ ഇപ്പോഴത്തെ സ്ഥാനം ഉരുവംകൊണ്ടത് ഗ്രാമീണ ഇന്ത്യയിലെ ഉല്പാദനശക്തികളുടെ വികാസത്തിൽനിന്നാണ്. ഈ രണ്ടു വിഭാഗങ്ങളും - മുതലാളിത്ത ഭൂപ്രഭുക്കളും വൻകിട കർഷക മുതലാളിമാരും-നാട്ടിൻപുറങ്ങളിൽ ഒരൊറ്റ വർഗ്ഗമായി ലയിച്ചുചേരാനുള്ള പ്രക്രിയ നടക്കുകയാണ് (വാസ്തവത്തിൽ, ലയിച്ചുചേർന്നിരിക്കുകയാണ്). ഇന്ത്യയിലെ ഗ്രാമങ്ങളിലെ ഏറ്റവും അധികം ഭൂമിയും ഏറ്റവും മികച്ച ഭൂമിയും ഈ വർഗ്ഗത്തിന് സ്വന്തമാണ്. ഈ വർഗ്ഗത്തിന്റെ ശക്തി ഉരുത്തിരിഞ്ഞുവരുന്നത് തുടക്കത്തിൽ ഭൂമിയുടെമേലുള്ള നിയന്ത്രണവുമായും ഉടമസ്ഥതയുമായും ബന്ധപ്പെട്ടായിരിക്കവെതന്നെ, ഇന്ന് അവരുടെ സ്വത്തും പദവിയും ഉരുവംകൊണ്ടിരിക്കുന്നത് കന്നുകാലി വിഭവങ്ങൾ, ചെറുകിട-ഇടത്തരം മാനുഫാക്ചറിങ് (കാർഷിക സംസ്കരണം ഉൾപ്പെടെ), പണം പലിശയ്ക്ക് കൊടുക്കൽ, കച്ചവടം, സേവനങ്ങൾ, സ്വകാര്യ വിദ്യാഭ്യാസ-ആരോഗ്യ സൗകര്യങ്ങൾ, കൺസ്ട്രക്ഷൻ, റിയൽ എസ്റ്റേറ്റ്, മറ്റു സാമ്പത്തിക ഇടപാടുകൾ എന്നിവ ഉൾപ്പെടെ ഗ്രാമങ്ങളി

ലെയും സമീപസ്ഥമായ നഗരപ്രദേശങ്ങളിലെയും വിപുലമായ ഒരു കൂട്ടം സ്രോതസ്സുകളിൽനിന്നാണ്. അവർ പൊതുസ്ഥാപനങ്ങളിൽ ആധിപത്യം സ്ഥാപിക്കുന്നു; തങ്ങളുടെ സ്വാർത്ഥ താല്പര്യങ്ങൾക്കായി ഇവയെ വഴിപ്പെടുത്തുന്നു. പൊതുവിൽ, ബൂർഷ്വാ രാഷ്ട്രീയ പാർട്ടികളുടെ സംവിധാനത്തിലാകെ മേധാവിത്വം ഉറപ്പിക്കുന്നു. ഈ വർഗ്ഗത്തിന് ഗ്രാമങ്ങളിലെന്നപോലെ പട്ടണങ്ങളിലേയും കാർഷികേതര വർഗ്ഗങ്ങളിലെ സമ്പന്ന വിഭാഗങ്ങളുമായി ശക്തമായ കൂട്ടുകെട്ടുണ്ട്; പലപ്പോഴും അത് അതിരുകടക്കുന്നുമുണ്ട് (ഈ വർഗ്ഗത്തിന്റെ സ്വഭാവത്തെക്കുറിച്ചറിയാൻ 15 മുതൽ 27 വരെ ഖണ്ഡികകൾ നോക്കുക).

174. ഭൂപ്രഭുക്കളുടെയും വൻകിട കാർഷിക മുതലാളിമാരുടെയും വർഗ്ഗത്തെ സംബന്ധിച്ചിടത്തോളം വരുമാനത്തിന്റെയും സാമ്പത്തിക ഇടപാടുകളുടെയും ഒരേയൊരു സ്രോതസ്സോ മുഖ്യ സ്രോതസ്സ് പോലുമോ ഭൂമി അല്ല എന്നതാണ് വസ്തുത എന്നിരിക്കെ, നമ്മുടെ പ്രസ്ഥാനങ്ങളെ സംബന്ധിച്ചിടത്തോളം പ്രധാനപ്പെട്ട പല അനന്തരഫലങ്ങളുമുണ്ട്-വിശിഷ്യാ ഭൂപ്രഭുക്കളുടെ ഭൂമി പിടിച്ചെടുത്ത് വിതരണംചെയ്യുന്നതിനുള്ള പോരാട്ടത്തിൽ. ഈതരത്തിൽപെട്ട ഒരു വർഗ്ഗശത്രുവിനെതിരെ എങ്ങനെ പൊരുതാം എന്നത് സംബന്ധിച്ച് പുതിയ ആശയങ്ങൾ നമുക്കുണ്ടാവണം എന്ന് ഈ റിപ്പോർട്ട് നിർദേശിക്കുന്നു. ഭൂപ്രഭുക്കളുടെയും വൻകിട കാർഷിക മുതലാളിമാരുടെയും മേധാവിത്വവും അധീശത്വവും ഉരുവംകൊള്ളുന്നത് ഗ്രാമങ്ങളിലെയും അവയുടെ ചുറ്റുപാടുകളിലേയും വലിയൊരു നിര സാമ്പത്തിക ഇടപാടുകളിലും സ്ഥാപനങ്ങളിലും അവർക്ക് മൊത്തത്തിലുള്ള നിയന്ത്രണത്തിൽനിന്നാണ് (ഗ്രാമത്തെ ആധാരമാക്കിയുള്ള ചൂഷണത്തിൽനിന്നു മാത്രമോ പ്രധാനമായും അതിൽനിന്നോ അല്ല) എന്ന സാഹചര്യത്തിൽ ഈ വർഗ്ഗത്തിനോട് പൊരുതാൻ നമുക്ക് ഭൂപ്രശ്നം മാത്രം പോര. ഭൂപ്രശ്നത്തിന്റെ കേന്ദ്ര പ്രാധാന്യം അംഗീകരിക്കവെതന്നെ, സമഗ്രമായ ഭൂപരിഷ്കരണം എന്ന ആവശ്യത്തിന്റെ പ്രാധാന്യം കണക്കിലെടുത്തുതന്നെ, മിച്ചഭൂമി കണ്ടെത്തണമെന്നും പിടിച്ചെടുക്കണമെന്നും പുനർ വിതരണംചെയ്യണമെന്നുമുള്ള ആവശ്യംപോലും ഇപ്പോൾ പല പ്രദേശത്തും അടിയന്തരമായി യാഥാർത്ഥ്യമാക്കാനാകാത്ത ആവശ്യമായി മാറിയിരിക്കുന്നുവെന്നും നാം അംഗീകരിക്കണം-ഒട്ടേറെ ആത്മനിഷ്ഠവും വസ്തുനിഷ്ഠവുമായ കാരണങ്ങൾ ഉണ്ടാകും.

കായികത്തൊഴിലാളികൾ

175. കാർഷികവും കാർഷികേതരവുമായ മേഖലകളിലെ കൂലിവേലക്കാരാണ് ഗ്രാമീണ കായികത്തൊഴിലാളികളിൽ വലിയൊരുവിഭാഗം. ഈ റിപ്പോർട്ടിലെ ഇതു സംബന്ധിച്ച പ്രധാന പോയിന്റുകൾ ഇനി

പറയുന്നവയാണ്. ഒന്നാമത്തേത്, കാർഷികരംഗത്തെ കൂലിവേലക്കാരും കാർഷികേതര കൂലിവേലക്കാരും ഗ്രാമീണ തൊഴിലാളികളിലെ രണ്ടു വ്യത്യസ്ത വിഭാഗങ്ങളായല്ല പണിയെടുക്കുന്നത്. കാർഷികരംഗത്തെ കൂലിവേലക്കാർതന്നെ നഗരപ്രദേശങ്ങളിലെ കുടിയേറ്റ തൊഴിലാളികൾ എന്ന നിലയിൽ ഉൾപ്പെടെ ഒട്ടനവധി കാർഷികേതര ജോലികളും ചെയ്യുന്നുണ്ട് (ഖണ്ഡിക 32 മുതൽ 35 വരെ). എന്നിരുന്നാലും ഗ്രാമീണ തൊഴിലാളികൾ ഭാഗികമായി കാർഷികവും ഗ്രാമീണവുമായ സ്വഭാവം നിലനിർത്തുന്നു; ചില പ്രധാന കാര്യങ്ങളിൽ അവർ നഗരങ്ങളിലെ തൊഴിലാളിവർഗ്ഗത്തിൽനിന്നും വ്യത്യസ്തരുമാണ് (ഖണ്ഡിക 54). രണ്ടാമതായി, ഗ്രാമീണ ഇന്ത്യയിലെ കൂലിനിരക്കുകൾ, കേവലാടിസ്ഥാനത്തിൽ, കുറവാണ്. വളരെ വലിയ പ്രാദേശിക വ്യത്യസ്തതകളാലും കടുത്ത ലിംഗവിവേചനത്താലും അവ അടയാളപ്പെടുത്തപ്പെടുന്നു (52, 53 ഖണ്ഡികകൾ). മൂന്നാമതായി ഗ്രാമീണ തൊഴിലാളികൾക്ക് യഥാർത്ഥത്തിൽ ലഭിക്കുന്ന ശരാശരി തൊഴിൽദിനങ്ങളുടെ എണ്ണം തീർത്തും കുറവാണ്, പ്രത്യേകിച്ചും സ്ത്രീകളുടെ കാര്യത്തിൽ (41 മുതൽ 51 വരെ ഖണ്ഡികകൾ). നാലാമതായി, മൊത്തത്തിലെടുത്താൽ, താണ കൂലിനിരക്കുകളും ഓരോ തൊഴിലാളിക്കും വേണ്ടത്ര തൊഴിൽദിനങ്ങൾ ലഭിക്കാത്തതും കായികത്തൊഴിലാളികൾക്കിടയിൽ വളരെ ഉയർന്നതോതിലുള്ള ദാരിദ്ര്യവും കഷ്ടപ്പാടുകളും സൃഷ്ടിക്കുന്നു.

176. ഗ്രാമീണ തൊഴിലാളി യൂണിയൻ രൂപീകരിക്കുന്ന കാര്യം പാർട്ടി ഗൗരവപൂർവ്വം പരിഗണിക്കണമെന്ന് ഞങ്ങൾ നിർദ്ദേശിക്കുകയാണ്. അത്തരമൊരു യൂണിയൻ നാട്ടിൻപുറങ്ങളിലെ എല്ലാത്തരത്തിലും പെട്ട, എല്ലാ തൊഴിലുകളും ചെയ്യുന്ന തൊഴിലാളികളെ ഉൾപ്പെടുത്താനാകും; ഉപജീവന മാർഗ്ഗങ്ങളും ജീവിത നിലവാരവുമായി ബന്ധപ്പെട്ടവ ഉൾപ്പെടെ, കൂലിയും തൊഴിലും ഉൾപ്പെടെ, ജാതീയവും ലിംഗപരവും മറ്റുമായ സാമൂഹ്യമായ ഒഴിവാക്കലും അടിച്ചമർത്തലും ഉൾപ്പെടെ ഒട്ടനവധി വിഷയങ്ങൾ ഏറ്റെടുക്കാനുമാകും. ഈ സമരങ്ങൾ അവരെ ഭരണകൂടവുമായിട്ടെന്നപോലെ ഗ്രാമീണ മേഖലയിലെ ഭരണകൂടത്തിന്റെ പ്രധാന പ്രതിനിധികളായ ഭൂപ്രഭുക്കളുമായും വൻകിട കാർഷിക മുതലാളിമാരുമായും മറ്റു ഗ്രാമീണ സമ്പന്ന വിഭാഗങ്ങളുമായും ഏറ്റുമുട്ടലിലേക്ക് കൊണ്ടുവരും.

കർഷകജനത

177. കർഷകജനത ഏക ശിലാരൂപമായ (homogenous) ഒരൊറ്റ വർഗ്ഗമല്ല. കർഷകവർഗ്ഗങ്ങളെ വേർതിരിച്ചറിയുന്നതിന് ആധാരമാക്കാവുന്ന വിവിധ മാനദണ്ഡങ്ങളെക്കുറിച്ച് റിപ്പോർട്ട് ചർച്ചചെയ്യുന്നു. (57 മുതൽ 61 വരെ ഖണ്ഡികകൾ). കർഷക ജനവിഭാഗങ്ങളിലെ വിവിധ വർഗ്ഗങ്ങൾക്കിടയിലുണ്ടായ മാറ്റത്തിന്റെ ചില സവിശേഷ ഘടകങ്ങൾ

നമ്മുടെ പ്രസ്ഥാനത്തെ സംബന്ധിച്ചിടത്തോളം പ്രധാനപ്പെട്ട അനന്തരഫലങ്ങളുളവാക്കുന്നതാണ്. ഒന്നാമതായി, ഒരു വലിയ വിഭാഗം കർഷക കുടുംബങ്ങൾക്കും കാർഷികേതര സ്രോതസുകളിൽനിന്നാണ്-ചെറിയ സ്വയംതൊഴിലുകൾ, ശമ്പളംപറ്റുന്ന തൊഴിലുകൾ, കൂലിവേല എന്നിവയിൽനിന്നാണ്-അവരുടെ വരുമാനത്തിന്റെ ഗണ്യമായ ഭാഗവും ലഭിക്കുന്നത്. രണ്ടാമതായി, യന്ത്രവല്കരണവും കൃഷിരീതികളിലെയും സാങ്കേതികവിദ്യകളിലെയും മാറ്റങ്ങളും ഇന്ത്യയിലെ മിക്കവാറും ഭാഗങ്ങളിലും വലിയൊരുവിഭാഗം ഭക്ഷ്യ വിളകളിലും കൃഷിക്കായുള്ള കടുംബാദ്ധ്വാനത്തിന്റെ വ്യാപ്തി കുറച്ചിരിക്കുകയാണ്.

178. മൂന്നാമതായി, കാർഷിക പ്രതിസന്ധിയുടെ പുതുതും അഗാധവുമായ വശം വിള ഉല്പാദനത്തിൽനിന്നും നേരിട്ടുള്ള കർഷക വരുമാനത്തിലെ പ്രതിസന്ധിയാണ്. ഉദാരവല്ക്കരണാനന്തരദശയിൽ ഗണ്യമായ ഒരു വിഭാഗം ദരിദ്ര-ഇടത്തരം കർഷകർക്ക് കൃഷിയിൽനിന്നും നഷ്ടമുണ്ടായതായിട്ടാണ് ഞങ്ങളുടെ വില്ലേജ് ഡാറ്റ സൂചിപ്പിക്കുന്നത്. മുതലാളിത്ത ഉല്പാദനരീതിയുടെ പശ്ചാത്തലത്തിൽ പുനരുല്പാദനപ്രക്രിയയിൽ, വിശിഷ്യാ മൂലധനത്തിന്റെ പുനരുല്പാദനപ്രക്രിയയിൽ ഉണ്ടാകുന്ന തടസ്സത്തെ (interruption) സൂചിപ്പിക്കാനാണ് മാർക്സും മാർക്സിസ്റ്റുകളും ''പ്രതിസന്ധി'' എന്ന പദം ഉപയോഗിക്കാറുള്ളത്. നവലിബറൽ കാലഘട്ടത്തിലെ കാർഷിക ദുരിതങ്ങൾ, വലിയൊരു വിഭാഗം കാർഷിക കുടുംബങ്ങളെ സംബന്ധിച്ച് കാർഷിക സമ്പദ്ഘടനയുടെ പുനരുല്പാദന പ്രക്രിയയായി ഗുരുതരമായ തടസ്സങ്ങൾ വെളിപ്പെടുത്തുകയുണ്ടായി. വില്ലേജുതല പഠനങ്ങൾ ഇക്കാര്യം സംശയാതീതമായി വെളിപ്പെടുത്തുന്നു. (കർഷകരുടെ വരുമാനത്തെ സംബന്ധിച്ച് 69 മുതൽ 74 വരെ ഖണ്ഡിക നോക്കുക).

179 ചെറിയതോതിലുള്ള ചെറുകർഷക ഉല്പാദനത്തിൽ സഹജമായുള്ള കോട്ടങ്ങൾ അനുഭവിക്കേണ്ടിവരുന്നത് ചെറുകിട കർഷകരും ദരിദ്രകർഷകരുമാണ്. ഇപ്പോഴത്തെ ഭരണസംവിധാനത്തിൽ, ഉല്പാദനോപാധികൾക്കായുള്ള ചെലവുകൾ കുറച്ചുകൊണ്ടുവരാനും ഉല്പന്നങ്ങളുടെ വിലകൾ ഉയർത്താനും ഭരണകൂടത്തിൽനിന്നുള്ള നിർണ്ണായകമായ ഇടപെടൽ കൂടാതെ കൃഷിയിൽനിന്നും വേണ്ടത്ര വരുമാനം ഉറപ്പാക്കുക അസാദ്ധ്യമാണ്; ദരിദ്രർക്ക് വർദ്ധിച്ചതോതിൽ കാർഷിക വ്യാപന സേവനങ്ങൾ നല്കേണ്ടതും ഇതിനാവശ്യമാണ്; വിളവെടുപ്പിനുശേഷം സംഭരണത്തിനും വിപണനത്തിനുമുള്ള സൗകര്യങ്ങൾ ഉറപ്പാക്കുകയും വേണം.

180. നാലാമതായി, തൊഴിലാളിവർഗ്ഗവല്ക്കരണത്തിൽ (proleterian-isation) പ്രകടമായതുപോലെ കാർഷിക സമൂഹത്തിലെ വേർതിരിവുകൾ സമീപവർഷങ്ങളിൽ ദ്രുതഗതിയിൽ മുന്നോട്ടുപോവുക

യാണ് (75 മുതൽ 84 വരെ ഖണ്ഡികകൾ). തൊഴിലാളിവർഗ്ഗവല്ക്കരണം പ്രത്യക്ഷത്തിലുള്ള അപ-കർഷകവല്ക്കരണത്തിന്റെ (depeasentisation) രൂപം കൈവരിച്ചിരിക്കുകയാണ്-അതായത്, വലിയൊരു വിഭാഗം തൊഴിലാളികളും ദരിദ്രകർഷകരും ഇടത്തരം കർഷകരും ഭൂമിയിൽനിന്ന് അന്യവല്ക്കരിക്കപ്പെടുന്നു. തൊഴിലാളി വർഗ്ഗവല്ക്കരണത്തിന്റെ ഈ വശത്തിന്റെ പ്രതിഫലനമാണ് ഗ്രാമീണ ഇന്ത്യയിൽ വർദ്ധിച്ചുവരുന്ന ഭൂരാഹിത്യം. കൂലിവേലക്കാർക്കായുള്ള വിപണി വിപുലമാക്കുക എന്ന രൂപം കൈവരിച്ചിരിക്കുകയുമാണ് തൊഴിലാളി വർഗ്ഗവല്ക്കരണം. ദരിദ്രകർഷകരുടെയും ഇടത്തരം കർഷകരുടെയും പുതിയ വിഭാഗങ്ങൾ വലിയതോതിൽ കൂലിവേലക്കാരെന്നനിലയിൽ ഇപ്പോൾ വിപണിയിൽ എത്തുകയാണ്; ഗ്രാമീണമേഖലയിലും നഗരമേഖലയിലും കാർഷികവും കാർഷികേതരവുമായ ജോലികൾ ഇവർ കൈകാര്യംചെയ്യുന്നുണ്ട്.

181. ഇപ്പോഴത്തെ കാലഘട്ടത്തിൽ കുടിയായ്മ പുതിയതും സങ്കീർണ്ണവുമായ രൂപങ്ങൾ കൈവരിച്ചിരിക്കുകയാണ്.

ഓരോ വിഭാഗത്തിന്റെയും ബുദ്ധിമുട്ടുകൾ

182. ഇന്ത്യയിലെ കാർഷിക പ്രശ്നത്തിൽ അന്തർഗതമായ ഭാഗമാണ് ഒരു വിഭാഗത്തിനോടുള്ള വിവേചനത്തിന്റെയും അടിച്ചമർത്തലിന്റെയും ചൂഷണത്തിന്റെയും വിഷയങ്ങൾ. ജാതി വിവേചനത്തെയും അയിത്തത്തെയും അടിസ്ഥാനമാക്കിയുള്ള അടിച്ചമർത്തലിന്റെയും ഗോത്രത്തെയും ലിംഗത്തെയും അടിസ്ഥാനമാക്കിയുള്ള വിവേചനത്തിന്റെയും വ്യവസ്ഥിതിയെ നശിപ്പിക്കാതെ കാർഷികപ്രശ്നത്തിന് പരിഹാരം കാണാനാവില്ല. ഗ്രാമീണ ഇന്ത്യയിലെസാമൂഹിക-സാമ്പത്തിക വർഗ്ഗ വ്യവസ്ഥ ജാതി വിവേചനത്തിൽനിന്നും മറ്റു രൂപങ്ങളിലുള്ള കൂട്ടമായുള്ള ദുരിതങ്ങളിൽനിന്നും വേറിട്ട് നിലനില്ക്കുന്നില്ല. (93 മുതൽ 106 വരെ ഖണ്ഡികകൾ).

183. കൂട്ടമായുള്ള വിവേചനത്തിനും ദുരിതത്തിനും എതിരായ നമ്മുടെ സമരം ക്രിയാത്മകവും വിട്ടുവീഴ്ചയില്ലാത്തതുമായിരിക്കവെതന്നെ നാം തൊഴിലെടുക്കുന്ന ജനങ്ങൾക്കിടയിൽ ഐക്യം കെട്ടിപ്പടുക്കണമെന്നും റിപ്പോർട്ട് വ്യക്തമാക്കുന്നുണ്ട്. സാമൂഹികമായ വേർതിരിവുകളുടെ മദ്ധ്യകാല രൂപങ്ങൾകൊണ്ട് നെടുകെ പിളർക്കപ്പെട്ടിട്ടുള്ള ഒരു രാജ്യത്ത് കമ്യൂണിസ്റ്റുപാർട്ടിക്കു മാത്രമേ, സാമൂഹികമായ വിവേചനത്തിനെതിരെ സമാന്തരമായി പോരാടവെതന്നെ സ്വത്വരാഷ്ട്രീയം ഉയർത്തിയിരിക്കുന്ന ജനകീയ ഐക്യത്തെ ശിഥിലീകരിക്കുന്ന സമീപനത്തിനു ബദൽ പ്രദാനംചെയ്യാനാകു (105 മുതൽ 106 വരെ ഖണ്ഡികകൾ)

കുടിയേറ്റം

184. വിവിധതരത്തിലുള്ള ജോലിയുമായി ബന്ധപ്പെട്ടുള്ള ഗ്രാമീണ തൊഴിലാളികളുടെ കുടിയേറ്റം എന്ന പ്രതിഭാസത്തെ സംബന്ധിച്ച ചില വിശദാംശങ്ങൾ റിപ്പോർട്ട് പ്രതിപാദിക്കുന്നുണ്ട് (107 മുതൽ 112 വരെ ഖണ്ഡികകൾ). വരും വർഷങ്ങളിൽ കുടിയേറ്റത്തിന്റെ വ്യാപ്തി വർദ്ധിച്ചുകൊണ്ടിരിക്കും; വിശിഷ്യാ പശ്ചാത്തല വികസനം വേഗത കൈവരിക്കുന്നതിനനുസരിച്ച്. ആയതിനാൽ കുടിയേറ്റക്കാരുടെ തൊഴിലുമായും ഉപജീവനമാർഗ്ഗവുമായും ബന്ധപ്പെട്ട ഡിമാൻഡുകൾക്കും വിഷയങ്ങൾക്കും കൃത്യമായ രൂപമുണ്ടാക്കാൻ നമുക്ക് കഴിയുന്നതിന് നമ്മുടെ പാർട്ടിയും ബഹുജന സംഘടനകളും കുടിയേറ്റത്തിന്റെ വലിപ്പവും ദിശകളും സംബന്ധിച്ചും രാജ്യത്തിന്റെ നാനാഭാഗങ്ങളിൽ കുടിയേറ്റക്കാരായ തൊഴിലാളികൾ നേരിടുന്ന പ്രശ്നങ്ങളെക്കുറിച്ചും തങ്ങളുടെ സ്വന്തം ഗ്രാമത്തിൽ കുടിയേറ്റക്കാരുടെ കുടുംബങ്ങളുടെ അവസ്ഥയെക്കുറിച്ചും മൂർത്തമായി വിശകലനം ചെയ്യേണ്ടത് വളരെ പ്രധാനമാണ്.

തൊഴിലാളി-കർഷക ഐക്യം

185. വിളകളിൽനിന്നുള്ള കുറഞ്ഞ വരുമാനത്തിന്റെയും വൻതോതിലുള്ള തൊഴിലാളിവർഗ്ഗവല്ക്കരണത്തിന്റെയും ഫലമായുള്ള ദാരിദ്ര്യവും കൂടിച്ചേരുന്നത് നാട്ടിൻപുറങ്ങളിൽ തൊഴിലാളി-കർഷക സഖ്യത്തിനുള്ള പുതിയ സാദ്ധ്യതകൾ തുറക്കുന്നു (ഖണ്ഡിക 113).

ഉദാരവല്ക്കരണാനന്തര കാലഘട്ടത്തിലെ മറ്റു പ്രശ്നങ്ങൾ

186. 1991 നുശേഷം ഗ്രാമീണ ഇന്ത്യയിലെ വർഗ്ഗശക്തികളുടെ ബലാബലം ഗ്രാമീണ സമ്പന്നർക്കും വൻകിട ബൂർഷ്വാസിക്കും അവരുടെ സാമ്രാജ്യത്വ സഖ്യകക്ഷികൾക്കും അനുകൂലമായി മാറ്റുന്നതിന് പ്രത്യക്ഷത്തിൽതന്നെ ശ്രമിക്കുന്ന നിയമങ്ങളുടെയും ചട്ടങ്ങളുടെയും നിയന്ത്രണമേർപ്പെടുത്തലുകളുടെയും ഉത്തരവുകളുടെയും നയപരമായ മറ്റു നടപടികളുടെയും ഒരു പരമ്പരതന്നെ പാസാക്കുകയുണ്ടായി. സാമ്പത്തികവും സാമൂഹികവുമായ അതിവിപുലമായ ഒരു കൂട്ടം വിഷയങ്ങളെ ബാധിക്കുന്ന നയപരമായ ഈ നടപടികൾ കൃഷിയിലെ കോർപറേറ്റ് മൂലധനത്തിന്റെ പങ്ക്, കൃഷിയുമായി ബന്ധപ്പെട്ട ആഭ്യന്തരവും അന്തർദ്ദേശീയവുമായ വ്യാപാരം, ഭൂവിനിയോഗവും ഭക്ഷ്യസുരക്ഷയും എന്നിവയുമായെല്ലാം ബന്ധപ്പെട്ട് ഏറെ പ്രാധാന്യമുള്ളതാണ്. വിദ്യാഭ്യാസം, ആരോഗ്യം, ദാരിദ്ര്യം, മാനവികക്ഷേമത്തിന്റെ മറ്റുമാനങ്ങൾ എന്നിവയെ സംബന്ധിച്ചിടത്തോളം ഈ സംഭവവികാസങ്ങൾ ഒട്ടേറെ വിവക്ഷകളുള്ളതാണ്. ഈ വിഷയങ്ങളിൽ ചിലത് ഈ റിപ്പോർട്ടിൽ ചർച്ചചെയ്യപ്പെട്ടിട്ടുണ്ട്.

ഗ്രാമീണവായ്പ (118 മുതൽ 121 വരെ ഖണ്ഡികകൾ), വ്യാപാര ഉദാരവല്ക്കരണ പ്രശ്നങ്ങൾ (122 മുതൽ 126 വരെ ഖണ്ഡികകൾ), കോർപറേറ്റ് മൂലധനവും കൃഷിയും ഭരണകൂടവും (127 മുതൽ 132 വരെ ഖണ്ഡികകൾ), ഭക്ഷ്യസുരക്ഷ (133 മുതൽ 138 വരെ ഖണ്ഡികകൾ), ഗവൺമെന്റ് സ്കീമുകൾ (ഖണ്ഡിക 139), സഹകരണ സംഘങ്ങളും മറ്റു ഇനിഷ്യേറ്റീവുകളും (ഖണ്ഡിക 140), വരുമാന-ദാരിദ്ര്യം (141 മുതൽ 143 വരെ ഖണ്ഡികകൾ), വിദ്യാഭ്യാസം (144 മുതൽ 150 വരെ ഖണ്ഡികകൾ), ആരോഗ്യം (151 മുതൽ 154 വരെ ഖണ്ഡികകൾ), വീട്ടിലെ സൗകര്യങ്ങൾ (155 മുതൽ 156 വരെ ഖണ്ഡികകൾ), കാലാവസ്ഥാ വ്യതിയാനവും കൃഷിയും ഗ്രാമീണ ദുരന്ത നിവാരണ മാനേജ്മെന്റും (157 മുതൽ 166 വരെ ഖണ്ഡികകൾ).

187. ഭാവിവികസനത്തിനും വളർച്ചയ്ക്കുംവേണ്ടിയുള്ളതും ഗ്രാമീണ ഇന്ത്യയിൽ നമ്മുടെ പാർട്ടിയുടെ പുരോഗതിക്കായുള്ളതുമായ പോരാട്ടം നാട്ടിൻപുറങ്ങളിലെ വസ്തുനിഷ്ഠ സാഹചര്യങ്ങളുടെ വ്യക്തമായ ധാരണയുടെ അടിസ്ഥാനത്തിലായിരിക്കണം. അതേസമയം അത്തരമൊരു ധാരണ നാട്ടിൻപുറത്തെ ഉല്പാദനശക്തികളെ സംബന്ധിച്ച മൂർത്തവും വസ്തുനിഷ്ഠവുമായ പഠനത്തെയും ഗ്രാമീണ സാമൂഹിക-സാമ്പത്തിക വർഗ്ഗങ്ങളുടെയും മറ്റു സാമൂഹിക ഗ്രൂപ്പുകളുടെയും സ്വാഭാവത്തിലെ മാറ്റങ്ങളെയും ഉല്പാദന ബന്ധങ്ങളിലെ മാറ്റങ്ങളെയും അടിസ്ഥാനമാക്കിയുള്ളതായിരിക്കണം. ആ ദിശയിലെ വളരെ ചെറിയൊരു ചുവടുവയ്പ് നടത്തുന്നതിനുള്ള നീക്കമാണ് ഈ റിപ്പോർട്ട്.

പഠനഗ്രൂപ്പ് അംഗങ്ങൾ:

വി കെ രാമചന്ദ്രൻ (കൺവീനർ), വെങ്കിടേഷ് ആത്രേയ, അശോക് ധാവ്ളെ, വിജുകൃഷ്ണൻ, സൂര്യകാന്ത മിശ്ര, എ വിജയരാഘവൻ

നഗരങ്ങളിലെ പ്രശ്നങ്ങളും ഇടത്തരക്കാരും

വർദ്ധിച്ചുവരുന്ന നഗരജനസംഖ്യ

2011 ലെ സെൻസസ് പ്രകാരം നമ്മുടെ രാജ്യത്തെ നഗരജനസംഖ്യ ഇപ്പോൾ മൊത്തം ജനസംഖ്യയുടെ 32 ശതമാനമാണ്. ഇതാദ്യമായി നഗരജനസംഖ്യാ വർദ്ധന നിരക്ക് ഗ്രാമീണ ജനസംഖ്യാ വർദ്ധന നിരക്കിനേക്കാൾ ഉയർന്നിരിക്കുന്നു. 1971–81 കാലത്ത്, നഗരവല്ക്കരണത്തിന്റെ നിരക്കു വർദ്ധനവിനു കാരണമായത് പൊതുമേഖലയുടെ വികാസമായിരുന്നു. പിന്നീട് അത് വീണ്ടുമൊരു വർദ്ധന രേഖപ്പെടുത്തിയ 2001 ഓടുകൂടി കുറയാൻ തുടങ്ങി. നഗര ജനസംഖ്യയിലെ ഈ വർദ്ധനവിനിടയാക്കിയ മുഖ്യഘടകങ്ങൾ ഗ്രാമങ്ങളിൽനിന്നുള്ള കുടിയേറ്റവും സമീപഗ്രാമങ്ങളെ നഗര കേന്ദ്രങ്ങളോട് കൂട്ടിച്ചേർത്തതുമാണ്. എന്നാൽ, നമ്മുടെ രാജ്യത്തെ നഗരവല്ക്കരണം ഇപ്പോഴും ചൈനയിൽ ഉണ്ടാകുന്നതിനെക്കാൾ കുറവാണ്.

നഗരവല്ക്കരണം വർദ്ധിക്കുന്നതിനുള്ള കാരണങ്ങൾ:

- കൃഷി ആദായം കുറഞ്ഞതായിത്തീരുകയും ഗ്രാമീണമേഖലയിലെ യുവതലമുറയിലെ അംഗങ്ങൾ മെച്ചപ്പെട്ട സാദ്ധ്യതകൾ തേടി നഗര പ്രദേശങ്ങളിലേക്ക് കുടിയേറുകയും ചെയ്യുന്നതോടുകൂടി ധനികകർഷകരിൽ ഒരു വിഭാഗവും നഗരപ്രദേശങ്ങളിൽ വ്യവസായം തുടങ്ങുന്നതിനു കൃഷിയിൽനിന്ന് പിന്മാറുന്നു. ഗ്രാമീണ ധനിക കുടുംബാംഗങ്ങളും തങ്ങളുടെ കുട്ടികൾക്ക് നല്ല ഗുണനിലവാരമുള്ള വിദ്യാഭ്യാസം ലഭ്യമാക്കുന്നതിനു നഗരപ്രദേശങ്ങളിലേക്ക് താമസം മാറ്റുന്നു.
- ഗ്രാമങ്ങളിലെ സമ്പന്നരുടെയും ഇടത്തരം വിഭാഗങ്ങളുടെയും കുട്ടികൾ നഗരപ്രദേശങ്ങളിലെ ഇംഗ്ലീഷ് മീഡിയം സ്കൂളുകളിൽ പഠി

ക്കുന്നു. ഇതവരെ കുട്ടിക്കാലം മുതൽ തന്നെ നഗര ജീവിതശൈലിയുമായി പരിചിതരാക്കുന്നു.

- കൃഷിയിൽ തൊഴിലവസരങ്ങൾ കുറയുന്നതുമൂലം കർഷകത്തൊഴിലാളികൾ വൻതോതിൽ നഗരപ്രദേശങ്ങളിലേക്ക് കുടിയേറുന്നു.
- അതിക്രമങ്ങളിൽനിന്നും വിവേചനങ്ങളിൽനിന്നും രക്ഷതേടി ദളിതർ താരതമ്യേന സുരക്ഷിതമായ നഗരപ്രദേശങ്ങളിലേക്ക് കുടിയേറുന്നു.

നഗരങ്ങളുടെയും പട്ടണങ്ങളുടെയും വ്യാപനം

1951 നും 2001 നുമിടയ്ക്ക് പട്ടണങ്ങളുടെയും നഗരങ്ങളുടെയും എണ്ണം മൊത്തം 2125 ആയി വർദ്ധിക്കുകയുണ്ടായി. ഈ സംഖ്യ 2001 നും 2011 നും ഇടയ്ക്ക് 2771 ആയി വർദ്ധിച്ചു. ഈ അസാധാരണ വർദ്ധനവിന് സെൻസസ് നിർവ്വചനങ്ങളിലുണ്ടായ മാറ്റവും സംഭാവന ചെയ്തിട്ടുണ്ട് എന്ന കാര്യം ശ്രദ്ധിക്കേണ്ടതുണ്ട്. മൊത്തം ജി ഡി പിയിൽ നഗരപ്രദേശങ്ങളിൽനിന്നുള്ള വരുമാനത്തിന്റെ വിഹിതവും ക്രമാനുഗതമായി വർദ്ധിക്കുകയാണ്; ഇപ്പോൾ അത് 60 ശതമാനമായിരിക്കുകയാണ്. പട്ടണങ്ങൾ ഭരണപരവും തൊഴിൽ സൃഷ്ടിക്കുന്നതും രാഷ്ട്രീയവുമായ കേന്ദ്രങ്ങളാണ്. ഇതിനർത്ഥം അവ പ്രക്ഷോഭങ്ങളുടെയും ബഹുജന പ്രസ്ഥാനങ്ങളുടെയും കേന്ദ്രങ്ങളായും മാറുന്നുവെന്നാണ്.

വികസനവും സമ്പത്തും സൗകര്യങ്ങളുമെല്ലാം പട്ടണങ്ങളിൽ കേന്ദ്രീകരിക്കുകയാണ്. റിയൽ എസ്റ്റേറ്റിലും കൺസ്ട്രക്ഷനിലും നിക്ഷേപം വർദ്ധിച്ചിരിക്കെ അടിസ്ഥാന സൗകര്യങ്ങൾക്കുള്ള നിക്ഷേപത്തിലും ഒരു കുതിപ്പുണ്ടായി. ചേരികളും പുതിയ ടൗൺഷിപ്പുകളും ഒന്നിനൊന്ന് ചേർന്ന് സമാന്തരമായി മുളപൊട്ടുകയാണ്. എല്ലാ ജാതികളിലും മതങ്ങളിലും ഉൾപ്പെടുന്ന നഗരങ്ങളിലെ സമ്പന്നർ പഴയ നഗരകേന്ദ്രങ്ങളിൽനിന്നും നഗരപ്രാന്തങ്ങളിലേക്കും സമീപപ്രദേശങ്ങളിലേക്കും നീങ്ങിക്കൊണ്ടിരിക്കുകയാണ്. പഴയ പ്രദേശങ്ങൾ അവഗണന അനുഭവിക്കുകയാണ്. നഗരവികസന പ്രക്രിയകൾ ദരിദ്രരെയും ഇടത്തരക്കാരെയും പിന്നോക്ക സാമൂഹികവിഭാഗങ്ങളെയും ഒഴിവാക്കിക്കൊണ്ടിരിക്കുന്നു.

പുതിയ പ്രശ്നങ്ങൾ സൃഷ്ടിക്കപ്പെടുകയാണ്. പാർപ്പിട ക്ഷാമം ഗുരുതരമായ ഒരു പ്രശ്നമാണ്. രണ്ടു കോടി പാർപ്പിടങ്ങളുടെ കുറവുണ്ടെന്നാണ് കണക്കാക്കപ്പെടുന്നത്. ഈ പ്രധാനപ്രശ്നത്തെ പാടെ അവഗണിച്ചുകൊണ്ടാണ് ഗവൺമെന്റ് 100 സ്മാർട്ട് സിറ്റികൾ പണിതുയർത്തുമെന്ന് പ്രഖ്യാപനം നടത്തിയതും അടുത്ത കാലത്തെ ബജറ്റിൽ അതിനായി 7000 കോടി രൂപ അനുവദിച്ചതും. ഈ പദ്ധതിക്കായി പണം സ്വരൂപിക്കുന്നതിനുവേണ്ട നികുതി വർദ്ധനവിന് അരങ്ങൊരുങ്ങിയിരിക്കുകയാണ്.

നഗര പരിഷ്കരണങ്ങൾ

നവലിബറൽ വാഴ്ചയുടെ ദ്രുതഗതിയിലുള്ള മുന്നേറ്റത്തിന് പ്രധാനപ്പെട്ട ഒരു പ്രചരണശക്തിയെന്ന നിലയിൽ ഭരണവർഗ്ഗങ്ങൾ ഉയർത്തിപ്പിടിക്കുന്നത് നഗരവല്ക്കരണ പ്രക്രിയയെയാണ്. അതേസമയം, ഒരു

വശത്ത് നഗരവികസനത്തിനായി കൂടുതൽ തുക വകയിരുത്തുമ്പോൾ തന്നെ മറുവശത്ത് നഗരജനസംഖ്യയിലെ നഗരവല്ക്കരണംകൊണ്ട് വലിയ നേട്ടമൊന്നുമില്ലാത്ത ജനവിഭാഗങ്ങൾക്കുമേൽ യൂസർ ഫീസുകൾ, സബ്സിഡികൾക്കു പകരം വായ്പകളെ പ്രതിഷ്ഠിക്കൽ, ഭവനരഹിതരാക്കൽ തുടങ്ങിയ ബാദ്ധ്യതകൾ ചുമത്തുകയാണ്. നിശ്ചയമായും, ഇതെല്ലാം ചെയ്യുന്നതാകട്ടെ 'വികസന'ത്തിന്റെ പേരിലും.

'പൊതുജനപങ്കാളിത്തത്തി'ന്റെ പേരിൽ ജെ എൻ എൻ യു ആർ എം/പുര/പി പി പി മാതൃകകളിലൂടെ വിവിധതരങ്ങളിലുള്ള പരിഷ്കാരങ്ങൾ നടപ്പിലാക്കുന്നതിന് ചേരികളിൽ ഗ്രൂപ്പുകൾ സംഘടിപ്പിക്കപ്പെടുന്നു. ചേരി വികസനവും ചേരിനിവാസികളുടെ വൻതോതിലുള്ള കുടിയൊഴിപ്പിക്കലിന് ഇടയാക്കുന്നുണ്ട്. ഇടത്തരക്കാരുടെ പ്രദേശങ്ങളിൽ റസിഡന്റ്സ് വെൽഫെയർ അസോസിയേഷനുകളെയാണ് (RWAs) യൂസർ ചാർജുകൾ പിരിക്കാൻ ഉപയോഗിക്കുന്നത്.

നഗര ഭൂപരിധി ഉപേക്ഷിക്കുന്നതിന്റെ സംവിധാനമായി സമീപഗ്രാമങ്ങളെ നഗര പാർപ്പിട കേന്ദ്രങ്ങളോട് കൂട്ടിച്ചേർക്കുന്നതിനെ ഉപയോഗിക്കുന്നു. റിയൽ എസ്റ്റേറ്റ് വളർച്ചയുടെ അനുപേക്ഷണീയ ഘടകമാണിത്; ഇത് വൻതോതിൽ നിക്ഷേപത്തെ ആകർഷിക്കുന്നു; ഊഹമൂലധനത്തെയും ഇതാകർഷിക്കുന്നുണ്ട്. തൽഫലമായി ഭൂമിയുടെ വില ഇടത്തരക്കാർക്കുപോലും തൊടാനാകുന്നതിലും അപ്പുറം കുതിച്ചുയരുന്നു.

പരിഷ്കരണ പ്രക്രിയ പ്രതിഷേധങ്ങൾക്ക് ലഭ്യമായിരുന്ന ഇടങ്ങൾ ചുരുങ്ങി വരുന്നതിന് ഇടയാക്കുന്നു; ഈ പ്രതിഷേധങ്ങളിലേറെയും ഈ പ്രക്രിയയുടെ തന്നെ ഫലമായി സൃഷ്ടിക്കപ്പെടുന്നവയാണ്; പരിഷ്കരണ പ്രക്രിയയ്ക്ക് എതിരെ ഉള്ളവയുമാണ്. പ്രതിഷേധങ്ങൾക്കായി നിശ്ചയിക്കപ്പെട്ട ഇടങ്ങൾ ഇപ്പോൾ വലിപ്പത്തിന്റെ കാര്യത്തിൽ അപര്യാപ്തമാണെന്നു മാത്രമല്ല; മറിച്ച് അനായാസം ചെന്നെത്താവുന്നതോ കാണാനാവുന്നതോ ആയ സ്ഥലങ്ങളിലുമല്ല അവ സ്ഥിതി ചെയ്യുന്നത്. ഇത്തരം ഇടങ്ങൾ 'ധർണ്ണ ചൗക്കുകൾ' എന്നിത്യാദി പേരുകളിലാണ് അറിയപ്പെടുന്നതെങ്കിലും അവിടങ്ങളിൽ നടത്തുന്ന പ്രകടനങ്ങൾ ജനശ്രദ്ധ ആകർഷിക്കുകയുമില്ല. വലിയൊരു ജനകീയ മുന്നേറ്റം ഉണ്ടാകുമ്പോൾ മാത്രമേ പ്രതിഷേധത്തിനുള്ള ഇടങ്ങൾക്കുമേൽ ചുമത്തപ്പെട്ടിട്ടുള്ള നിയന്ത്രണങ്ങൾ തകർക്കപ്പെടുകയുള്ളൂ.

ഈ നഗര പരിഷ്കരണങ്ങൾ ദരിദ്രരെയും ഇടത്തരക്കാരിലെ ദരിദ്രവിഭാഗങ്ങളെയും പ്രതികൂലമായി ബാധിക്കുന്നു. എന്നാൽ അവയ്ക്ക് ഉയർന്ന ഇടത്തരക്കാർക്കിടയിൽ ശക്തമായ പിന്തുണ ലഭിക്കുന്നുണ്ട്.

പാർട്ടിയുടെ പരിപാടിപരമായ ധാരണ

ഇടത്തരക്കാരിലെ വിവിധ വിഭാഗങ്ങൾക്കിടയിൽ ഗണ്യമായ വളർച്ചയുണ്ടാകാൻ നവലിബറൽനയങ്ങൾ നടപ്പാക്കിയത് ഇടയാക്കി. 1964 ലെ നമ്മുടെ പാർട്ടി പരിപാടി ഇടത്തരം വർഗ്ഗത്തെ സംബന്ധിച്ച് ഒരു വിലയിരുത്തൽ നടത്തിയിരുന്നു; 2000 ൽ കാലോചിതമാക്കിയ പരിപാ

ടിയിൽ ഈ വർഗ്ഗത്തിനുണ്ടായ മാറ്റങ്ങൾ രേഖപ്പെടുത്തി; അതിൽ ഇങ്ങനെ പ്രസ്താവിച്ചു: ''മുതലാളിത്തം കൂടുതൽ വികസിക്കുകയും ഉദാരവല്ക്കരണനയങ്ങൾ നടപ്പാക്കുകയും ചെയ്തതോടുകൂടി ഇടത്തരം വർഗ്ഗങ്ങൾക്കുള്ളിലെ വേർതിരിവ് കൂടുതൽ ആഴമേറി വരുകയാണ്''.

ഇടത്തരം വർഗ്ഗത്തിന്റെ ഉരുവംകൊള്ളൽ

മുതലാളിത്തത്തിന്റെ ഉല്പന്നമാണ് ഇടത്തരം വർഗ്ഗം. സ്വാതന്ത്ര്യത്തിനുമുമ്പുള്ള കാലഘട്ടത്തിൽ ഇടത്തരം വർഗ്ഗം ഉരുവം കൊണ്ടത് കാർഷികേതര സവർണ്ണ ജാതി വിഭാഗങ്ങളിൽനിന്നാണ്. സ്വാതന്ത്ര്യാനന്തര കാലഘട്ടത്തിൽ, കാർഷിക പരിഷ്കരണംമൂലം ഇടത്തരം വർഗ്ഗങ്ങൾ വികസിച്ചു; കാർഷിക വർഗ്ഗങ്ങളിലെ ഭൂപരിഷ്കരണത്തിന്റെ ഗുണഭോക്താക്കളായ വിഭാഗങ്ങൾകൂടി ഇടത്തരക്കാരുടെ അണികളിൽ എത്തിച്ചേർന്നു. 1980 കളോടെ പിന്നോക്കജാതിക്കാരിലും ദളിതർക്കിടയിൽപോലും സമ്പന്നരും ഇടത്തരം വർഗ്ഗങ്ങളും വികസിക്കുകയും വിപുലമാവുകയും ചെയ്തു (സംവരണനയം മൂലം). 1990 കളിൽ നവലിബറൽ നയങ്ങളുടെ വരവോടു കൂടി സേവനമേഖല ദ്രുതഗതിയിൽ വളർന്നത്, പുത്തൻ ഇടത്തരം വർഗ്ഗങ്ങളുടെ ഉരുവംകൊള്ളലിലേക്കു നയിച്ചു.

ഇടത്തരം വർഗ്ഗം

ഇടത്തരം വർഗ്ഗം ഏകരൂപമായ ഒരു വർഗ്ഗമല്ല. അതിൽ നിരവധി വിഭാഗങ്ങളുണ്ട്. അതിനുള്ളിൽ അദ്ധ്വാനം വില്ക്കുന്നവരുണ്ട് (സേവനമേഖലയിൽ); ഒപ്പം മറ്റുള്ളവരുടെ അദ്ധ്വാനം വിലയ്ക്കു വാങ്ങുന്നവരുമുണ്ട് (പെറ്റി ബൂർഷ്വാസിയുടെ ചെറുകിട സംരംഭങ്ങളുമുണ്ട്). വരുമാനത്തിന്റെയും ഉപഭോഗത്തിന്റെയും അടിസ്ഥാനത്തിലാണ് കോർപ്പറേറ്റ് കൺസൾട്ടന്റുമാർ സാമൂഹിക വിഭജനം നടത്തുന്നത്. വ്യാവസായിക തൊഴിലാളികൾ മുതൽ സമ്പന്നർവരെയുള്ള ഉപഭോഗ സാധനങ്ങൾ വാങ്ങാൻ ശേഷിയുള്ളവരെയെല്ലാം ഈ വിഭാഗത്തിൽ ഉൾപ്പെടുത്തുന്നുണ്ട്. ആയതിനാൽ, വരുമാനം പ്രധാനപ്പെട്ട ഒരു ഘടകമായിരിക്കവെ തന്നെ ഒരു വർഗ്ഗത്തിൽ ഉൾപ്പെട്ടിരിക്കുന്നതായിട്ട് ശാസ്ത്രീയമായി സ്ഥാപിക്കാനുള്ള അടിസ്ഥാനം അതാകാൻ പാടില്ല. ഉല്പാദനത്തിലും വിവിധ വിഭാഗങ്ങൾ ഉല്പാദിപ്പിക്കുന്ന മിച്ച മൂല്യത്തിലുമുള്ള പങ്കിനെക്കുറിച്ചുള്ള ധാരണയുടെ അടിസ്ഥാനത്തിലേ അതു ചെയ്യാനാകൂ. ഗ്രാമീണ ഇടത്തരം വർഗ്ഗങ്ങളും നഗരങ്ങളിലെ ഇടത്തരം വർഗ്ഗങ്ങളും തമ്മിലും വ്യത്യാസമുണ്ട്; നഗരങ്ങളിലെ ഇടത്തരം വർഗ്ഗങ്ങളിൽതന്നെ നിരവധി വിഭാഗങ്ങളുണ്ട്. അതുകൊണ്ട്, ഇടത്തരം വർഗ്ഗങ്ങൾക്കുള്ളിലെ വ്യത്യാസങ്ങൾ സ്ഥലസംബന്ധമായും സാമൂഹികമായും സാമ്പത്തികവുമായ പങ്കിനെ ആധാരമാക്കിയുമുള്ളതാണ്. വിവിധ വിഭാഗങ്ങളെ വേർതിരിക്കുന്ന രേഖ ഒരേ സമയം ഇടുങ്ങിയതും വിശാലവുമാണ്; തൊഴിലിനെയും വരുമാനത്തെയും സ്വത്തിന്റെയും മൂലധനത്തിന്റെയും ഉടമസ്ഥതയെയും അടിസ്ഥാനമാക്കിയതുമാണ്.

ഇടത്തരം വർഗ്ഗങ്ങൾക്കുള്ളിലെ മാറ്റങ്ങൾ
പരമ്പരാഗത ഇടത്തരം വർഗ്ഗം

കേന്ദ്ര - സംസ്ഥാന സർക്കാർ ജീവനക്കാർ, അദ്ധ്യാപകർ, ബാങ്കിങ് - ഇൻഷുറൻസ് മേഖലകളിലെ ജീവനക്കാർ, ഡോക്ടർമാർ, അഭിഭാഷകർ, എഞ്ചിനീയർമാർ, മറ്റു ബുദ്ധിജീവി വിഭാഗങ്ങൾ എന്നിവരെല്ലാം ഉൾപ്പെടുന്നതാണ് പരമ്പരാഗത ഇടത്തരം വർഗ്ഗം. ഈ വർഗ്ഗത്തിലെ അംഗങ്ങളിൽ നിരവധിപേർ തങ്ങളുടെ ഒഴിവു സമയം യൂണിയൻ പ്രവർത്തനങ്ങൾക്കും രാഷ്ട്രീയ - സാമൂഹ്യ പ്രവർത്തനങ്ങൾക്കുമായി ചെലവഴിക്കാറുണ്ട്. നവലിബറൽ പരിഷ്കരണങ്ങളുടെ വരവോടെ ഡോക്ടർമാരെയും അദ്ധ്യാപകരെയും പോലുള്ള പ്രൊഫഷണലുകൾ അവരുടെ തൊഴിലുമായി ബന്ധപ്പെട്ടതും ബന്ധപ്പെടാത്തതുമായ ബിസിനസ് പ്രവർത്തനങ്ങളിൽ തങ്ങളുടെ സമയം ഏറെയും ചെലവഴിക്കുന്നു. കുട്ടികളുടെ ഭാവിയും ജീവിതക്രമവും കരുപ്പിടിപ്പിക്കുന്നതിൽ രക്ഷിതാക്കൾ നിർണ്ണായകപങ്കു വഹിക്കുന്നു; ഇതിനായി അവർ വലിയ നിക്ഷേപവും നടത്തുന്നു. അവരുടെ കുട്ടികളാകട്ടെ, തങ്ങളുടെ ഒഴിവുസമയങ്ങളിൽ ഏറിയ ഭാഗവും പഠനത്തിലും ട്യൂഷനിലും തങ്ങളുടെ ഭാവി ശോഭനമാക്കുന്നതിനു പര്യാപ്തമെന്ന് അവർ കരുതുന്ന പാഠ്യപദ്ധതിക്കു പുറത്തുള്ള പ്രവർത്തനങ്ങളിലും ഏർപ്പെടുന്നു.

പൊതുമേഖലാ സംരംഭങ്ങളിലെ തൊഴിലാളികൾ ഉയർന്ന വരുമാനമുണ്ടാക്കുന്നവരാണ്; അവരിൽ പലരും തങ്ങളെ ഇടത്തരം വർഗ്ഗത്തിൽ പെട്ടവരായാണ് സ്വയം കണക്കാക്കുന്നത്. ഈ വിഭാഗത്തിലെ വലിയൊരു ഭാഗം തൊഴിലാളിവർഗ്ഗ പ്രസ്ഥാനങ്ങളിൽനിന്നും അകന്നുപോയിരിക്കുന്നു; ഇവർ നവലിബറൽ നയങ്ങളെ പിന്തുണയ്ക്കുന്നവരും ആയിരിക്കുന്നു. ഇവർ ഈ നയങ്ങളെക്കുറിച്ചും ഗവൺമെന്റിനെക്കുറിച്ചും മറ്റു തൊഴിലാളികൾക്കിടയിൽ വ്യാമോഹം പരത്തുന്നു. അവർ പലപ്പോഴും തൊഴിലാളി പ്രഭുക്കളിൽ (Labour Aristocracy) പെട്ടവരാണെന്നാണ് സൂചിപ്പിക്കപ്പെടുന്നത്. കോർപ്പറേറ്റു മേഖല അവരെ ഇടത്തരം വർഗ്ഗത്തിൽ പെട്ടവരായാണ് കരുതുന്നത് (അവരുടെ ഉപഭോഗശീലമാണ് അതിനു കാരണം).

ബുദ്ധിജീവികൾ

ഈ കാലഘട്ടത്തിൽ, ഇടത്തരം വർഗ്ഗത്തിൽപെട്ട ബുദ്ധിജീവികളിൽ ഇടതുപക്ഷപ്രത്യയശാസ്ത്രത്തിന്റെ സ്വാധീനം ഗണ്യമായി കുറഞ്ഞിരിക്കുന്നു. വിവിധ പൊതുമേഖലാ ഗവേഷണ സ്ഥാപനങ്ങളും സ്വകാര്യ ഗവേഷണ സ്ഥാപനങ്ങളും പരിവർത്തനവിധേയമായിരിക്കുകയാണ്; അഥവാ നവലിബറൽ ചിന്തയുടെയും പ്രത്യയശാസ്ത്രത്തിന്റെയും ധൈഷണിക കേന്ദ്രങ്ങളായി രൂപപ്പെടുത്തിയിരിക്കുകയാണ്. സർവ്വകലാശാലകൾക്കുള്ളിലും ഉന്നത വിദ്യാഭ്യാസ കേന്ദ്രങ്ങളിലും സാമൂഹ്യ - രാഷ്ട്രീയ വിഷയങ്ങളിന്മേലുള്ള ചർച്ചകളും സംവാദങ്ങളും വളരെ

കുറഞ്ഞിരിക്കുന്നു. മാനേജ്മെന്റ് സ്കൂളുകളും ബി - സ്കൂളുകളും നവലിബറൽ ചിന്താഗതിയുടെ കേന്ദ്രങ്ങളായി ഉയർന്നുവരുന്നു. കമ്പോളവും അതിന്റെ വക്താക്കളുമാണ് സാമൂഹികമായ പരികല്പനകളെ ഇപ്പോൾ സൃഷ്ടിക്കുകയും സ്വാധീനിക്കുകയും ചെയ്യുന്നത്.

പുത്തൻ ഇടത്തരം വർഗ്ഗം

ആഗോളവല്ക്കരണത്തിന്റെ സ്വാധീനത്തിന്റെ അനന്തരഫലമെന്ന നിലയിൽ ഉയർന്നുവന്ന ഈ വർഗ്ഗം പ്രാഥമികമായും സേവനമേഖലയിലാണ് ഇടപെടുന്നത്; അവരെ പുത്തൻ ഇടത്തരം വർഗ്ഗം എന്നാണ് വിശേഷിപ്പിക്കുന്നത്. ഈ വർഗ്ഗവുമായി ബന്ധപ്പെട്ട മൂല്യങ്ങളും അവരുടെ ആഗ്രഹാഭിലാഷങ്ങളുമാണ് സമൂഹത്തിലുടനീളം വ്യാപകമായി പ്രചാരത്തിലാക്കപ്പെട്ടിരിക്കുന്നത്; ഇതൊരു പുതിയ പ്രധാന സംഭവവികാസമാണ്. ഈ വർഗ്ഗത്തിൽപെട്ട ആളുകൾ പണിയെടുക്കുന്നത് അധികവും ഐ ടി, ബി പി ഒ, ഔഷധം, പശ്ചാത്തല വികസനം, സ്വകാര്യ ധനകാര്യസ്ഥാപനങ്ങൾ, സ്വകാര്യ വിദ്യാഭ്യാസ - ആരോഗ്യമേഖലകൾ, മാധ്യമം, ടൂറിസം, വാർത്താവിനിമയം,ഗതാഗതം, അതിഥി സല്ക്കാരവും വിനോദവും, ഇവന്റ് മാനേജ്മെന്റ്, മാളുകൾ, നഴ്സിങ്, റിയൽ എസ്റ്റേറ്റ്, കൺസൾട്ടൻസി - കോർപ്പറേറ്റ് ഓഫീസ് മേഖല എന്നിവയിലാണ്. ഇവയെ മൂന്നു കാറ്റഗറികളായി വീണ്ടും തരംതിരിക്കാവുന്നതാണ്.

ഒന്നാമത്തെ കാറ്റഗറി ഉയർന്ന വരുമാനം ലഭിക്കുന്നവയാണ്; 'ആധുനിക' ജീവിതശൈലി നയിക്കുന്നവരുമാണ് (പ്രധാനമായും ഐടിയും ധനമേഖലയും). എന്നാൽ, ഐ ടി/ഔഷധ മേഖലകളിൽ പണിയെടുക്കുന്നവരാണ് മിച്ചമൂല്യം ഉല്പാദിപ്പിക്കുന്ന തൊഴിലാളികൾ (അവരുടെ ആത്മനിഷ്ഠമായ ധാരണ അങ്ങനെയല്ലെങ്കിൽപോലും) എന്ന കാര്യം ഓർമ്മിക്കേണ്ടതാണ്. അവർ പൊതുവെ അറിയപ്പെടുന്നത് 'നോളജ് പ്രൊഫഷണലുകൾ' എന്നാണ്. ഐ ടി മേഖലയിൽപോലും 10 മുതൽ 25 ശതമാനംവരെ തൊഴിലാളികൾ ഡ്രൈവർ, തോട്ടക്കാർ, ക്ലീനർമാർ, ഗൃഹഭരണവുമായും ആതിഥ്യവുമായും ബന്ധപ്പെട്ട ജോലികൾ ചെയ്യുന്നവർ എന്നീ വിഭാഗങ്ങളാണെന്നും ഓർമിക്കേണ്ടത് ആവശ്യമാണ്. ഈ വിഭാഗങ്ങളും 'തൊഴിലാളിവർഗ്ഗം' എന്ന കാറ്റഗറിയിൽ ഉൾപ്പെടുന്നവരാണ്.

രണ്ടാമത്തെ കാറ്റഗറി ശമ്പളസ്കെയിൽ താരതമ്യേന കുറഞ്ഞ വിഭാഗത്തിൽപെട്ടവരാണ്; അവരാകട്ടെ 'ആധുനിക' ജീവിതശൈലി പിന്തുടരാൻ പെടാപ്പാട് പെടുന്നവരുമാണ്. ഈ വിഭാഗത്തിൽപെട്ടവരെ മാധ്യമങ്ങൾ, പശ്ചാത്തല വികസന - കോർപ്പറേറ്റ് ഓഫീസുകൾ എന്നിവയിലെല്ലാം കാണാനാവും.

മൂന്നാമത്തെ കാറ്റഗറിയിൽ റിയൽ എസ്റ്റേറ്റിലെ ബ്രോക്കർമാർ, സ്വകാര്യ - മൈക്രോ ഫിനാൻസ്, ചിട്ടി ഫണ്ടുകൾ എന്നിവയിലുള്ളവർ എന്നീ വിഭാഗങ്ങളാണ് ഉൾപ്പെടുന്നത്; 'പുറം' വരുമാനം സമ്പാദിക്കുന്നവരുമാണിവർ. പ്രധാനമായും പരോപജീവി സ്വഭാവത്തിലുള്ളവ

രാണിവർ. ഇവരിൽ പലരും നുണയന്മാരും ചതിയന്മാരും അഴിമതിക്കാരും അലസസ്വഭാവക്കാരുമാണ്. ഇവരിൽ 5 ശതമാനത്തിൽ താഴെയുള്ളവർ ഉയർന്ന മാനേജ്മെന്റിലുള്ളവരാണ്; അവരെ പുത്തൻ ലെഷർ ക്ലാസ് (സുഖിമാന്മാരുടെ വർഗ്ഗം) ആയാണ് കണക്കാക്കുന്നത്.

യുവജനങ്ങൾ

നമ്മുടെ രാജ്യത്തെ ജനസംഖ്യയിൽ നാലിൽ മൂന്ന് ഭാഗം 35 വയസ്സിൽ താഴെ പ്രായമുള്ളവരാണ്. ഈ പുതിയ ഇടത്തരം വർഗ്ഗത്തിൽ ഉൾപ്പെടുന്ന യുവജനങ്ങൾ ചലനാത്മകതയുള്ളവരും ഊർജ്ജസ്വലരും സ്വമതാഭിമാനത്തോടുകൂടിയവരുമാണ്. ഐ ടി മേഖലയിൽ, തൊഴിലാളികളുടെ ശരാശരി പ്രായം 28 ആണ് (2008 ൽ ഇത് 25 ആയിരുന്നു). അവരാണ് പുത്തൻ ഇടത്തരം വർഗ്ഗത്തിലെ മുഖ്യഘടകം; ഇവർക്ക് ഈ വിഭാഗത്തിനു പുറത്തുള്ള യുവജനങ്ങളിലും സ്വാധീനമുണ്ട്. യുവതികളും ബിസിനസും രാഷ്ട്രീയവും ഉൾപ്പെട്ട ജീവിതത്തിന്റെ എല്ലാ മേഖലകളിലും മുന്നേറുകയാണ്. അവരുടെ ആത്മാഭിമാനബോധം വളരുകയാണ്. പല കേസുകളിലും ദമ്പതികൾ രണ്ടുപേരും ജോലി ചെയ്യുകയാണെങ്കിൽ പുരുഷന്മാർ കുടുംബപരമായ ഉത്തരവാദിത്വങ്ങളിൽ കൂടി പങ്കുവഹിക്കാനും തുടങ്ങിയിട്ടുണ്ട്.

ഇടത്തരം വർഗ്ഗത്തിന്റെ വലിപ്പം

ഇടത്തരം വർഗ്ഗത്തിന്റെ വലിപ്പത്തെക്കുറിച്ച് കൃത്യമായ മതിപ്പു കണക്കില്ല. NCAER ഇത് 5 ശതമാനത്തിനും 7 ശതമാനത്തിനും ഇടയ്ക്കാണെന്ന് കണക്കാക്കുമ്പോൾ മക്കെൻസിയുടെ കണക്ക് 20 ശതമാനം (25 കോടി ആളുകൾ) വരുമെന്നാണ്. പുതുതായി വികസിതമായ മേഖലകളിൽ ജോലി ചെയ്യുന്നവരുടെ എണ്ണവുമായി ബന്ധപ്പെട്ട സ്ഥിതിവിവര കണക്ക് പൂർണ്ണമായി ഇതേവരെ ലഭ്യമായിട്ടില്ല. ചില പഠനഗ്രൂപ്പുകളുടെ കണക്കുപ്രകാരം ഇവരുടെ സംഖ്യ ജനസംഖ്യയുടെ 10 ശതമാനം വരും. നഗര ജനസംഖ്യയുടെ മൂന്നിലൊന്ന് ഇടത്തരം വർഗ്ഗത്തിൽപെട്ടവരാണെന്ന് പറയാൻ കഴിയും; യൂറോപ്പിൽനിന്നും അമേരിക്കയിൽനിന്നും വ്യത്യസ്തമായി ഈ വിഭാഗം വളർന്നുവരികയുമാണ്.

സേവനമേഖല

ജി ഡി പിയുടെ അടിസ്ഥാനത്തിൽ കാർഷികമേഖല കഴിഞ്ഞാൽ ഏറ്റവും വലുതാണ് സേവനമേഖല : 65%. എന്നാൽ മൊത്തം തൊഴിലുകളുടെ 28% മാത്രമാണ് ഇത് പ്രദാനം ചെയ്യുന്നത്. ചില്ലറ വ്യാപാരവും മൊത്ത വ്യാപാരവും പോലെയുള്ള അസംഘടിതമേഖലകൾ തൊഴിലവസരങ്ങളുടെ 80% പ്രദാനം ചെയ്യുന്നുണ്ട്. റിയൽ എസ്റ്റേറ്റ്, ധനകാര്യം, ഇൻഷ്വറൻസ്, ബിസിനസ്സ് സേവനങ്ങൾ എന്നിവ 20 ശതമാനം വരും.

സേവനമേഖലയിലെ തൊഴിലാളി ഉല്പാദനക്ഷമത ഏറ്റവും ഉയർന്ന താണ്. പൊതുമേഖലാ തൊഴിലുകൾ 1993-94നും 2009-10 നും ഇടയ്ക്ക് 10 ശതമാനം കുറഞ്ഞു.

തൊഴിൽ

അസംഘടിതമേഖലയിൽ തൊഴിൽ അവസരങ്ങൾ വർദ്ധിച്ചിട്ടുണ്ട്. എഞ്ചിനീയറിങ് മേഖലയ്ക്കൊപ്പം ഇവിടെ 94% പേർക്ക് തൊഴിൽ ലഭിക്കുന്നുണ്ട്. തൊഴിൽസുരക്ഷയില്ലായ്മയും വലിയ തോതിലുള്ള ബുദ്ധിമുട്ടുകളും ഉണ്ടായിട്ടും വരുമാന സാദ്ധ്യതകൾ വർദ്ധിക്കുമെന്ന പ്രതീക്ഷയാണ് ഈ ജോലികൾ സ്വീകരിക്കാനും അതിൽ തുടരാനും തൊഴിലാളികൾ തയ്യാറാകുന്നത്. റിയൽ എസ്റ്റേറ്റ്, ധനകാര്യം, ടൂറിസം, മാധ്യമങ്ങൾ, വിദ്യാഭ്യാസം, ആരോഗ്യ പരിരക്ഷാസേവനങ്ങൾ, കൺസൾട്ടൻസികൾ, ചില്ലറവ്യാപാരം, മാളുകൾ, ഇവന്റ് മാനേജ്മെന്റ്, വാർത്താവിനിമയം, ഗതാഗതം, സ്വകാര്യ ഓഫീസുകൾ, കൺസ്ട്രക്ഷൻ, പശ്ചാത്തല വികസനം, പാർപ്പിടം തുടങ്ങിയവപോലുള്ള മേഖലകളിൽ നിരവധി അനുകൂല പരിതഃസ്ഥിതികളുണ്ട്. 1993-94 നും 2011-12 നും ഇടയ്ക്ക് 2 കോടി പുതിയ തൊഴിലുകൾ കൂട്ടിച്ചേർക്കപ്പെട്ടു; എന്നാൽ മാനുഫാക്ചറിങ്ങിൽ 60 ലക്ഷം മാത്രമേ കൂട്ടിച്ചേർക്കപ്പെട്ടുള്ളൂ.

ഈ മേഖലകളിലെ തൊഴിലവസരങ്ങൾ പരമ്പരാഗതമല്ലാത്തതുമാണ്. ഊഹ നിക്ഷേപങ്ങൾ(speculation investment), ഷെയർ ബ്രോക്കറേജ്, റിയൽ എസ്റ്റേറ്റ് ബ്രോക്കറേജ്, വിദ്യാഭ്യാസ - ആരോഗ്യപരിചരണ സ്ഥാപനങ്ങളിലെ ബ്രോക്കറേജ്, ബ്യൂറോക്രസിക്കും ഗവൺമെന്റുകൾക്കും ആവശ്യമായ വിവിധ സേവനങ്ങൾക്കുള്ള ഇടനിലക്കാരനാകൽ എന്നിവയുമായി ബന്ധപ്പെട്ട തൊഴിലുകളിൽ ദ്രുതഗതിയിലുള്ള വർദ്ധനവുണ്ടാകുന്നു. മുമ്പുണ്ടായിരുന്നതും പരിമിതവുമായ തലങ്ങളിൽ നിന്നുള്ള ഇടനിലനില്ക്കൽ/ബ്രോക്കറേജിന്റെ സ്ഥിതി താഴുകയാണ്. ട്രാൻസ്പോർട്ട് ഡിപ്പാർട്ടുമെന്റിൽ ലൈസൻസുകൾ/ പെർമിറ്റുകൾ, മുനിസിപ്പൽ/പഞ്ചായത്ത്/മറ്റാഫീസുകൾ എന്നിവിടങ്ങളിൽ അനുമതികൾ എന്നിവ നല്കുന്നതുപോലെയുള്ള മേഖലകളിൽ നഗരങ്ങളിലെ ഇടത്തരം വർഗ്ഗത്തിന്റെ താണതലത്തിലും മദ്ധ്യതലത്തിലുമുള്ളവർക്ക് സ്വയംതൊഴിൽ സൃഷ്ടിക്ക് അവസരമൊരുക്കപ്പെട്ടിരിക്കുകയാണ്. ഉപഭോഗശീലങ്ങളിലെ മാറ്റം മൂലം സൂപ്പർ മാർക്കറ്റുകളിലും സിം കാർഡ് വില്പനയിലും ഫൈനാൻഷ്യൽ സ്കീമുകളുടെ വില്പനയിലും മറ്റുമുള്ള ചെറിയ ജോലികളിൽ വളർച്ചയുണ്ടാകാൻ തുടങ്ങി. സ്വകാര്യ വ്യവസായം ഗണ്യമായ വളർച്ച പ്രകടമാക്കി; അതിനാൽ, ചെറുതും വലുതുമായ സംരംഭങ്ങളുടെ എണ്ണം വർദ്ധിച്ചു.

ഐ ടി മേഖല

ഐ ടി - ബി പി എം വ്യവസായത്തിൽ 30 ലക്ഷം തൊഴിലാളിക

ളുണ്ട്; അതിൽ 10 ലക്ഷം സ്ത്രീകളാണ്. 20 ലക്ഷം പേരും നിയമിക്കപ്പെട്ടത് കഴിഞ്ഞ ദശകത്തിലാണ്. ജി ഡി പിയിൽ അതിന്റെ വിഹിതം 8.1 ശതമാനമാണ്; ലോക ഐടി വിപണിയുടെ 7 ശതമാനമാണത്. 2014 സാമ്പത്തിക വർഷത്തിൽ അതിലെ മൊത്തം വരുമാനം 11,800 കോടി ഡോളറാണ്. നിർമ്മാണ മേഖല കഴിഞ്ഞാൽ സേവനമേഖലയിലെ ഏറ്റവും വലിയ വിഭാഗം ഇതാണ്. അതിൽ പണിയെടുക്കുന്നവരിൽ 90 ശതമാനവും 8 നഗരങ്ങളിൽ കേന്ദ്രീകരിച്ചിരിക്കുന്നു.

ഐ ടി വളർച്ച കയറ്റുമതി അധിഷ്ഠിതമാണ്. അതിന്റെ വരുമാനത്തിൽ സേവനങ്ങൾ 64 ശതമാനവും ബി പി എം 23 ശതമാനവും സോഫ്ട്വെയർ ഉല്പന്നങ്ങൾ 18 ശതമാനവും ഉൾപ്പെടും. ഹാർഡ്‌വെയറിന്റെ വിഹിതം അതിലും ഏറെ കുറവാണ് - 13%. കഴിഞ്ഞ രണ്ടു വർഷങ്ങളിൽ, ആഭ്യന്തര വിപണി സ്തംഭനത്തിലാണ്; 3200 കോടി ഡോളറായിരുന്നു നേടിയ വരുമാനം. ഈ വ്യവസായത്തിൽ 15,000 സ്ഥാപനങ്ങളുണ്ട്. മൊത്തം തൊഴിൽസേനയുടെയും വരുമാനത്തിന്റെയും 40 ശതമാനത്തിന്റെ ഉത്തരവാദിത്വം 11 കമ്പനികൾക്കാണ്; അതേസമയം 120-150 ഇടത്തരം കമ്പനികൾ 35 ശതമാനത്തിനും 40 ശതമാനത്തിനും ഇടയ്ക്കുള്ളതിന്റെ ഉത്തരവാദിയാകുന്നു. 15,000 കമ്പനികളിൽ ഏറെയും ചെറുകിട കമ്പനികളാണ്; 9-10 ശതമാനം തൊഴിലാളികളുടെയും വരുമാനത്തിന്റെയും ഉത്തരവാദിത്വം മാത്രമാണിവയ്ക്കുള്ളത്. ഏകദേശം 1200 നും 1500 നും ഇടയ്ക്ക് കമ്പനികൾ ഉയർന്നുവരുന്ന സംരംഭകരായി കാണപ്പെടുന്നു. ഐ ടി വ്യവസായത്തിലെ തൊഴിലാളികളിലെ മുഖ്യ ഘടകം എഞ്ചിനീയറിങ് ബിരുദധാരികളും മറ്റു ബിരുദധാരികളുമാണ് (76%). അതു കഴിഞ്ഞാൽ ബിരുദാനന്തര ബിരുദധാരികളും - എം ബി എ/എം സി എ/എം എസ് സി (14%). മറ്റെല്ലാ വിഭാഗങ്ങളും കൂടി 10%.

മാനുഫാക്ചറിങ്ങിന്റെയും ബിസിനസ് സ്രോതസ്സുകളുടെയും യന്ത്രവല്ക്കരണത്തിന്റെ അനന്തരഫലമായി വികസിച്ചതാണ് ഐ ടി - ബി പി എം വ്യവസായം. യന്ത്രവല്ക്കരണത്തിന്റെ ഉപകരണമായിരുന്നത് അതിന്റെ തന്നെ ഇരയായി ഇപ്പോൾ മാറിയിരിക്കുകയാണ്. അതിവൈദഗ്ദ്ധ്യമുള്ള ചെറിയൊരു സംഖ്യ ഡെവലപ്പർമാർ മാത്രമാണ് ഐ ടി സ്രോതസ്സുകളുടെ ആട്ടോമേഷനായി പണിയെടുക്കാൻ ആവശ്യമായി വരുന്നത് എന്ന അവസ്ഥ ഇതിന്റെ ഫലമായുണ്ടായി. ഈ അതിവിദഗ്ദ്ധ തൊഴിലുകൾ ഇപ്പോൾ വികസിത രാജ്യങ്ങളിലേക്ക് നീങ്ങുകയാണ്; അവയാണ് ബൗദ്ധിക സ്വത്തവകാശത്തിന്റെ ഉടമകൾ. ഈ മേഖലയിലെ തൊഴിൽ വിപണി ഇപ്പോൾ രണ്ടു തരത്തിലുള്ള ജോലികളിലായി ചുരുങ്ങുകയാണ്. വികസിത രാജ്യങ്ങളിലേക്ക് നീങ്ങിക്കൊണ്ടിരിക്കുന്ന അതിവൈദഗ്ദ്ധ്യം വേണ്ടവയും ഭാഷയെ ആശ്രയിച്ചുള്ളവയും വിയത്നാം, ഫിലിപ്പൈൻസ് തുടങ്ങിയ കുറഞ്ഞ കൂലിക്ക് ആളെ കിട്ടുന്ന തൊഴിൽവിപണികളിലേക്ക് നീങ്ങിക്കൊണ്ടിരിക്കുന്നവയുമായ താണവൈദഗ്ദ്ധ്യം വേണ്ടവയും.

സ്വകാര്യ പ്രൊഫഷണൽ കോളേജുകൾ പൊട്ടിമുളച്ചു തുടങ്ങിയതോടെ ഓരോ വർഷവും ലക്ഷക്കണക്കിനു ആളുകളാണ് ബിരുദം നേടി

വരുന്നത്; എന്നാൽ ഐ ടി മേഖലയിൽ ഉൾക്കൊള്ളാൻ കഴിയുന്നവരുടെ എണ്ണം 70,000 ത്തിൽനിന്നും 30,000 ആയി കുറഞ്ഞിരിക്കുകയാണ്. ആന്ധ്രാപ്രദേശിൽ മാത്രം ഇപ്പോൾ തൊഴിലന്വേഷകരായ 5 ലക്ഷം എഞ്ചിനീയറിങ് ബിരുദധാരികളുണ്ട്. പ്രതീക്ഷ നഷ്ടപ്പെട്ടവർ തങ്ങളുടെ വീടുകളിലേക്ക് മടങ്ങിപ്പോവുകയോ നൈറ്റ് വാച്ച് മാനോ വെയ്റ്ററോ ഉൾപ്പെടെ കിട്ടുന്ന ഏതു ജോലിയും സ്വീകരിക്കുകയോ ചെയ്യുന്നു. കോർപ്പറേറ്റ് മേഖല ഇപ്പോൾ കുറഞ്ഞ കൂലിക്കാണ് നിയമനം നടത്തുന്നത്; ആയതിനാൽ തൊഴിൽ ലഭിച്ചവർതന്നെ തൊഴിൽ സുരക്ഷയില്ലായ്മയും കുറഞ്ഞ ഇംക്രിമെന്റോ ഇംക്രിമെന്റു തന്നെ ഇല്ലായ്മയോ നേരിടുകയാണ്. റിക്രൂട്ട്മെന്റ് വളരെ കുറഞ്ഞിരിക്കുന്നു; റിട്രെഞ്ച്മെന്റ് സാധാരണമായിരിക്കുന്നു. ധനമന്ത്രാലയത്തിന്റെ 2014 ജനുവരിയിലെ വർക്കിങ് പേപ്പറിൽ ഈ വിഷയങ്ങൾ സൂചിപ്പിക്കുന്നുണ്ട്.

ജോലി ചെയ്യുന്നതിലെ അവസ്ഥ

ചൂഷണം വർദ്ധിപ്പിക്കുന്നതിനുള്ള ആധുനിക രീതികളിൽ ഭരണ വർഗ്ഗങ്ങൾ വൈദഗ്ദ്ധ്യം നേടിയിട്ടുണ്ട്. താരതമ്യേന ഉയർന്നവേതനവും അതോടൊപ്പം ഉയർന്ന തോതിലുള്ള ചൂഷണവും ഇന്ന് സർവ്വസാധാരണമാണ്. ഒരു വ്യക്തിയുടെ പ്രകടനത്തിന്റെ (പെർഫോമൻസ്) വിശദാംശങ്ങൾ സംബന്ധിച്ച് രേഖപ്പെടുത്തുകയും അളന്നു തിട്ടപ്പെടുത്തുകയും ചെയ്യുന്നുണ്ട്. ഒരാൾ ചെയ്തു തീർക്കേണ്ട ജോലിയുടെ പരമാവധി അളവും അതു വിലയിരുത്താനുള്ള സംവിധാനങ്ങളും അവസാനത്തെ വിശദാംശംവരെ തിട്ടപ്പെടുത്തിയിരിക്കുന്നു. ശമ്പളത്തെ രണ്ടു ഭാഗങ്ങളായി വേർതിരിക്കുന്നു: ആദ്യത്തേത് കൺസോളിഡേറ്റഡ് പേ (സ്ഥിരശമ്പളം); രണ്ടാമത്തേത്, പെർഫോമൻസ് അടിസ്ഥാനപ്പെടുത്തിയുള്ള വിലയിരുത്തലിനെത്തുടർന്നുള്ള ശമ്പളം. പതിവായി, രണ്ടാമത്തേത് മൊത്തം ശമ്പളത്തിന്റെ 50 ശതമാനം വരും. ജീവനക്കാരുടെ ടീമിന് ഒരു പെർഫോമൻസ് സൂചിക നല്കുന്നു. ഇതിനെ ആധാരമാക്കിയാണ് ഓരോരുത്തർക്കും ശമ്പളം ലഭിക്കുന്നത്. ഏറ്റവും മികച്ച പ്രകടനം കാഴ്ച വെയ്ക്കുന്നവർ ഏറ്റവും കൂടുതൽ വരുമാനമുണ്ടാക്കുന്നു.

ശമ്പളത്തിന്റെ ആദ്യപകുതിയെ ആധാരമാക്കിയാണ് ഹെൽത്ത് ഇൻഷ്വറൻസിന്റെയും പ്രോവിഡന്റ് ഫണ്ടിന്റെയും പേയ്മെന്റുകൾ.

ഐ ടി പ്രൊഫഷണലുകൾ വളരെ കൂടുതൽ സമയം പണിയെടുക്കുന്നു; അവരുടെ ജോലി അതിരാവിലെ ആരംഭിക്കുകയും വളരെ വൈകി അവസാനിക്കുകയും ചെയ്യുന്നു. സമയപരിധികളും വ്യത്യസ്ത സ്ഥലങ്ങളിൽനിന്നും ജോലി ചെയ്യേണ്ടിവരുന്നതിനുള്ള സാദ്ധ്യതയുമുണ്ട്. വീട്ടിലിരുന്നും ജോലി ചെയ്യാൻ അവർ നിർബ്ബന്ധിതരാകുന്നു; ഇത് അവരുടെ ജോലി സമയം പിന്നെയും വർദ്ധിക്കുന്നുവെന്ന് ഉറപ്പാക്കുന്നു. 8 മണിക്കൂറാണ് നിയമപരമായി നിർബ്ബന്ധിതമായിട്ടുള്ളതെങ്കിലും ചുരുങ്ങിയത് 11–12 മണിക്കൂറെങ്കിലും യഥാർത്ഥത്തിൽ ജോലി ചെയ്യേണ്ടതായി വരുന്നു. ഒരാൾ ചെയ്യുന്ന ജോലിക്ക് നിശ്ചയിക്കുന്ന തുകയുടെ വിഹി

തം എന്ന നിലയിൽ അയാൾക്കു ലഭിക്കുന്ന വരുമാനം തുച്ഛമമാണ്. ചൂഷണത്തിന്റെ ഏറിയ ഭാഗവും അവർ ഉല്പാദിപ്പിക്കുന്ന മിച്ചമൂല്യത്തിൽ ഉൾപ്പെടുന്നു; കേവലമായ മിച്ചം വർദ്ധിക്കുന്നു എന്ന് ഉറപ്പാക്കാനുള്ള ഗൂഢശ്രമങ്ങളും ഉണ്ടാകുന്നു. ഈ മേഖലയിലെ ചൂഷണനിരക്ക് വളരെ വലുതായിരുന്നിട്ടും, ചില പ്രതിസന്ധി സാഹചര്യങ്ങളിലൊഴികെ പരമ്പരാഗത രീതികളുപയോഗിച്ച് ഈ ജീവനക്കാരെ സംഘടിപ്പിക്കുന്നത് വളരെയേറെ ബുദ്ധിമുട്ടുള്ള കാര്യമാണ്.

യൂണിയൻവല്ക്കരണം

ജോലിയുടെ പാരമ്പര്യബദ്ധമല്ലാത്ത പ്രകൃതവും തൊഴിലിന്റെയും തൊഴിൽക്ഷമതയുടെയും വൈവിദ്ധ്യവും സേവനമേഖലയിലെ ജോലിയുടെ സ്വഭാവവും അതിഭീമമാണ്; അതുകൊണ്ട് കൂലി വർദ്ധിപ്പിക്കാനും കരിയർ മെച്ചപ്പെടുത്താനും ജീവനക്കാർക്ക് നിരന്തരം തൊഴിലുടമയേയും പ്രൊഫഷനേയും മാറ്റേണ്ടതായി വരുന്നു. സ്ഥിരം തൊഴിലിന്റെ സ്ഥാനത്ത് സ്ഥിരമല്ലാത്ത തൊഴിൽ ശൈലി പ്രതിഷ്ഠിക്കപ്പെടുന്നു; കൂലി വർദ്ധിപ്പിക്കുന്നതിനുള്ള സമരത്തിനുപകരം ജോലിയിൽ മാറ്റം എന്ന രീതി നിലവിൽ വരുന്നു. ആയതിനാൽ 'സംഘടിതരാവുക' എന്നത് ഒരു പഴഞ്ചൻ ഏർപ്പാടായി കരുതപ്പെടുന്നു. കൂട്ടായി വിലപേശൽ, യൂണിയൻവല്ക്കരണം എന്നിത്യാദി സങ്കല്പനങ്ങൾ സ്വീകരിക്കപ്പെടേണ്ടതില്ലാത്ത ആശയങ്ങളായിരിക്കുന്നു. കാലത്തിന്റെയും ഇടത്തിന്റെയും പ്രതിബന്ധങ്ങളെ പൊളിക്കുന്ന തരത്തിലുള്ളതാകുന്നു ഇവിടെ ജോലിയുടെ സ്വഭാവം. വ്യത്യസ്ത ഇടങ്ങളിൽ - തൊഴിലിടങ്ങൾക്കുള്ളിലും, രാജ്യത്തിനുള്ളിലും രാജ്യത്തിനുപുറത്തും എല്ലാമുള്ള ആളുകളുമായി കൂട്ടുകെട്ടുകൾ (ടീമുകൾ) രൂപീകരിക്കപ്പെടുന്നു. കമ്പനിക്കുള്ളിലേക്കു കടക്കുന്നതുപോലും അവരവർ ജോലി ചെയ്യുന്ന ഫ്ളോറിലോ ക്യാബിനകത്തോ മാത്രമായി പരിമിതപ്പെടുത്തപ്പെടുന്നു. ഒരു പ്രത്യേക അസൈൻമെന്റിന്/ഡെലിവറിക്ക് വേണ്ടിയുള്ള വിജ്ഞാനകൂട്ടങ്ങൾക്ക് (knowledge pool) വിവിധ ലൊക്കേഷനുകളിലെ ആളുകളെ ചേർത്ത് രൂപം നല്കുന്നു. ഇതിനർത്ഥം മൊത്തം തൊഴിലാളികൾക്കും ഒരു പൊതു ഉല്പാദന കേന്ദ്രത്തോടുകൂടിയ ഒരു തൊഴിലിടം ഉണ്ടാവില്ലെന്നാണ്. അങ്ങനെ ഒന്നുണ്ടായിരുന്നെങ്കിൽ അത് അവർക്ക് ഒരു സ്ട്രൈക്കിങ് പോയിന്റ് നല്കുമായിരുന്നു. നിശ്ചിത ഇടം ലഭിക്കുന്ന പ്രോജക്ടുകൾക്കായുള്ള അന്ത്യശാസനവും ജീവനക്കാർ കഠിനാദ്ധ്വാനത്തിൽ ഏർപ്പെടത്തക്കവിധം കരുപ്പിടിപ്പിക്കപ്പെട്ടിരിക്കുന്നു. അന്ത്യ ഉല്പന്നം തന്നെ അസ്പഷ്ടമാണ്; അതിന്റെ ഉല്പാദനകാലംപോലും പ്രവചനാതീതമാണ്; എന്നാൽ ഒരു നിശ്ചിത സമയത്തിനുള്ളിൽ തന്നെ ജോലി ചെയ്തുതീർക്കുകയും വേണം; ഇത് ആദായകരവും യുവത്വം തുടിക്കുന്നതുമായ ഒരു വ്യവസായമായിരിക്കുമ്പോൾ, വ്യക്തിഗതമായ വിലപേശൽ ശേഷി വളരെ ഉയർന്നതായിരിക്കും; അപ്പോൾ ഈ പ്രശ്നങ്ങൾക്കൊന്നും വലിയ ശ്രദ്ധ നല്കാറുമില്ല. ഈ വിഭാഗത്തിനായുള്ള തൊഴിൽനിയ

മങ്ങൾ നടപ്പാക്കുന്നതിനുവേണ്ട മാർഗ്ഗ നിർദ്ദേശങ്ങൾ തീരെയില്ല എന്നാണ് സ്ഥിതി. യൂണിയൻവല്ക്കരണത്തിനായി പാർപ്പിട പ്രദേശങ്ങളിലെ യോഗങ്ങളെയും സൗഹൃദ കൂട്ടായ്മകളെയും ഉപയോഗപ്പെടുത്തുന്ന കാര്യം ചിന്തിക്കാവുന്നതാണ്.

വൈദഗ്ദ്ധ്യ വികസനം

ഗ്രാമപ്രദേശങ്ങളിൽനിന്നും പീഡിത വിഭാഗങ്ങളിൽനിന്നുമുള്ള അഭ്യസ്തവിദ്യരായ യുവജനങ്ങൾ ഏറെ പ്രതികൂലമായി സാഹചര്യം നേരിടുന്നവരാണ്; ഇവർക്ക് റിക്രൂട്ട്മെന്റിന് ആവശ്യമായ അടിസ്ഥാന വൈദഗ്ദ്ധ്യം വർദ്ധിപ്പിക്കപ്പെടേണ്ടതുണ്ട്. ഈ യഥാർത്ഥ പ്രശ്നത്തെ കോച്ചിങ് സെന്ററുകളും അവർക്ക് പരിശീലനം നല്കുന്നതിന്റെ പേരിൽ അവരെ ആകർഷിക്കുന്ന തട്ടിപ്പുകമ്പനികളും ചൂഷണം ചെയ്യുകയാണ്. വിവിധ തരത്തിലുള്ള വൈദഗ്ദ്ധ്യവികസനത്തിന് വേണ്ട ഫീസ് നല്കാൻ ആവശ്യമായ ഭീമമായ തുക നല്കേണ്ടിവരുന്നത് ഗ്രാമീണ കുടുംബങ്ങൾക്കുമേൽ ഭീമമായ ബാദ്ധ്യത സൃഷ്ടിക്കുന്നു. ഉന്നത വിദ്യാഭ്യാസം പൂർത്തിയാക്കുന്ന അടിച്ചമർത്തപ്പെട്ട വിഭാഗങ്ങളിൽനിന്നുള്ള യുവതീ-യുവാക്കളുടെ എണ്ണം വർദ്ധിച്ചുവരികയാണ്; ഇത് ശുഷ്കിച്ചുവരുന്ന തൊഴിലവസരങ്ങൾക്കായുള്ള മത്സരത്തെയും വർദ്ധിപ്പിക്കുന്നു. ഈ വിദ്യാർത്ഥികൾക്ക് വിജയകരമായി മത്സരിക്കാൻ കഴിയുന്നതുമില്ല. ഗവൺമെന്റ് ജോലികൾക്കായുള്ള മത്സരവും വർദ്ധിച്ചിരിക്കുകയാണ്. സ്വകാര്യമേഖല അഴിമതിയെയും ലാഭം പരമാവധിയാക്കുന്നതിനെയും ഹീനമായ രൂപങ്ങളിലുള്ള ചൂഷണത്തെയും കവർന്നെടുക്കലിനെയും പ്രോത്സാഹിപ്പിക്കുകയാണ്. സമ്പദ്ഘടനയിലെ ആകസ്മികവും അപ്രതീക്ഷിതവുമായ മാറ്റങ്ങൾ യുവജനങ്ങളിൽ ആഘാതമേല്പിക്കുന്നു; അവരിൽ ഏറെപ്പേരും സ്വകാര്യമേഖലയെ സംബന്ധിച്ച അവരുടെ വ്യാമോഹങ്ങൾ ഉപേക്ഷിക്കുന്നു. 2005 ൽ കേന്ദ്രഗവൺമെന്റ് ''ദേശീയ വൈദഗ്ദ്ധ്യ വികസന കോർപ്പറേഷൻ'' സ്ഥാപിച്ചു; പക്ഷേ, അതു വഹിക്കുന്ന പങ്ക് നാമമാത്രമാണ്. മിക്കവാറും എഞ്ചിനീയറിങ് കോളേജുകളുടെ ഗുണനിലവാരം സംശയാസ്പദമാണ്; അഴിമതിയിൽ മുങ്ങിയ എ ഐ സി ടി ഇയാകട്ടെ ഫലപ്രദവുമല്ല.

വിദ്യാഭ്യാസം

കുട്ടികളുടെ വിദ്യാഭ്യാസത്തിനായി സമ്പാദിക്കുന്നത് അവരെ ഗർഭം ധരിക്കുന്നതോടുകൂടി ആരംഭിക്കേണ്ടിവരുന്നു. അത്രത്തോളം വിദ്യാഭ്യാസം ചെലവേറിയിരിക്കുന്നു. തങ്ങളുടെ കുട്ടികളുടെ ധൈഷണിക വികാസത്തെ സംബന്ധിച്ചിടത്തോളമുള്ള രക്ഷിതാക്കളുടെ ആഗ്രഹാഭിലാഷങ്ങൾ സംബന്ധിച്ച് ഉൽക്കണ്ഠകൾ വളരെ നേരത്തെ തന്നെ പ്രകടിപ്പിക്കപ്പെടുന്നു. പ്രീ - സ്കൂൾ വിദ്യാഭ്യാസ വിപണി ഇപ്പോൾ 4000 കോടി രൂപ വിലയുള്ളതായാണ് കണക്കാക്കപ്പെടുന്നത്. ഡൽഹിയിൽ ഇതിൽ ഇടപെടാനും ഫീസ് നിയന്ത്രിക്കാനും കോടതിയിൽ ശ്രമിച്ചി

രുന്നു. വ്യക്തികളും ഗ്രൂപ്പുകളും പ്രവേശനം സംബന്ധിച്ച പൊതു താല്പര്യ ഹർജികൾ സമർപ്പിക്കുകയും വ്യവഹാരഗ്രൂപ്പുകളും രക്ഷാകർതൃ സംഘടനകളും രൂപീകരിക്കുകയുമുണ്ടായി; പക്ഷേ, ഈ സംഘടനകളോ അദ്ധ്യാപകരുടെ സംഘടനകളോ വർദ്ധിച്ചുകൊണ്ടിരിക്കുന്ന ഫീസിന്റെ കാര്യത്തിൽ സജീവമായി ഇടപെടുന്നില്ല. ഫീസിനുപുറമെ, സമയത്തിലും ഫീസിലുമുള്ള ഇളവ്, സ്കൂൾ സമയത്തിനുശേഷം രക്ഷിതാക്കളുടെ ഉത്തരവാദിത്വത്തിന്റെ പ്രശ്നങ്ങൾ, സുരക്ഷ, ലൈംഗിക ദുരുപയോഗം, ശാരീരികമായ ശിക്ഷകൾ തുടങ്ങിയവയെല്ലാം ഗൗരവതരമായ ഉൽക്കണ്ഠകളാണ്. ഉന്നതവിദ്യാഭ്യാസത്തിന് മികച്ച സ്ഥാപനങ്ങളിൽ പ്രവേശനം ഉറപ്പാക്കണമെന്ന ആഗ്രഹം രക്ഷിതാക്കളെ തങ്ങളുടെ കുട്ടികളെ 7 ഉം 8 ഉം ക്ലാസുകൾ മുതൽതന്നെ കോച്ചിങ് ക്ലാസുകളിലേക്കയക്കാൻ നിർബ്ബന്ധിതരാക്കുന്നു. ഉന്നതവിദ്യാഭ്യാസം നേടുന്നതിനുള്ള തയ്യാറെടുപ്പിനായും ഉന്നതവിദ്യാഭ്യാസത്തിനുതന്നെയും ചെലവ് വർദ്ധിക്കുകയാണ്. ഒരു കുട്ടിയുടെ ഭാവിയെ സംബന്ധിച്ച സുരക്ഷിതത്വമില്ലായ്മ രക്ഷിതാക്കളെ തങ്ങളുടെ കുട്ടികൾക്ക് അല്പവും സ്വാതന്ത്ര്യം നല്കാതെ കർക്കശമായ സമയക്രമം സൃഷ്ടിച്ച് അവരെ നിയന്ത്രിക്കാൻ നിർബ്ബന്ധിതരാക്കുന്നു. ഇപ്പോൾ തന്നെ സ്വകാര്യ സ്കൂളുകളിൽ പ്രവേശനം നേടുന്ന 6 നും 14 നും ഇടയ്ക്കു പ്രായമുള്ള കുട്ടികൾ 30 ശതമാനത്തോളമാണ് (ദക്ഷിണേന്ത്യയിൽ ഇത് ഇതിലും കൂടുതലാണ്).

ചൂഷണം തൊഴിലിടങ്ങളിൽ മാത്രമല്ല, പാർപ്പിട പ്രദേശങ്ങളിലും

താരതമ്യേന ഉയർന്ന വേതനം കിട്ടുന്നുണ്ടെങ്കിൽപോലും ഈ വിഭാഗങ്ങൾ (പുതിയ ഇടത്തരം വർഗ്ഗം) ചൂഷണം ചെയ്യപ്പെടുന്നുണ്ട്. തങ്ങളുടെ പാർപ്പിട പ്രദേശങ്ങളിലും അവർ ചൂഷണം ചെയ്യപ്പെടുന്നു. വിലക്കയറ്റം യഥാർത്ഥ വേതനത്തിൽ കുറവുണ്ടാക്കുന്നു; ഭൂമിയുടെ വിലവർദ്ധന, വായ്പകളിന്മേലുള്ള ഇ എം ഐ കിഴിവ്, അസ്ഥിരമായ പലിശനിരക്ക്, ആദായ നികുതി, യൂസർ ചാർജുകൾ, സ്വകാര്യ വിദ്യാഭ്യാസം, ചെലവേറിയ സ്വകാര്യ ആരോഗ്യ സംവിധാനം, പെട്രോൾ വിലവർദ്ധനവ് എന്നിവയെല്ലാം ഈ വിഭാഗത്തെ പ്രതികൂലമായി ബാധിക്കുന്നു.

പുത്തൻ ഇടത്തരം വർഗ്ഗത്തിന്റെ സവിശേഷതകൾ

ചാഞ്ചാട്ട സ്വഭാവമുള്ള മാനസികഘടനയുള്ളവരാണവർ. മേധാവിത്വം വഹിക്കുന്ന ആശയങ്ങളുടെ സ്വാധീനത്തിൽ അവർ അനായാസംപെടുന്നു; അതിവേഗം അവർ അത് പകർത്തുകയും ചെയ്യും. അഭിപ്രായ രൂപീകരണം നടത്തുന്ന വിഭാഗമാണവർ. കൂലി, ലാഭം, കമീഷൻ, ബ്രോക്കറേജ്, വായ്പകൾ, ഗവൺമെന്റ് സ്കീമുകൾ എന്നിവയുടെ രൂപത്തിൽ സമ്പത്ത് താഴേക്ക് കിനിഞ്ഞിറങ്ങുന്നതിന്റെ ഗുണഭോക്താക്കളാണിവർ. ഇങ്ങനെ വരുമാനത്തിൽ വർദ്ധനവുണ്ടായ വിഭാഗങ്ങൾ പരി

ഷ്കരണങ്ങൾ തുടരണമെന്നാഗ്രഹിക്കുന്നു.

1. പുത്തൻ ഇടത്തരം വർഗ്ഗത്തിൽപെട്ടവർ താരതമ്യേന ഉയർന്ന വരുമാനമുള്ളവരാണ്; ആധുനിക സുഖസൗകര്യങ്ങളെല്ലാം ലഭിക്കുന്ന വിഭാഗമാണവർ; ഉപഭോഗസാധനങ്ങളിൽ വലിയൊരു ഭാഗം ഇവരാണ് വാങ്ങുന്നത്. കടമായിട്ടാണ് ഇവർ വാങ്ങാറുള്ളത്; പലപ്പോഴും ഇത് വലിയ കടബാദ്ധ്യതയിൽ അവസാനിക്കുന്നു; മുമ്പുണ്ടായിരുന്ന നിക്ഷേപങ്ങൾ കടംവീട്ടാനായി ചെലവഴിക്കേണ്ടതായി വരുന്നു. അവർ ബ്രാൻഡുകളോട് പ്രതിപത്തി കാണിക്കുന്നു; സ്റ്റാറ്റസ് സിംബലുകൾ നേടുന്നതിലും തല്പരരാണ്. ഇതുവരെ ചെലവിനെക്കുറിച്ച് അശ്രദ്ധയുള്ളവരാക്കുന്നു.
2. ഇവർ പുകവലി കുറച്ചിട്ടുണ്ടെങ്കിലും ഇവരുടെ മദ്യപാനം വർദ്ധിച്ചിരിക്കുകയാണ്. തൽഫലമായി ഹുക്കാസെന്ററുകൾ, ബാറുകൾ, നിശാക്ലബുകൾ, പബ്ബുകൾ എന്നിവയുടെ എണ്ണം വർദ്ധിച്ചുവരുന്നു. മയക്കുമരുന്നുകളുടെ ഉപയോഗം ഗുരുതരമായ അനുപാതത്തിൽ ഉയർന്നിരിക്കുന്നു. വീക്കെൻഡുകൾ പാർട്ടികൾക്കായി നീക്കിവെയ്ക്കുന്നു. ആൺകുട്ടികളുടെയും പെൺകുട്ടികളുടെയും സാമൂഹ്യമായ ചലനാത്മകത വർദ്ധിച്ചിരിക്കുന്നു; ഡേറ്റിങ്ങിൽ ഏർപ്പെടുന്നത് പൊതു സ്വീകാര്യത നേടിയിരിക്കുന്നു.
3. അവർ എപ്പോഴും സ്വന്തം ഉയർച്ച കാംക്ഷിക്കുന്നവരാണ്; മറ്റുള്ളവരെ പദവിയിൽ തങ്ങളേക്കാൾ താഴെയുള്ളവരായി കരുതുന്നു. കൈയോടെ ഫലം ലഭിക്കണമെന്നും സ്വത്തുണ്ടാകണമെന്നും ഇവർ ആഗ്രഹിക്കുന്നു. ഇതെല്ലാം നേടിയെടുക്കുന്നതിന് അന്യനാടുകളിലേക്ക് കുടിയേറാൻ ഇവർ ആഗ്രഹിക്കുന്നു.
4. അവർ ഇംഗ്ലീഷിൽ സംസാരിക്കുന്നു; അഥവാ അവരുടെ തന്നെ ഭാഷയുടെ ആംഗലേയ ശൈലി ഉപയോഗിക്കുന്നു; വിദേശത്ത് പഠിക്കാനും വിദേശത്ത് ജോലി ചെയ്യാനും ആഗ്രഹിക്കുന്നു. ഫലപ്രദമായ ആശയവിനിമയം, ബിസിനസ്, തൊഴിൽ വൈദഗ്ദ്ധ്യങ്ങൾ സ്വായത്തമാക്കുന്നു.
5. മുൻപ് തൊഴിലുകൾ മാറുന്നത് അപകടകരമാണെന്ന് കരുതപ്പെട്ടിരുന്നു. ഇപ്പോൾ മികച്ച ശമ്പളം, സൗകര്യങ്ങൾ, പദവി എന്നിവയ്ക്കായുള്ള അന്വേഷണത്തിൽ ഇത് സർവ്വസാധാരണമായിരിക്കുന്നു. അടുത്തകാലത്തെ സാമ്പത്തികത്തകർച്ചയെ തുടർന്ന് വേവലാതി കുറഞ്ഞിട്ടുണ്ട്, പക്ഷേ, അതിവൈദഗ്ദ്ധ്യമുള്ളവർ മികച്ച അവസരങ്ങൾ തേടുമ്പോഴും അലസമായിരിക്കാനാണ് താല്പര്യപ്പെടുന്നത്.
6. അവർ മൊത്തത്തിൽ ഉദാരവല്ക്കരണത്തിന്റെ പിന്തുണക്കാരായിരിക്കവേ തന്നെ, അവരിൽ അധികംപേരും അടുത്തകാലത്തു നടന്ന അഴിമതിക്കെതിരായ പ്രസ്ഥാനത്തിന്റെ മുൻനിരയിൽ തന്നെ ഉണ്ടായിരുന്നു. ചങ്ങാത്ത മുതലാളിത്തം രാജ്യത്തിന്റെ സമ്പത്ത് ഊറ്റിയെടുക്കുകയാണെന്ന വിശ്വാസത്തെ അടിസ്ഥാനമാക്കിയാണത്.
7. അവർക്ക് രാഷ്ട്രീയത്തോടും ഇടതുപക്ഷക്കാർ ഉൾപ്പെടെയുള്ള രാഷ്ട്രീയക്കാരോടും വെറുപ്പാണ്. 2014 ലെ തിരഞ്ഞെടുപ്പിൽ രാഷ്ട്രീയത്തോ

ടുള്ള ഈ വെറുപ്പ്, 'സൽഭരണത്തിന്റെയും നവരാഷ്ട്രീയത്തിന്റെയും വികസനത്തിന്റെയും' പ്രതിനിധി എന്ന നിലയിൽ മോഡി അവതരിപ്പിക്കപ്പെട്ടപ്പോൾ കുറഞ്ഞതായാണ് കണ്ടത്. ഡൽഹിയിൽ, അവർ ആം ആദ്മി പാർട്ടിയെ പിന്തുണച്ചു. അതിന്റെ സ്വാധീനം കുറെയൊക്കെ കുറഞ്ഞെങ്കിലും അത് ഏതു വിഭാഗത്തിൽനിന്നാണോ പിന്തുണയാർജ്ജിച്ചത് ആ സാമൂഹ്യവിഭാഗം ശക്തിപ്പെട്ടിരിക്കുകയാണ്.

നവലിബറൽ നയങ്ങളുടെ സാംസ്കാരിക പ്രത്യാഘാതം

സമ്പത്ത് താഴേക്ക് ചോർന്നു വരും എന്ന സിദ്ധാന്തം അസമത്വം വർദ്ധിച്ചുവരുന്നതിലൂടെ തെറ്റാണെന്ന് തെളിഞ്ഞിരിക്കുകയാണ്. എന്നാൽ, വായ്പകളും വേതനവും റിയൽ എസ്റ്റേറ്റിലും മറ്റുമുള്ള ഊഹക്കച്ചവട നിക്ഷേപവും വർദ്ധിച്ചതിന്റെ ഫലമായി പ്രചാരത്തിലുള്ള പണം കൂടുകയാണെന്നത് സത്യമാണ്. ഇത് ഇടത്തരം വർഗ്ഗത്തെയും പൊതുവിൽ ജീവിതശൈലിയെയും ബാധിച്ചിട്ടുണ്ട്. നവലിബറൽ നയങ്ങൾ ഒരു പുതിയ സംസ്കാരം സൃഷ്ടിച്ചിരിക്കുകയാണ്; അതാണ് ഇടത്തരം വർഗ്ഗത്തിന്റെ സാമൂഹ്യബോധത്തെ സ്വാധീനിച്ചിരിക്കുന്നത്. മനുഷ്യബന്ധങ്ങൾ മാറ്റപ്പെടുകയാണ്; അവയെ കരുപ്പിടിപ്പിക്കുന്നതിൽ പണത്തിന്റെ പ്രാധാന്യം വർദ്ധിച്ചുവരികയാണ്. വേഷധാരണ രീതിയും സംസാരശൈലിയും ശരീരഭാഷയും ഭക്ഷണശീലങ്ങളും എല്ലാം മാറുകയാണ്. മക്ഡൊണാൾഡിന്റെയും കെ എഫ് സിയുടെയും ഡൊമിനോയുടെയും കഫേ കോഫി ഡേയുടെയും മറ്റും ശാഖകൾ നാടെമ്പാടും പൊന്തിവരുന്നത് ഇതിന്റെ തെളിവാണ്. ഒരു പുതിയ ഉല്പന്നം വിപണിയിൽ എത്തിയ ഉടൻ അത് സ്വന്തമാക്കാനുള്ള ഒരു ഭ്രമമുണ്ട്; എല്ലാത്തിലും ഏറ്റവും പുതുതാകുന്നതിന്റെ അടയാളമാണ് വിപണിയിലെ പുതിയ ഉൽപന്നം സ്വന്തമാക്കൽ എന്ന ധാരണയുണ്ട്. 'സ്റ്റാറ്റസ്' സിംബലായും അതു കരുതപ്പെടുന്നു. (സ്മാർട്ട് ഫോൺ അടിസ്ഥാന ആവശ്യമായി കരുതപ്പെടുന്നു. ഈ പ്രവണതയെ ഗവൺമെന്റ് പ്രോത്സാഹിപ്പിക്കുകയാണ്. ജൻധൻയോജനപോലും 5000 രൂപയുടെ ഓവർഡ്രാഫ്ട് സൗകര്യം നല്കുന്നതാണ്. ഇ - കൊമേഴ്സ് ദ്രുതഗതിയിൽ വളരുകയാണ്. അതിനിപ്പോൾ 1400 കോടി ഡോളറിന്റെ വിപണിവിഹിതമുണ്ട്; അതിവേഗം അത് വളർന്നുകൊണ്ടിരിക്കും. വിപണനശൃംഖലയുടെ പുനഃക്രമീകരണത്തിന് അത് നിർബ്ബന്ധിതമാക്കും; കാരണം, അത് ആദ്യമുണ്ടായിരുന്ന യാത്ര, ഇലക്ട്രോണിക്സ് എന്നിവയിൽനിന്നും വസ്ത്രം, പുസ്തകങ്ങൾ, മറ്റ് ഉപഭോഗവസ്തുക്കൾ എന്നിങ്ങനെ പുതിയ വിഭാഗങ്ങളിലേക്ക് ഇ-കൊമേഴ്സ് നുഴഞ്ഞുകയറുകയാണ്.

സാമൂഹ്യവിഭാഗങ്ങൾ

ദളിത് - പിന്നോക്ക സമുദായങ്ങളിൽപെട്ട ആളുകൾ ജോലിക്കായി വലിയ തോതിൽ പട്ടണങ്ങളിലേക്ക് കുടിയേറുകയാണ്; നവലിബറൽ പരിഷ്കാരങ്ങളുടെ ആരംഭഘട്ടം മുതൽതന്നെ വലിയ വളർച്ച ഉണ്ടായ

കൺസ്ട്രക്ഷൻ വ്യവസായത്തിൽ കായികാദ്ധ്വാനത്തിലേർപ്പെടാനാണിത്. ഹരിതവിപ്ലവത്തെ തുടർന്ന് വേഗത കൈവരിച്ച കാർഷികരംഗത്തെ മുതലാളിത്തത്തിന്റെ വളർച്ച മറ്റു പിന്നോക്ക വിഭാഗങ്ങൾക്കിടയിൽ ഇടത്തരം വർഗ്ഗത്തിന്റെ ഉയർന്ന വരവിനിടയാക്കി; ദളിതർക്കും ഗോത്രവിഭാഗങ്ങൾക്കുമിടയിൽ സംവരണം അതേ അനന്തരഫലം സൃഷ്ടിച്ചു. മറ്റു പിന്നോക്ക വിഭാഗങ്ങൾ ഇപ്പോൾ ഇടത്തരം വർഗ്ഗങ്ങളിലെ ഗണ്യമായ വിഭാഗമായി മാറിയിരിക്കവേ ദളിതർക്കും ഗോത്രവർഗ്ഗങ്ങൾക്കും ചെറിയ പ്രാതിനിദ്ധ്യമേ അതിലുള്ളൂ. സ്വകാര്യമേഖലയിൽ സംവരണം ഇല്ലാത്തതിനാൽ ഗോത്രവർഗ്ഗക്കാർക്കും ദളിതർക്കും അതിൽ പ്രാതിനിദ്ധ്യമേ ലഭിക്കുന്നില്ല. ''സ്വകാര്യമേഖലയിലെ ജോലികൾക്കായുള്ള റിക്രൂട്ട്മെന്റിൽ ദളിതർക്കെതിരായ വിവേചനം നിലനിൽക്കുന്നുണ്ട്'' എന്ന് 2008 ലെ ഇന്ത്യൻ ലേബർ മാർക്കറ്റ് റിപ്പോർട്ട് തന്നെ സമ്മതിക്കുന്നുണ്ട്.

നഗര ജനസംഖ്യയുടെ 12.5 ശതമാനം ദളിതരാണ്; ദളിതരിൽ 20 ശതമാനംപേർ പട്ടണങ്ങളിൽ ജീവിക്കുന്നു; അതിൽ അധികംപേരും ചേരികളിലുമാണ്. ഇടത്തരം വർഗ്ഗങ്ങളിൽ എത്താൻ കഴിഞ്ഞവർക്ക് തങ്ങളെ ആശ്രയിച്ച് കഴിയുന്നവരെ ഉയർന്ന മണ്ഡലങ്ങളിലേക്ക് ഉയർത്തിക്കൊണ്ടു വരാൻ കഴിയുന്നു. ഈ കാലത്തിനിടയിൽ, പലരും ബിസിനസുകാരും കോൺട്രാക്ടർമാരുമായിട്ടുണ്ട്. സി ഐ ഐയുമായി അഫിലിയേറ്റു ചെയ്തിട്ടുള്ള ഡി ഐ സി സി ഐയുടെ രൂപീകരണം ഈ പ്രവണതയുടെ ഒരു ഉദാഹരണമാണ്. സമീപകാലത്ത് ചില ദളിതർ ശതകോടീശ്വരന്മാരായി മാറിയിട്ടുമുണ്ട്; പരമ്പരാഗത ദളിത് നേതാക്കളെ മാറ്റി ഇവർ ആ സ്ഥാനങ്ങളിൽ എത്താനും തുടങ്ങിയിട്ടുണ്ട്; ഇത് അഭ്യസ്തവിദ്യരായ ദളിതരിൽ ഒരു വിഭാഗത്തെ നവലിബറൽ സാമ്പത്തികനയങ്ങളുടെ പിന്തുണക്കാരായി മാറുന്നതിൽ സ്വാധീനിക്കുന്നുമുണ്ട്. പൊതു നിയോജകമണ്ഡലങ്ങളിൽനിന്ന് സ്വതന്ത്രരായി നിരവധി ദളിതർ മത്സരിക്കുന്നുണ്ട്; എന്നാൽ രാഷ്ട്രീയ പാർട്ടികളുടെ പൊതുനിയോജകമണ്ഡലങ്ങളിലെ സ്ഥാനാർത്ഥികളിൽ ഒരു ശതമാനം മാത്രമേ ദളിതരായിട്ടുള്ളൂ. ''ഉൾക്കൊള്ളൽ രാഷ്ട്രീയം'', ''പ്രത്യേക ആനുകൂല്യം ഉറപ്പാക്കൽ" (Inclusive Politics, Affirmative action) എന്നിങ്ങനെയുള്ള ഇപ്പോഴത്തെ മുദ്രാവാക്യങ്ങൾ പട്ടികജാതിക്കാർക്കിടയിൽ സംഭവിച്ച തട്ടുതിരിവിന്റെ (Stratification) കൂടുതൽ തെളിവു നല്കുന്നു.

ഗോത്ര ജനതയുടെ 2.4 ശതമാനം പേർ മാത്രമേ നഗരപ്രദേശങ്ങളിൽ ജീവിക്കുന്നുള്ളൂ. ഗോത്രവർഗ്ഗ പ്രദേശങ്ങളിലെ നവലിബറൽ നയങ്ങളുടെ ആഘാതവും പട്ടണങ്ങളിലേക്കുള്ള അവരുടെ കുടിയേറ്റവും ഒരുപോലെ കുറവാണ്.

മറ്റു പിന്നോക്ക വിഭാഗങ്ങളിലും (ഒ ബി സി) മുസ്ലീങ്ങളിലും അധികം പേരും സ്വയം തൊഴിലുകളിൽ ഏർപ്പെട്ടിട്ടുള്ളവരാണ്. ഒ ബി സികളിൽ ചില ജാതിക്കാർ ഗണ്യമായി വളർന്നിട്ടുണ്ടെങ്കിലും എം ബി സികൾ (ഏറ്റവും പിന്നോക്കം നില്ക്കുന്നവർ) ഇപ്പോഴും പിന്നോക്കാവസ്ഥയിൽ തന്നെയാണ്.

യഥാർത്ഥത്തിൽ ക്രിസ്ത്യാനികൾ സെൻസസിൽ സൂചിപ്പിക്കുന്നതിനെക്കാൾ - അതായത് 2.4% - എണ്ണത്തിൽ അധികമാണ്. 'സംവരണ' വിഭാഗത്തിൽ ജോലി കിട്ടുന്നത് നഷ്ടപ്പെടുമെന്ന ഭയംമൂലം അവർ പലപ്പോഴും തങ്ങളുടെ സ്വത്വം ഒളിച്ചുവെയ്ക്കുകയാണ്. ദരിദ്രരും ഇടത്തരം വർഗ്ഗത്തിൽപെട്ടവരുമായ ആളുകളിൽ വലിയൊരു വിഭാഗം - പ്രത്യേകിച്ചും സ്ത്രീകൾ - ആശ്വാസം കണ്ടെത്താനായി ക്രിസ്തുമതത്തിൽ അഭയം തേടുന്നുണ്ട്. തൊഴിൽരഹിതരെ സംബന്ധിച്ചിടത്തോളം പാസ്റ്റർമാരായി ജോലി ലഭിക്കാനുള്ള സാദ്ധ്യതയുമുണ്ട്. ഈ പ്രവണതകളിൽനിന്നും ബി ജെ പി മുതലെടുപ്പ് നടത്തുകയാണ്; തിരികെ മതം മാറ്റിക്കാനുള്ള പരിശ്രമവും നടത്തുന്നുണ്ട്; ഈ ഗ്രൂപ്പുകൾക്കിടയിൽ ഇത് സംഘർഷാവസ്ഥ സൃഷ്ടിക്കുകയാണ്.

പൊതുമേഖലാ സ്ഥാപനങ്ങളിൽ ജോലി ചെയ്യുന്ന മർദ്ദിത ജനവിഭാഗങ്ങളിൽപെട്ട ആളുകൾ പ്രത്യേക ജാതി സംഘടനകളിലും ഫെഡറേഷനുകളിലൂടെ പ്രത്യേകം സംഘടിക്കുകയാണ്; അതേസമയം മിക്കവരും സമാന്തരമായി ട്രേഡ് യൂണിയനുകളിൽ അംഗങ്ങളായി തുടരുന്നുമുണ്ട്. അവർ വർഗ്ഗപരമായി സ്വത്വത്തിനുമേൽ ജാതീയമായ സ്വത്വത്തെ പ്രതിഷ്ഠിക്കാനാണ് ശ്രമിക്കുന്നത്. ഈ പ്രശ്നങ്ങളെ നേരിടാതെ, ഈ വിഭാഗങ്ങളെ സംയുക്തട്രേഡ് യൂണിയൻപ്രസ്ഥാനത്തിലേക്ക് സംയോജിപ്പിക്കുന്നത് പ്രയാസമായിരിക്കും.

നഗരപ്രദേശങ്ങളിലെ ജാതിവിവേചനം

അയിത്തം ഗ്രാമപ്രദേശങ്ങളിലുള്ള അതേവിധത്തിൽ നഗരപ്രദേശങ്ങളിൽ അനുഭവപ്പെടുന്നില്ല. വാടകയ്ക്ക് താമസസ്ഥലം ലഭിക്കുന്ന കാര്യത്തിലും ഉയർന്ന ജാതിക്കാരെന്ന് വിളിക്കപ്പെടുന്ന ജീവനക്കാർക്ക് ദളിതരോടും മറ്റു താഴ്ന്നതായി കരുതപ്പെടുന്ന ജാതിക്കാരോടുമുള്ള സമീപനത്തിലുമാണ് നഗരങ്ങളിൽ ഇത് കാണുന്നത്. ഒരേ കെട്ടിടത്തിൽ തന്നെ താമസിക്കുന്നവരാണെങ്കിൽപോലും ദളിതരെയും മറ്റും സാമൂഹ്യമായ ചടങ്ങുകളിൽ മറ്റുള്ളവർ ക്ഷണിക്കാറില്ല. ജയ്പൂർപോലെയുള്ള നഗരങ്ങളിൽ മുനിസിപ്പൽ കോർപറേഷന്റെ നിയന്ത്രണത്തിൽ തന്നെ ജാതി അടിസ്ഥാനത്തിലുള്ള ശ്മശാനങ്ങളുണ്ട്. തിരുച്ചിറപ്പള്ളിയിൽ ദളിതരുടെയും മറ്റു ജാതിക്കാരുടെയും വീടുകളെ തമ്മിൽ വേർതിരിക്കുന്ന മതിലുകൾ സ്ഥാപിക്കപ്പെട്ടിട്ടുണ്ട്. മിശ്രവിവാഹങ്ങളുടെ അനുപാതം 11 ശതമാനം മാത്രമാണ്. (തമിഴ്നാട്ടിൽ അതിലും കുറവാണ്).

നഗരവല്കൃത മേഖലകളിൽ ജാതിയുടെയും മതാത്മകതയുടെയും സ്വാധീനം കൂടുതലായിരിക്കുകയും മാറ്റമില്ലാതിരിക്കുകയും ചെയ്യുന്നതെന്തുകൊണ്ടെന്ന് നാം പഠിക്കേണ്ടത് ആവശ്യമാണ്.

സ്ത്രീശാക്തീകരണത്തിലെ വർദ്ധനവ്

പൊതുജീവിതത്തിൽ സ്ത്രീകളുടെ പങ്കാളിത്തം ഗണ്യമായി വർദ്ധി

ച്ചിട്ടുണ്ട്. പുതിയ സേവനമേഖലകളിൽ - ഐ ടി, ഐ ടി & ഇ എസ്, ഫാർമ, ബയോടെക്, ഫിനാൻസ്, ബാങ്കിങ്, മാധ്യമം, ചില്ലറവ്യാപാരം, ടൂറിസം, ഫാഷൻ ടെക്നോളജി, ഹോട്ടൽ മാനേജ്മെന്റ് തുടങ്ങിയവയിൽ - സ്ത്രീകൾ വലിയ തോതിൽ ജോലി ചെയ്യുന്നത് ഈ കാലഘട്ടത്തിൽ വർദ്ധിച്ചുവരികയാണ്. അദ്ധ്യാപനത്തിലും നേഴ്സിങ്ങിലും അവരുടെ എണ്ണം ഗണ്യമായ അളവിലുണ്ടെങ്കിലും അവ പിന്നെയും വർദ്ധിച്ചുവരികയാണ്. പൊതുരംഗത്ത് അവരുടെ ഇടപെടലും പങ്കാളിത്തവും വർദ്ധിച്ചിരിക്കുകയാണെങ്കിലും തൊഴിലിടങ്ങളിലും പൊതുമണ്ഡലത്തിലും സ്ത്രീസുരക്ഷയുടെ വിഷയം വളരെ പ്രധാനപ്പെട്ടതായി മാറിയിരിക്കുന്നു.

സ്വാതന്ത്ര്യത്തിന്റെയും തെരഞ്ഞെടുക്കലിന്റെയും (choice) പൊതുമണ്ഡലങ്ങളിൽ തുല്യമായ ലഭ്യതയുടെയും ആവശ്യങ്ങൾ യുവതികൾ ഉയർത്തുന്നുമുണ്ട്. സ്ത്രീകൾക്കെതിരായ കുറ്റകൃത്യങ്ങൾക്കെതിരെയുള്ള പ്രതിഷേധങ്ങൾ വർദ്ധിച്ചുവരുന്നുണ്ട്. യാഥാസ്ഥിതികരും വിജ്ഞാനവിരോധികളുമായവർ സ്ത്രീകൾ തന്നെയാണ്, ഈ കുറ്റങ്ങൾക്കുത്തരവാദികൾ എന്നു വഴിതിരിച്ചുവിടാനാണ് ശ്രമിക്കുന്നത്. ലിംഗപരമായ വിവേചനത്തിനെതിരെയും തുല്യതയ്ക്കുവേണ്ടിയുമുള്ള പോരാട്ടങ്ങൾക്കും പിന്തുണ ലഭിക്കുന്നുണ്ട്. വിദ്യാസമ്പന്നരായ, ഇടത്തരം വർഗ്ഗത്തിൽപെട്ട സ്ത്രീകൾക്കിടയിൽ ബോധനിലവാരത്തിൽ വ്യക്തമായ ഉയർച്ച കാണുന്നുണ്ട്.

കുടുംബവുമായി ബന്ധപ്പെട്ട വിഷയങ്ങൾ

വ്യത്യസ്ത തരത്തിൽപെട്ട സാമൂഹ്യസംഘർഷങ്ങൾ കുടുംബത്തിനുള്ളിലും പ്രതിഫലിക്കുന്നുണ്ട്. മിക്കവാറും ജോലിയുമായും പണവുമായും ബന്ധപ്പെട്ടവയാണിവ. കുടുംബത്തിനുള്ളിൽ കൂടുതൽ തുല്യതയുണ്ട്; കുടുംബകാര്യങ്ങളിലെ നടത്തിപ്പിൽ അവർ കൂടുതൽ തുല്യത ഉണ്ടാക്കുന്നുണ്ട്. ഏകദേശം 30 ശതമാനം ഇടത്തരം കുടുംബങ്ങൾക്കുള്ളിലും കുടുംബത്തിന്റെ ധനസ്ഥിതിയിൽ അവരുടെ സംഭാവന വർദ്ധിച്ചിരിക്കുകയാണ്. എന്നാൽ, പുതിയ സംഘർഷമേഖലകൾ പ്രത്യക്ഷപ്പെടുന്നുണ്ട്, കുട്ടികളെ വളർത്തിക്കൊണ്ടുവരൽ, വാർദ്ധക്യം ബാധിച്ചവരുടെ സംരക്ഷണം, കടബാദ്ധ്യത/നിക്ഷേപം എന്നിവ കൈകാര്യം ചെയ്യൽ തുടങ്ങിയ കാര്യങ്ങളിലാണത്. അതിനൊപ്പം തൊഴിൽസമയം, വേതനത്തിലെ അനിശ്ചിതത്വം, യാത്ര ചെയ്യുന്നതിലെ മോശപ്പെട്ട അവസ്ഥ, വർദ്ധിച്ചുവരുന്ന മാനസിക പിരിമുറുക്കം, ജോലിയുടെയും ജീവിതശൈലിയുടെയും നിശ്ചലമായ സ്വഭാവം, കുടുംബാംഗങ്ങൾക്കും സുഹൃത്തുക്കളുമായുള്ള സാമൂഹ്യഇടപെടലിനും ലഭ്യമാകുന്ന സമയം ചുരുങ്ങിവരുന്നത് എന്നിവയുടെ വ്യാപനവും പാരമ്പര്യേതര സ്വഭാവവുമുണ്ട്.

സാംസ്കാരികവും ആത്മീയവുമായ ഇടം

ഇന്ന് എല്ലാത്തിനും ഒരു വിലയുണ്ട് എന്ന് ഗവൺമെന്റ് നയങ്ങൾ ഉറപ്പാക്കിയിരിക്കുകയാണ്. വിനോദങ്ങളുടെയും ആഘോഷങ്ങളുടെയും

കളിസ്ഥലങ്ങൾ, പാർക്കുകൾ, സ്വിമ്മിങ് പൂൾ എന്നിത്യാദി പൊതുഇടങ്ങളുടെയും പണവല്ക്കരണം (Monitisation) ലഭ്യമായിട്ടുള്ള സാംസ്കാരിക - ആത്മീയ ഇടങ്ങൾ കുറച്ചിരിക്കുന്നു. ജനങ്ങൾക്ക് വിശ്രമത്തിനുള്ള സൗകര്യമൊരുക്കുന്നതിനുള്ള ഉത്തരവാദിത്വം തങ്ങൾക്കാണെന്നു കരുതുന്ന സർക്കാർ ആ ജോലി സ്വകാര്യമേഖലയെ ഏല്പിക്കുകയാണ്. പുതിയ ഇടത്തരം വർഗ്ഗത്തിൽപെട്ട ആളുകൾ, ജോലിയുടെ സമ്മർദ്ദം, ധനപരമായ പ്രശ്നങ്ങൾ, വിപണിയുടെ ചാഞ്ചാട്ടങ്ങൾ (Vagaries) എന്നിവ മൂലമുള്ള മാനസിക പരിമുറുക്കം വലിയ അളവിൽ അനുഭവിക്കുന്നുണ്ട്. രക്ഷിതാക്കൾ രണ്ടുപേരും ജോലിയുള്ളവരാണെങ്കിൽ കുട്ടികളെ വളർത്തൽ സങ്കീർണ്ണമായ പ്രശ്നമാണ്. ഇത്തരം സാഹചര്യങ്ങളിൽ ഡോക്ടർമാർക്കു മാത്രമല്ല, മറിച്ച് മതപരമായ പല വ്യക്തിത്വങ്ങൾക്കും - സ്വാമിമാർക്കും ബാബാമാർക്കും - പ്രാധാന്യം കൈവരുന്നു. ചിലത് ആശ്വാസം നല്കിയേക്കാം; പക്ഷേ, മിക്കപ്പോഴും വർഗ്ഗീയ ശക്തികൾ വിശ്വാസത്തെ ചൂഷണംചെയ്യുകയാണ്. ഇപ്പോൾ, കാര്യമായ പുരോഗമന സംസ്കാരത്തെയും യഥാർത്ഥ ആത്മീയമൂല്യങ്ങളെയും സംബന്ധിച്ചിടത്തോളം ഒരു ശൂന്യതയുണ്ട്. യഥാർത്ഥത്തിലുള്ള, സജീവമായ ഒരു ജനകീയ സംസ്കാരം വികസിപ്പിക്കുകയും പ്രദാനം ചെയ്യുകയുമെന്നത് നമ്മുടെ ഉത്തരവാദിത്വമാണ്.

പ്രത്യയശാസ്ത്രപരമായ സ്വാധീനം

സാർവ്വദേശീയതലത്തിൽ മാർക്സിസ്റ്റു വിരുദ്ധ ഇടതുപക്ഷേതര പ്രത്യയശാസ്ത്രങ്ങളാണ് ബൗദ്ധികമണ്ഡലത്തിൽ ആധിപത്യം പുലർത്തുന്നത്. നമ്മുടെ രാജ്യത്തും പ്രതിലോമപരമായ പ്രത്യയശാസ്ത്രങ്ങൾ പരിപോഷിപ്പിക്കപ്പെടുകയും പ്രോത്സാഹിപ്പിക്കപ്പെടുകയുമാണ്. ഇടതുപക്ഷ പ്രസ്ഥാനത്തിന്റെ ആപേക്ഷികമായ ദുർബ്ബലതമൂലം പുരോഗമന പ്രത്യയശാസ്ത്രത്തിന്റെ പ്രചാരണം തൃപ്തികരമായി നടക്കുന്നില്ല.

നവലിബറൽ നയങ്ങൾ ആദ്യം അവതരിപ്പിക്കപ്പെട്ടപ്പോൾ യുവാക്കളായിരുന്നവർ ഇന്ന് മദ്ധ്യവയസ്കരായിരിക്കുകയാണ്. ഈ നയങ്ങളും മുമ്പു കാലികമായിരുന്ന ഈ പ്രത്യയശാസ്ത്രങ്ങളും അവരെ സ്വാധീനിക്കുന്നുണ്ട്. അവർ നിരവധി പ്രസ്ഥാനങ്ങൾക്ക് സാക്ഷ്യം വഹിച്ചിട്ടുണ്ട്; എന്നാൽ അവയിലൊന്നും അവർക്ക് വിശ്വാസം അവശേഷിക്കുന്നില്ല. അവർ അന്നത്തെ അതേ ജോലിയിലാണെങ്കിലും അവരുടെ ആഗ്രഹാഭിലാഷങ്ങൾ മാറിയിരിക്കുകയാണ്. പുതിയ അവസരങ്ങളുപയോഗിച്ച് കൂടുതൽ പണം സമ്പാദിക്കാനാണ് അവർ തങ്ങളുടെ അധിക (Extra) സമയം ചെലവഴിക്കാൻ താല്പര്യപ്പെടുന്നത്. അവരെ മാധ്യമങ്ങളും സ്വത്വരാഷ്ട്രീയവും ഏറെ സ്വാധീനിക്കുന്നുണ്ട്. ശക്തമായ യൂണിയനുകളുള്ള ബാങ്കിങ്, ഇൻഷ്വറൻസ്, അദ്ധ്യാപനം എന്നിവപോലുള്ള മേഖലകളിൽ കഴിഞ്ഞ നിരവധി വർഷങ്ങളായി അധികം റിക്രൂട്ട്മെന്റു നടക്കുന്നില്ല. പുതുതായി റിക്രൂട്ട് ചെയ്യപ്പെടുന്നവരിൽ ഏറെപ്പേരും (കരാർ തൊഴിലാളികൾ/കാഷ്വൽ തൊഴിലാളികൾ) ട്രേഡ് യൂണിയൻ പ്രസ്ഥാനവു

മായി അധികം ബന്ധമുള്ളവരല്ല. നമ്മുടെ ട്രേഡ് യൂണിയൻ നേതാക്കളും ഈ പുത്തൻ തൊഴിലാളിവിഭാഗങ്ങളും തമ്മിൽ ഒരു വിടവ് നിലനില്ക്കുന്നുണ്ട്. തൽഫലമായി ഈ വിഭാഗത്തിനിടയിലും അപരാഷ്ട്രീയവല്ക്കരണം ഉണ്ടാകുന്നു.

പരിഷ്കരണ കാലഘട്ടം ആരംഭിച്ചപ്പോൾ ജനിച്ചവർ ഇന്ന് യുവജനങ്ങളാണ്. മുൻകാല പ്രസ്ഥാനങ്ങളും രാഷ്ട്രീയവും അവരിൽ കൂടുതൽ സ്വാധീനം ചെലുത്തിയിട്ടില്ല. സ്പോർട്സ് രംഗത്തും ചലച്ചിത്ര രംഗത്തുമുള്ള സെലിബ്രിറ്റികൾക്ക് അവരെ അനായാസം സ്വാധീനിക്കാനാകും. വീഡിയോ ഗെയ്മുകൾക്കും ബാർബി പാവകൾക്കും ബെൻ 10 നും ഛോട്ടാഭീമിനും മറ്റും ഒപ്പം ഉപഭോഗാസക്തി വർദ്ധിപ്പിക്കുന്ന പരസ്യങ്ങളും സ്വത്തിനായി പരക്കം പായുന്ന സംസ്കാരവും അവരിൽ വലിയ സ്വാധീനം ചെലുത്തുന്നുണ്ട്. സൗന്ദര്യബോധം, മേക്ക് അപ്പ്, ഫാഷൻ എന്നിവ കുട്ടിക്കാലത്തുതന്നെ അവരെ ആകർഷിക്കുന്നു. അമേരിക്കയും പാശ്ചാത്യരാജ്യങ്ങളും അവരെ ഭ്രമിപ്പിക്കുകയും പ്രത്യയശാസ്ത്രപരമായി അവരെ സ്വാധീനിക്കുകയും ചെയ്യുന്നു. മുതലാളിത്ത ആശയങ്ങളുടെയും ഫ്യൂഡൽ ആശയങ്ങളുടെയും സ്വാധീനം പരസ്പരം കെട്ടുപിണഞ്ഞു കിടക്കുകയാണ്.

ഗവൺമെന്റ് നയങ്ങളും സാമ്പത്തിക നയങ്ങളും തമ്മിലുള്ള ബന്ധം മറച്ചുവെയ്ക്കപ്പെടുകയാണ്; അവ വ്യത്യസ്തങ്ങളാണെന്നാണ് കാണപ്പെടുന്നത്. ഒരേ നയം തന്നെ സദ്ഭരണവുമായി ബന്ധപ്പെടുത്തപ്പെട്ടാൽ അവ വളർച്ചയ്ക്കും വികസനത്തിനും വഴിതെളിക്കും എന്ന വ്യാമോഹം ഇത് സൃഷ്ടിക്കുന്നു. ഈ മിഥ്യാധാരണ സൃഷ്ടിക്കുന്നതിൽ ഭരണവർഗ്ഗങ്ങൾക്ക് വിജയിക്കാൻ കഴിഞ്ഞിട്ടുണ്ട്. എല്ലാ ദാരിദ്ര്യനിർമ്മാർജ്ജന പരിപാടികളും ഉപേക്ഷിക്കണമെന്നാണ് നവലിബറൽ പ്രത്യയശാസ്ത്രകാരന്മാർ ആഗ്രഹിക്കുന്നത്. ഇതു ചെയ്യുന്നതിനായി കൂടുതൽ, കൂടുതൽ ഇടത്തരം വർഗ്ഗക്കാരെ പുറത്തിറക്കുന്നതിനും ഒരു സമ്പന്നാനുകൂല സംവിധാനത്തിനായി വോട്ടു ചെയ്യിക്കുന്നതിനുമാണ് അവർ ശ്രമിക്കുന്നത്.

എന്നാൽ, ക്രമേണ ഒരു മാറ്റം സംഭവിക്കുകയാണ്. രാഷ്ട്രീയത്തിലുള്ള താല്പര്യം യുവജനങ്ങൾക്കിടയിൽ വർദ്ധിച്ചുവരികയാണ്; രാഷ്ട്രീയ നേതാക്കളോടുള്ള വെറുപ്പിൽ ചിലതും കഴിഞ്ഞ 15 വർഷമായി നിലനില്ക്കുന്ന വോട്ടു ചെയ്യുന്നതിലുള്ള താല്പര്യരാഹിത്യവും അവർ കൈവെടിയുകയാണ്. അസംതൃപ്തിയുടെയും അസ്വസ്ഥതയുടെയും വികാരം നിലനില്ക്കുന്നുണ്ട്. വ്യവസ്ഥിതിയെ അവർ ആക്രമിക്കാൻ ആരംഭിക്കുന്നതിനുമുമ്പ് അവരെ കൂട്ടിച്ചേർക്കാനുള്ള ഒരു നീക്കവുമുണ്ട്. ഭരണകക്ഷികളുടെ നേതാക്കൾ തങ്ങളുടെ മക്കളെ യുവജനനേതാക്കളെന്ന നിലയിൽ ഉയർത്തിക്കാണിക്കുകയാണ്; അവർ നേതൃത്വത്തിലെ യഥാർത്ഥ തലമുറ മാറ്റത്തിൽ താല്പര്യമുള്ളവരാണെന്ന പ്രതീതി സൃഷ്ടിക്കാനും ശ്രമിക്കുന്നു. യുവജനങ്ങളെ ആകർഷിക്കാൻ എല്ലാ പാർട്ടികളും ശ്രമിക്കുകയാണ്. അവരുടെ സ്വപ്നങ്ങളെ അവരുടെ പിന്തുണ നേടിയെടുക്കാൻ ഉപയോഗിക്കുകയാണ്. തങ്ങൾ വഞ്ചിക്കപ്പെടുകയാണെന്ന്

ഒരിക്കൽ യുവജനങ്ങൾ തിരിച്ചറിഞ്ഞു കഴിഞ്ഞാൽ, വികസനവും തൊഴിലുകളും ഉണ്ടാകുമെന്ന തങ്ങളുടെ പ്രതീക്ഷ സാക്ഷാൽക്കരിക്കപ്പെടുന്നില്ല എന്നു ബോദ്ധ്യപ്പെട്ടു കഴിഞ്ഞാൽ അവർ അതിനെതിരെ പ്രതികരിക്കുകയും മുന്നോട്ടു നീങ്ങുകയും ചെയ്യും.

ചലച്ചിത്രങ്ങളും ടെലിവിഷനും

ദരിദ്രരും താണ ഇടത്തരക്കാരുമായവരുടെ ജീവിതം ചിത്രീകരിച്ചിരുന്ന ഇന്ത്യൻ ചലച്ചിത്രങ്ങൾ ഇപ്പോൾ അതിനുപകരം ഉയർന്ന ഇടത്തരക്കാരുടെയും സമ്പന്നരുടെയും ജീവിതമാണ് ചിത്രീകരിക്കുന്നത്. ഇത് ഇടത്തരം വർഗ്ഗത്തിന്റെ, പ്രത്യേകിച്ച് സ്ത്രീകളുടെ ആശയാഭിലാഷങ്ങളും സ്വപ്നങ്ങളും പ്രതിദ്ധ്വനിപ്പിക്കുന്നതായി കാണുന്നു.

വാർത്തകളും പണം വാങ്ങി പ്രസിദ്ധീകരിക്കുന്ന വാർത്തകളും തമ്മിലുള്ള വേർതിരിവ് പല സന്ദർഭങ്ങളിലും അപ്രത്യക്ഷമാകുന്നുണ്ട്.

ചിന്താപ്രക്രിയയ്ക്കുമേലുള്ള പ്രത്യേക ആഘാതം

ആശയവിനിമയത്തിലും ആശയപ്രകാശനത്തിലും യഥാർത്ഥ ഇടത്തിന്റെ സ്ഥാനം സാങ്കല്പിക ഇടം കൈയടക്കുകയാണ്; ആശയവിനിമയത്തിന്റെ നിഷ്ക്രിയമായ മാർഗ്ഗങ്ങൾ പരസ്പരമുള്ള ഇടപെടലുകൾക്കായി ആരായുന്നത് വർദ്ധിച്ചുവരികയാണ്. ആശയവിനിമയം നടത്തുന്നതിനുള്ള കൂടുതൽ വ്യക്തമായ രൂപവും വ്യക്തമായി പ്രകടമാക്കുന്നതും ടെക്സ്റ്റിങ്ങാണ്. പഴയ തലമുറയിലെ ആളുകൾക്ക് ഈ മാറ്റം മനസ്സിലാക്കാനാകുന്നില്ല; സാങ്കേതികവിദ്യ വ്യക്തികളെ ഒറ്റപ്പെടുത്തലിലേക്ക് തള്ളിവീഴ്ത്തുകയാണെന്ന തോന്നലുമുണ്ടാക്കുന്നു.

ഇന്റർനെറ്റും സോഷ്യൽ മീഡിയയും

പുതിയ തലമുറയിൽപെട്ടവർക്ക് ഇന്റർനെറ്റ് സൗകര്യങ്ങൾഥുള്ള അവസരം വളരെ ഉയർന്ന തോതിലാണ്. ബ്രോഡ്ബാൻഡ് കണക്ടിവിറ്റിയുടെ വളർച്ചയും മൊബൈൽ നെറ്റ്‌വർക്കുകളിലൂടെയുള്ള ഇന്റർനെറ്റ് കണക്ടിവിറ്റിയും കുറഞ്ഞ വിലയ്ക്ക് സ്മാർട്ട്ഫോണുകളുടെ ലഭ്യതയും ഈ സൗകര്യങ്ങൾ വർദ്ധിപ്പിക്കുന്നു. ഐ ടി യു പ്രകാരം 2011 ൽ മൊബൈൽ ഇന്റർനെറ്റ് ഉപഭോക്താക്കളുടെ എണ്ണം 2.6 കോടിയായിരുന്നത് 2013 ൽ 8 കോടി ആയി വർദ്ധിച്ചു. ഇന്റർനെറ്റ് സർവ്വീസിനു സബ്സ്ക്രൈബ് ചെയ്തില്ലെങ്കിലും ഡാറ്റാ ലഭ്യമാകുന്ന മറ്റ് 42.7 കോടി സെൽഫോണുകൾ കൂടിയുണ്ട്. നിശ്ചയമായും പാശ്ചാത്യരാജ്യങ്ങളുമായും ചൈനയുമായും താരതമ്യപ്പെടുത്തുമ്പോൾ ഇന്ത്യയിലെ കണക്ടിവിറ്റി വളരെ കുറവാണ്.

മാധ്യമങ്ങൾക്ക്, പ്രത്യേകിച്ച് സാമൂഹ്യ മാധ്യമങ്ങൾക്ക്, യുവതലമുറയിൽ വലിയ സ്വാധീനമുണ്ട്. അപ്ഡേറ്റുകൾക്കും ജനങ്ങളുമായുള്ള നെറ്റ്‌വർക്കിനും ബന്ധങ്ങൾ സ്ഥാപിക്കുന്നതിനും അവർ ഇതിനെ ആശ്രയിക്കുന്നു. നഗരങ്ങളിലെ ചെറുപ്പക്കാരിൽ ഭൂരിപക്ഷവും ഇന്റർനെറ്റ്

കണക്ഷൻ ഉള്ളവരാണ്. സുഹൃത്തുക്കളുമായുള്ള ബന്ധം നിലനിർത്തുന്നതിനും പുതിയ സുഹൃത്തുക്കളെ ഉണ്ടാക്കുന്നതിനുമുള്ള ഉപകരണമായി സാമൂഹ്യ മാധ്യമം മാറിയിരിക്കുകയാണ്. അവർക്കിടയിൽ സാമൂഹ്യവും രാഷ്ട്രീയവുമായ ആശയങ്ങൾ പ്രചരിപ്പിക്കുന്നതിനുള്ള ഒരു പ്രധാന ഉപകരണമാക്കി ഇതിനെ മാറ്റാൻ കഴിയും.

ഗെയ്മിങ്

സേവനങ്ങൾക്കും മറ്റുമായുള്ള സൈറ്റ് രജിസ്ട്രേഷനിലേക്ക് ആകർഷിക്കുന്നതിനുള്ള അഡ്വർടൈസ്മെന്റ് ടെക്നിക്കുകൾ കേന്ദ്രീകരിക്കുന്നത് കുട്ടികളുടെയും കൗമാരക്കാരുടെയും മനസ്സിനെയാണ്. അവർക്കായി രചിക്കപ്പെടുന്ന കളികൾ (Games) എന്തു വിലകൊടുത്തും വിജയം വരിക്കുക എന്ന സങ്കല്പനത്തെ ആധാരമാക്കിയാണ്. ഭരണകൂടം പൂർണ്ണമായും ഇല്ലാത്ത സ്ഥിതിയിലാണ്;പൂർണ്ണമായും ശ്രദ്ധ കേന്ദ്രീകരിക്കുന്നത് വ്യക്തികളിലാണ്. വികസിത മുതലാളിത്ത രാജ്യങ്ങളിലെ ചെറുപ്പക്കാർക്കിടയിൽ ദൃശ്യമാകുന്ന അരാജക പ്രവണതകൾ ഇവയുടെ ഫലമാണ്. മുമ്പുണ്ടായിരുന്ന മൂല്യങ്ങളെയും പ്രവണതകളെയും തകർക്കുന്നതിൽ അവർ വിജയിച്ചിരിക്കുകയാണ്. ഈ വ്യവസായം സൃഷ്ടിക്കുന്ന പുതിയ സംസ്കാരം വഴിതെറ്റിക്കുന്നതിനുള്ള ഒരു പ്രധാന വസ്തുതയാണ്. ഇന്റർനെറ്റിലും മൊബൈൽ ഫോണുകളിലും ടാബ്/ഐ പാഡുകളിലുമുള്ള ഒരു വ്യവസായമെന്ന നിലയിൽ ഗെയ്മിങ്ങ് വളർന്നുവരുന്ന മനസ്സുകളെ വിപണിയുടെ ആവശ്യങ്ങൾക്കു വഴങ്ങുന്നതാക്കി സാംസ്കാരികമായി മാറ്റിയെടുക്കുക എന്ന ലക്ഷ്യത്തോടെയുള്ളതാണ്.

കൂടിച്ചേരൽ

2000 രൂപയ്ക്ക് സ്മാർട്ട്ഫോൺ ലഭ്യമാകാൻ തുടങ്ങിയതോടുകൂടി നേരത്തെ സൂചിപ്പിച്ച പ്രക്രിയകൾ താഴ്ന്ന ഇടത്തരം വർഗ്ഗത്തിലേക്കും ദരിദ്രരിലേക്കും വാർന്നിറങ്ങുന്നു. സമൂഹത്തിലെ എല്ലാ വിഭാഗങ്ങളിൽ നിന്നുമുള്ള കുട്ടികൾ കൗമാരപ്രായത്തിലെത്തുമ്പോൾ വിപണിശക്തികൾക്ക് ആവശ്യമായ മൂല്യവ്യവസ്ഥ രൂപപ്പെടുത്തപ്പെടും; ആ പ്രായത്തിലെത്തുമ്പോൾ ഇത്തരമൊരു മൂല്യബോധം അവരിൽ തഴച്ചുവളരും.

ഓൺലൈൻ/ഇന്റർനെറ്റ് അധിഷ്ഠിത അഡ്വർട്ടൈസ്മെന്റ്

ഒരേ കണക്ഷനിൽനിന്ന് ഇന്റർനെറ്റ് ഉപയോഗിക്കുന്ന, ഒരേ ഐറ്റം നോക്കുന്ന രണ്ടാളുകൾക്ക് വ്യത്യസ്ത അഡ്വർടൈസ്മെന്റുകൾ കാണാൻ കഴിയുന്നത്ര സൂക്ഷ്മതലത്തിൽ ഈ അഡ്വർടൈസ്മെന്റുകൾ കേന്ദ്രീകരിക്കുന്നു. അഡ്വർടൈസ്മെന്റ് ഏജൻസികൾ കുക്കികളിലൂടെ (ഒരു സെർവർ കമ്പ്യൂട്ടറിൽ നിന്നും ഒരു ടെർമിനലിലേക്ക് അയയ്ക്കപ്പെടുന്ന പ്രത്യേക വിവരങ്ങൾ മിക്കവാറും ഒരു ചോദ്യാവലിയോ അടയാളവാക്യമോ ആകാം, ഇത് അതേ സെർവറിൽനിന്നും വീണ്ടും വിവരങ്ങൾ ആവശ്യപ്പെടുമ്പോൾ നല്കേണ്ടിവരും. അതിനാൽ ഇങ്ങനെയുള്ള

വിവരങ്ങളെ ടെർമിനലുകളിൽ സ്ഥിരമായി സംരക്ഷിച്ചിരിക്കും അത്തരം വിവരങ്ങൾ) ഓരോ ഉപയോക്താവിന്മേലുമുള്ള വിവരത്തെ ആശ്രയിക്കുന്നു; വ്യക്തി പ്രത്യേകതയോടെയുള്ള അഡ്വർടൈസ്മെന്റുകൾ ലഭ്യമാക്കുന്നു. അയാളെ/ അവളെ സംബന്ധിച്ച പ്രത്യേക വിവരം ഉപയോഗിച്ചുള്ള സമ്പാദനത്തിലേക്ക് ഒരു വ്യക്തിയെ വശീകരിക്കുന്നതിനുവേണ്ടിയാണ് ഇതു ചെയ്യുന്നത്.

ധർമശീലവും സേവനപ്രവൃത്തിയും

ചെറുപ്പക്കാർക്കിടയിൽ പരോപകാര തല്പരത, സേവനം, ധർമ്മശീലം എന്നിവയിലേക്കുള്ള പ്രവണത ഇന്നു വർദ്ധിച്ചുവരികയാണ്. ഇത് മാറ്റത്തിനായുള്ള ആഗ്രഹം പ്രകടിപ്പിക്കുന്നതാണെന്ന നിലയിൽ സ്വാഗതാർഹമായ ഒരു സംഭവ വികാസമാണ്; ഇത് എൻ ജി ഒ വർക്കിൽ താല്പര്യം പ്രകടിപ്പിക്കുന്നതിന്റെ രൂപം കൈവരിക്കുകയാണ് ചെയ്യുന്നത്.

അമേരിക്കയിലെ ഐസ് ബക്കറ്റ് വെല്ലുവിളിയും ഇന്ത്യയിലെ അരി ബക്കറ്റ് വെല്ലുവിളിയും ഇതിന്റെ ഉദാഹരണങ്ങളാണ്. ദരിദ്രർക്ക് ഭക്ഷണം നല്കാനും ധർമ്മപ്രവൃത്തികൾക്ക് പണം സമാഹരിക്കാനുമുള്ള മാർഗ്ഗങ്ങളാണിവ. രണ്ടും വൈറലായി. സംഭാവനകളും ധർമ്മപ്രവൃത്തികളും പ്രോത്സാഹിപ്പിക്കപ്പെടുന്നതിനുള്ള സൃഷ്ടിപരമായ മാർഗ്ഗങ്ങൾ ആസൂത്രണം ചെയ്യപ്പെടണം. അതേപോലെതന്നെ, അവയവദാനത്തിലും ശരീരദാനത്തിലും വളരെ വലിയ താല്പര്യമുണ്ട്; നാം അതിനു ശ്രമിക്കുകയും ഒരു പ്രസ്ഥാനം കെട്ടിപ്പടുക്കുകയും വേണം.

ഉത്സവങ്ങളും വിവിധ 'ദിനങ്ങളും'

പരമ്പരാഗതമായ മതപരമായ ഉത്സവങ്ങൾക്കുപുറമെ - മാതാക്കൾ, പിതാക്കൾ, ജന്മദിനങ്ങൾ, സൗഹൃദം, പ്രണയം എന്നിത്യാദികൾക്ക് സമർപ്പിക്കപ്പെടുന്ന 'ദിനങ്ങളു'ടെ എണ്ണവും വർദ്ധിച്ചുവരികയാണ്; ഇവയെ കമ്പോളമാണ് പ്രോത്സാഹിപ്പിക്കുന്നത്; കാരണം അവ പാരിതോഷികങ്ങൾ വാങ്ങുന്നതിനുള്ള അവസരങ്ങളാണല്ലോ. കുട്ടികൾ മുൻകൂട്ടി തന്നെ പാരിതോഷികങ്ങൾ പ്രതീക്ഷിക്കുന്നു. ഇടത്തരം വർഗ്ഗത്തിൽപെട്ട സ്ത്രീകൾ ഈ അവസരങ്ങളെ ഔട്ടിങ്ങുകൾക്കും കിറ്റി പാർട്ടികൾക്കുമായി ഉപയോഗിക്കുന്നു. പരമ്പരാഗത ഉത്സവങ്ങളെ തങ്ങളുടെ വ്യാപനത്തിനായുള്ള ഉപകരണമായി ബി ജെ പി ഉപയോഗിക്കുന്നു. 'വാലന്റൈൻസ് ദിനം' പോലെയുള്ള ചില 'ദിനങ്ങൾ' ആഘോഷിക്കുന്നതിനെ ഹിന്ദു സംസ്കാരത്തിന്റെ പേരിൽ ബി ജെ പി എതിർക്കുന്നു; എന്നാൽ പല ചെറുപ്പക്കാരിൽനിന്നും എതിരായ പ്രതികരണങ്ങളാണ് ഇതിനു ലഭിക്കുന്നത്.

സ്വത്വ രാഷ്ട്രീയത്തിന്റെ സ്വാധീനം

സ്വത്വരാഷ്ട്രീയത്തിന്റെ സ്വാധീനം ദളിതരെപ്പോലെയുള്ള സാമൂഹികമായി അടിച്ചമർത്തപ്പെട്ട വിഭാഗങ്ങളിൽ മാത്രം ഒതുങ്ങി നില്ക്കുന്നില്ല; മറിച്ച് മറ്റു പിന്നോക്ക വിഭാഗങ്ങളിലേക്കും മുസ്ലീങ്ങളിലേക്കും അ

തു വ്യാപിക്കുന്നു. ഈ വിഭാഗങ്ങളെയെല്ലാം മതസ്വത്വത്തിൻകീഴിൽ ഐക്യപ്പെടുത്താൻ കഴിയില്ലെന്ന് ആർ എസ് എസിനും ഹിന്ദുത്വശക്തികൾക്കും ബോദ്ധ്യപ്പെടുമ്പോൾ അവർ ഹിന്ദുത്വചട്ടക്കൂടിനുള്ളിൽ ജാതി ഉപയോഗിച്ചുള്ള സോഷ്യൽ എഞ്ചിനീയറിങ്ങിനുള്ള ശ്രമം ആരംഭിക്കുന്നു. ചരിത്രത്തെ വക്രീകരിച്ചുകൊണ്ട് അഭ്യസ്തവിദ്യരും ഇടത്തരം വർഗ്ഗത്തിൽപെട്ടവരുമായ ദളിതർക്കിടയിലേക്ക് നുഴഞ്ഞുകയറാനുള്ള ഒരു തന്ത്രം അവർ ആവിഷ്കരിച്ചിരിക്കുകയാണ്. സംഘടിതതൊഴിലാളിവർഗ്ഗ പ്രസ്ഥാനത്തിന്റെയും സാമൂഹ്യപ്രസ്ഥാനങ്ങളുടെയും വളർച്ച കൊണ്ടു മാത്രമേ സ്വത്വരാഷ്ട്രീയത്തിന്റെ സ്വാധീനം കുറയ്ക്കാനാവൂ.

ജുഡീഷ്യറിയുടെ പങ്ക്

അടുത്ത കാലത്തായി തൊഴിലാളിവർഗ്ഗവിരുദ്ധവും ജനാധിപത്യവിരുദ്ധവുമായ സ്വഭാവത്തിലുള്ള നിരവധി വിധിന്യായങ്ങൾ പുറപ്പെടുവിക്കപ്പെട്ടിട്ടുണ്ട്. പണിമുടക്ക് നിരോധനംപോലെയുള്ള ഇത്തരം വിധിന്യായങ്ങളെ ഇടത്തരം വർഗ്ഗങ്ങളിൽപെട്ടവർ സ്വാഗതം ചെയ്യുന്നുണ്ട്. വിവരാവകാശം, തിരഞ്ഞെടുപ്പ്, രാഷ്ട്രീയ പാർട്ടികൾ, അഴിമതി എന്നിത്യാദി കാര്യങ്ങളിലുള്ള പ്രഖ്യാപനങ്ങളിലൂടെയും ജുഡീഷ്യറി ഈ വർഗ്ഗത്തെ ശക്തമായി ആകർഷിച്ചിട്ടുണ്ട്.

വൈരുദ്ധ്യങ്ങൾ

ഈ വിഭാഗങ്ങളിലേക്ക് എത്തിച്ചേരുന്നതിനുള്ള ശരിയായ മുദ്രാവാക്യങ്ങൾക്ക് രൂപം നല്കാൻ ഇടത്തരം വർഗ്ഗത്തിൽപെട്ട വിവിധ വിഭാഗങ്ങൾക്കുള്ളിലെ വൈരുദ്ധ്യങ്ങളെ പൂർണ്ണമായും തിരിച്ചറിയേണ്ടത് പ്രാധാന്യമുള്ള കാര്യമാണ്.

ജനങ്ങൾക്കിടയിൽ ചേരികൾ: ഇടത്തരം വർഗ്ഗം
(പ്രത്യേകിച്ചും ഉന്നത വിഭാഗങ്ങൾ)

അസ്വസ്ഥതകളുടെയും ശുചിത്വമില്ലാത്ത ചുറ്റുപാടുകളുടെയും കാരണമായും സൗന്ദര്യവല്ക്കരണത്തിനു പ്രതിബന്ധമായും മോഷണം, കുറ്റകൃത്യങ്ങൾ, മറ്റു സാമൂഹ്യതിന്മകൾ എന്നിവയുടെ കാരണമായുമാണ് ഇടത്തരം വർഗ്ഗങ്ങൾ ചേരികളെ കണക്കാക്കുന്നത്. ഇതു കാരണമാണ് ചേരിനിർമ്മാർജ്ജന നഗരവല്ക്കരണ മാതൃകകളെ ഇടത്തരം വർഗ്ഗക്കാർ പിന്തുണയ്ക്കുന്നത്. ദരിദ്രർക്ക് സബ്സിഡി നല്കുന്നതിനോടും ഇടത്തരം വർഗ്ഗക്കാർക്ക് എതിർപ്പുണ്ട്. തൊഴിലാളിവർഗ്ഗം സംഘടിപ്പിക്കുന്ന പണിമുടക്കുകൾക്കും ബന്ദുകൾക്കും അവർ എതിരാണ്.

തെരുവുകച്ചവടക്കാർ : കട ഉടമകൾ

തങ്ങളുടെ ബിസിനസിനു തടസ്സം സൃഷ്ടിക്കുന്നത് എന്ന നിലയിലാണ് തെരുവുകച്ചവടക്കാരെ കടയുടമകൾ പരിഗണിക്കുന്നത്.

ജീവനക്കാർ, അദ്ധ്യാപകർ : ജനങ്ങൾ

തങ്ങളുടെ കടമ നിർവ്വഹിക്കുന്നതിൽ ഗവൺമെന്റ് സ്കൂളുകളിൽ ജോലി ചെയ്യുന്ന അദ്ധ്യാപകരുടെ അടിക്കടിയുള്ള അഭാവവും തങ്ങളെ സമീപിക്കുന്ന ജനങ്ങളുടെ ആവശ്യങ്ങൾ പരിഗണിക്കുന്നതിൽനിന്നും ഒഴിഞ്ഞുമാറുന്ന ജീവനക്കാരുടെ മനോഭാവവും ജനങ്ങളിൽനിന്ന് അവരെ അകറ്റുന്നു. ബ്യൂറോക്രസിയുടെ അഴിമതിയോടും പ്രാദേശികതലത്തിലെ സർക്കാർ സർവ്വീസുകളോടും ജനങ്ങൾക്കുള്ള രോഷം പ്രകടമാണ്.

ഭരണകൂടവുമായി

- റിയൽ എസ്റ്റേറ്റുകാരുമായും മറ്റു മാഫിയകളുമായും ചേർന്ന് ഗൂഢനീക്കങ്ങൾ നടത്തുന്ന ഭരണസംവിധാനവുമായുള്ള വൈരുദ്ധ്യം ഗൗരവസ്വഭാവമുള്ള ഒരു വിഷയമാണ്; വിഷയങ്ങൾ ഏറ്റെടുക്കുന്നതിൽ ഇടത്തരം വർഗ്ഗത്തെയും ദരിദ്രരെയും യോജിപ്പിക്കുന്നതിനുള്ള ഒരു മാർഗമായി ഇതിനെ കാണാവുന്നതാണ്.
- കുടിവെള്ളം, ശുചീകരണം, വൈദ്യുതി, പബ്ലിക് പാർക്കുകൾ എന്നീ വിഷയങ്ങളാണ് ഭരണകൂടത്തെ പൗരസമൂഹവുമായി വേർതിരിക്കുന്ന പ്രശ്നങ്ങൾ. അടിസ്ഥാന പൗരാവകാശങ്ങളാണവ.
- വാർഡ് മെമ്പർ മുതൽ മന്ത്രിവരെയുള്ള തലങ്ങളിലെയും ഭവനനിർമ്മാണത്തിനുള്ള അടിസ്ഥാന അനുമതി മുതൽ ഉയർന്ന തലങ്ങൾ വരെയുള്ള പ്രശ്നങ്ങളിലെ രാഷ്ട്രീയ അഴിമതി.
- നികുതി ചുമത്തൽ, യൂസർ ചാർജുകൾ മുതലായവയിലൂടെയുള്ള സാമ്പത്തിക ബാദ്ധ്യതകൾ.
- അടിസ്ഥാന അനുമതി പത്രങ്ങളും മറ്റും ലഭിക്കുന്നതിലുള്ള ചുവപ്പുനാട.
- അവരുടെ വീടുകളും സ്ഥാപനങ്ങളും കൈയേറുന്നതിനിടയാക്കുന്ന പ്രത്യേക സാമ്പത്തിക മേഖലകൾക്കും റോഡുകൾക്കും വേണ്ടിയുള്ള ഭൂമി ഏറ്റെടുക്കൽ.
- ജനാധിപത്യ അവകാശങ്ങൾ: സാമൂഹ്യമാധ്യമങ്ങൾ/സർവസാധാരണമായ അറിവ് (knowledge commons) എന്നിവയ്ക്കുമേലുള്ള നിയന്ത്രണങ്ങൾ/നിരോധനം.

കോർപ്പറേറ്റുകളോട്

- ജനങ്ങളുടെ ആരോഗ്യത്തിനു ഹാനികരമായ വ്യാവസായിക - രാസ മലിനീകരണം, മെഡിക്കൽ - ജൈവവേസ്റ്റ് തുടങ്ങിയവ.
- ജീവനക്കാരുടെ തൊഴിൽ സാഹചര്യങ്ങളുടെ, കൂലി, തൊഴിൽ നിയമങ്ങൾ നടപ്പാക്കൽ തുടങ്ങിയവ.
- പ്രകൃതി വിഭവങ്ങൾ കവർന്നെടുക്കലും അഴിമതിയും
- പാറ്റന്റിനും പകർപ്പവകാശങ്ങൾക്കുമെതിരെ (വിജ്ഞാന സ്വാതന്ത്ര്യം)

നമ്മുടെ അനുഭവം

അഴിമതിവിരുദ്ധ പ്രകടനങ്ങളിലും നിർഭയ പ്രകടനങ്ങളിലും യുവജനങ്ങളുടെ വൻതോതിലുള്ള പങ്കാളിത്തം നാം കണ്ടതാണ്. മാറ്റങ്ങളുണ്ടാകുന്നതായാണ് ഇവ സൂചിപ്പിക്കുന്നത്. ഹൈദരാബാദിലെ സ്വതന്ത്ര സോഫ്ട്‌വെയർ പ്രസ്ഥാനത്തിൽ ജോലി ചെയ്യുന്ന സംഘം കൈക്കൊണ്ട ഇനിഷ്യേറ്റീവ് അതിലെ അംഗങ്ങൾക്ക് വിലപ്പെട്ട അനുഭവങ്ങൾ നല്കുകയുണ്ടായി; പെൺകുട്ടികൾ ഉൾപ്പെടെയുള്ള അഭ്യസ്തവിദ്യരും ആവേശഭരിതരുമായ ചെറുപ്പക്കാർക്കിടയിൽ ബന്ധങ്ങളുണ്ടാക്കാൻ അതവരെ സഹായിച്ചിട്ടുമുണ്ട്.

അന്താരാഷ്ട്ര അനുഭവങ്ങൾ

പല രാജ്യങ്ങളിലും ഉപഭോക്തൃതാവിരുദ്ധ കാംപെയ്നുകൾ കോർപറേറ്റുവിരുദ്ധ പ്രസ്ഥാനങ്ങളായി (വാൾസ്ട്രീറ്റ് പിടിച്ചടക്കൽ ഉദാഹരണം) പരിവർത്തനപ്പെടുകയാണ്. പേരുവയ്ക്കാത്ത മെയ്‌ലുകളാണ് കാംപെയ്ൻ രീതിയായി ഉപയോഗപ്പെടുത്തിയത്. അജ്ഞാതരും ഇടതുപക്ഷക്കാരും അരാജകവാദികളും 'എതിർപക്ഷ'ത്തുള്ള വിവിധതരം ആളുകളും ഉൾപ്പെടുന്ന ഒരു ചെറു സംഘമാണ് കാംപെയ്ൻ ആരംഭിച്ചത്. ഒരു ശതമാനത്തിനെതിരെ അവർ യോജിപ്പുണ്ടാക്കുകയും പ്രക്ഷോഭം ആരംഭിക്കുകയും ഈ പ്രശ്നത്തെ ദേശീയഅജൻഡയിലേക്ക് കൊണ്ടുവരികയുമുണ്ടായി. അറബ് വസന്തത്തിൽ, മൗലികമായ വിഷയങ്ങളിന്മേൽ കെട്ടിനിന്നിരുന്ന ജനരോഷം ഒരു ചെറിയ സംഭവം മൂലം അണപൊട്ടി ഒഴുകുകയും ബഹുവിധങ്ങളായ പ്രതിഷേധങ്ങൾ ആരംഭിക്കുകയുമുണ്ടായി. സൗഹൃദകൂട്ടായ്മകളുടെയും തൃണമൂലതല സംഘടനകളുടെയും രൂപത്തിൽ നിലനിന്നിരുന്ന ചില പ്രാഥമിക നെറ്റുവർക്കുകൾ രാസത്വരകങ്ങളായി പ്രവർത്തിച്ചു. ലാറ്റിനമേരിക്കയിൽ, സാമ്രാജ്യത്വത്തിനും നവലിബറൽ നയങ്ങൾക്കുമെതിരെ വിശാലമായ ദേശീയ പ്രക്ഷോഭങ്ങൾക്ക് രൂപം നല്കാൻ ബഹുജന/സാമൂഹ്യപ്രസ്ഥാനങ്ങളിൽനിന്ന് പുതിയ ശക്തികൾ ഉയർന്നുവന്നു. ഈ അനുഭവങ്ങളിൽനിന്നും നാം പഠിക്കുകയും മൂർത്തമായ പാഠങ്ങൾ ഉൾക്കൊള്ളുകയും ചെയ്യേണ്ടതാണ്.

സമകാലിക സാഹചര്യങ്ങൾ സംബന്ധിച്ച വിലയിരുത്തൽ

2010 ലെ സാമ്പത്തിക തകർച്ചയ്ക്കുശേഷം യുവജനങ്ങൾക്കിടയിൽ ചില ഭിന്നാഭിപ്രായങ്ങൾ രൂപപ്പെടാൻ തുടങ്ങി. തൊഴിലവസരങ്ങൾ നഷ്ടപ്പെട്ടത് സുരക്ഷിതത്വമില്ലായ്മ വർദ്ധിപ്പിച്ചു. എ എ പിയും മോഡിയും ഇതിൽനിന്ന് ഒരേ പോലെ രാഷ്ട്രീയലാഭമുണ്ടാക്കി; അവർ കൃത്യമായ മുദ്രാവാക്യങ്ങൾക്ക് രൂപം നല്കിയതാണ് അതിനുകാരണം. മോഡിക്ക് സർവ്വകാല ഉയർച്ച കൈവരിക്കാനാകുമെന്ന് പ്രതീക്ഷ വളരുകയും വികസനം എന്ന അദ്ദേഹത്തിന്റെ മുദ്രാവാക്യം വ്യവസായവല്ക്കരണത്തിനും തൊഴിൽ സൃഷ്ടിക്കും അവസരമാകുമെന്നു കരുതപ്പെടുകയുമുണ്ടായി.

തൊഴിലവസരങ്ങൾ സൃഷ്ടിക്കുന്നതാണ് നിർണ്ണായകമായ സംഗതി; നഗരവല്ക്കരണത്തിലും വ്യവസായവല്ക്കരണത്തിലും (മാനുഫാക്ചറിങ്) ശ്രദ്ധ കേന്ദ്രീകരിക്കുന്നത് കൃത്യമായും ഇത് കൈവരിക്കുന്നതിനാണ്. എന്നാൽ, ആവശ്യമായ വളർച്ച ഉണ്ടാകാൻ സമ്പദ്ഘടന അനുവദിക്കുന്നില്ലെങ്കിൽ ഭിന്നാഭിപ്രായം പൊട്ടിത്തെറിയായി മാറും. എന്നാൽ, തൊഴിലിടങ്ങളിൽ പ്രക്ഷോഭങ്ങൾ പ്രതീക്ഷിക്കാനാവില്ല; കാരണം, പൊതുവിൽ ജീവനക്കാർ സംതൃപ്തരാണ്; മാനേജ്മെന്റുകളുടെ പ്രവർത്തന ശൈലി വിജയകരവുമാണ്.

വർദ്ധിച്ചുവരുന്ന സുരക്ഷാരാഹിത്യവും ജോലിയുമായി ബന്ധപ്പെട്ട മാനസിക പിരിമുറുക്കവും നിലവിലുണ്ട്. ലക്ഷ്യം കൈവരിക്കാൻ കഴിയാത്തതിന്റെ ഫലമായി റീട്രെഞ്ചുമെന്റുണ്ടാകുമെന്ന ഭയവും കാര്യങ്ങൾ നിറവേറ്റാനാവാത്തവൻ എന്നു മുദ്രകുത്തപ്പെടുമെന്ന ഭയവുമുണ്ട്. മാനസിക പിരിമുറുക്കവുമായി ബന്ധപ്പെട്ട ആരോഗ്യപ്രശ്നങ്ങൾ വർദ്ധിക്കുകയാണ്. 30 വയസ്സിനകം ഹൃദയാഘാതം നേരിടുന്നവരിൽ 80 ശതമാനംപേരും ഈ മേഖലയിൽനിന്നുള്ളവരാണെന്ന് ഹൃദ്രോഗവിദഗ്ദ്ധർ കണ്ടെത്തിയിട്ടുണ്ട്. മനോരോഗ വിദഗ്ദ്ധരും മനഃശാസ്ത്രജ്ഞരും നടത്തുന്ന കൗൺസിലിങ് കേസുകൾ വർദ്ധിച്ചുവരികയാണ്. ഈ വിഭാഗത്തിലെ പല ചെറുപ്പക്കാരും ജോലിയുമായി ബന്ധപ്പെട്ടതും മറ്റുമായ സമ്മർദ്ദങ്ങൾമൂലം ആത്മഹത്യ ചെയ്യുന്നു. മുമ്പ് സൂചിപ്പിച്ചതുപോലെ, അവരിൽ പലരും പണം ദുർവ്യയം ചെയ്യുന്നവരാണ്; അവരുടെ ഇ എം ഐ ലയബിലിറ്റികൾ വളരെ ഉയർന്നതാണ്. അവരുടെ ഉയർന്ന സമ്പാദ്യത്തിന്റെ വലിയൊരു ഭാഗവും വായ്പകൾക്കുള്ള ഉയർന്ന പലിശനിരക്കായും വിലക്കയറ്റമായും മറ്റും യഥാർത്ഥത്തിൽ കോർപറേറ്റുകൾ തന്നെ തിരിച്ചുപിടിക്കുകയാണ്. മുമ്പത്തെ അഭിവൃദ്ധി കാലഘട്ടം ഗ്രാമപ്രദേശങ്ങളിലെയും ഒരു ചെറിയ വിഭാഗത്തിനു നേട്ടമുണ്ടാക്കിയിട്ടുണ്ട്. ഭൂമിയുടെ ഉയർന്ന വിലകളിൽ ഇതു പ്രതിഫലിക്കുന്നുണ്ട്. എന്നാൽ ഇപ്പോൾ ഈ മേഖലയിൽനിന്ന് ഗ്രാമപ്രദേശങ്ങളിലേക്കു പണമയയ്ക്കുന്നതും കുറഞ്ഞിരിക്കുകയാണ്.

തൊഴിലില്ലാത്തവരെയും ഭാഗികമായി മാത്രം തൊഴിലുള്ളവരെയും സംബന്ധിച്ചിടത്തോളം തൊഴിലവസരങ്ങൾ കുറയുന്നതിനും വളർച്ച കുറഞ്ഞുവരുന്നതിനും ഒപ്പം ചങ്ങാത്ത മുതലാളിത്തവുമായി ബന്ധപ്പെട്ട വ്യാപകമായ അഴിമതിയും ഈ വിഭാഗത്തിൽ പലരെയും വീണ്ടുവിചാരത്തിനു പ്രേരിപ്പിച്ചു. അഴിമതിക്കും സ്ത്രീകൾക്കുനേരെയുള്ള അക്രമത്തിനും എതിരായ പ്രക്ഷോഭങ്ങളിലെ അവരുടെ പങ്കാളിത്തം ഇതിന്റെ സൂചനയാണ്. നയങ്ങളെയും രാഷ്ട്രീയത്തെയുംകുറിച്ചുള്ള സംസാരം തന്നെ ഒഴിവാക്കിയിരുന്ന യുവജനങ്ങൾ ഇപ്പോൾ അക്കാര്യങ്ങൾ ശ്രദ്ധിക്കുന്നുണ്ട്.

ഇടത്തരം വർഗ്ഗക്കാർക്കിടയിലെ ബോധനിലവാരം വർദ്ധിപ്പിക്കുന്നത് അനായാസമല്ല; എന്നാൽ ഇപ്പോൾ അത് സാദ്ധ്യമായിരിക്കുകയാണ് - അതായത്, സമാധാനജീവിതം നയിച്ചിരുന്നവർക്ക് ഇപ്പോൾ സാമ്പത്തിക

പ്രതിസന്ധിയുടെ അനന്തരഫലങ്ങൾ അനുഭവിക്കേണ്ടതായിവരുന്നു. 2010 വരെ തൊഴിൽലഭ്യതയും വിവിധ സേവനമേഖലകളിലെ സ്ഥാപനങ്ങളിലെ ലഭ്യതയും താരതമ്യേന എളുപ്പമായിരുന്നു. ഇപ്പോൾ ഇത് ചുരുങ്ങിവരികയാണ്. തൊഴിലുള്ളവർ റീട്രെഞ്ചുമെന്റ് ഭയക്കുന്നു. ധനപ്രതിസന്ധി സമ്പാദ്യം ആവിയായി പോകുന്നതിനു കാരണമാകാൻ കഴിയും. കഴിഞ്ഞ 5 വർഷക്കാലത്ത്, ഓഹരി വിപണികളിലെ തകർച്ചയിൽ ഇടത്തരം വർഗ്ഗക്കാരായ നിക്ഷേപകർക്ക് കോടിക്കണക്കിനു രൂപയാണ് നഷ്ടമായത്. മാനസിക സംഘർഷം പലരുടെയും ആത്മഹത്യക്കിടയാക്കി, സ്ഥിരത കൈവരിക്കുന്നത് അസാദ്ധ്യമാണെന്ന് തോന്നുന്നു. അവരിൽ കാണുന്ന മാറ്റങ്ങളുടെ അടിത്തറ ഇതാണ്. സ്വേച്ഛാധിപത്യവാഴ്ചയാണ് ഇതിനെല്ലാമുള്ള ഉത്തരം എന്നാണ് ചിലർ ചിന്തിക്കാൻ തുടങ്ങിയിരിക്കുന്നത്; മറ്റു ചിലരാകട്ടെ പരിഹാരത്തിനായി സാമൂഹ്യ പ്രസ്ഥാനങ്ങളിലേക്ക് നോക്കുകയാണ്.

ഭാവിയിൽ ബഹുജനപ്രസ്ഥാനങ്ങളുടെ വളർച്ചയ്ക്ക് അനുകൂലമായ വസ്തുനിഷ്ഠ സാഹചര്യങ്ങൾ സൃഷ്ടിക്കുന്നതിനു സമയമായിരിക്കുന്നു. ഫലപ്രദമായി ഇടപെടുന്നതിനു ശരിയായ മുദ്രാവാക്യങ്ങൾക്കും അടവുകൾക്കും നാം രൂപം നല്കണം; യുവജനങ്ങൾക്കുമുന്നിൽ രാഷ്ട്രീയമായ ബദൽ അവതരിപ്പിക്കുകയും വേണം.

നമ്മുടെ ഇടപെടലുകൾ
നഗരങ്ങളിലെ ഇടത്തരം വർഗ്ഗങ്ങളുടെ പ്രശ്നങ്ങൾ

ജനങ്ങളെ ആകർഷിക്കാൻ കഴിയുന്നതും എന്തെങ്കിലും ചിലത് നേടാനാകും എന്ന് അവരിൽ വിശ്വാസം ദൃഢപ്പെടുത്തുന്നതുമായ മൂർത്തമായ ഡിമാൻഡുകൾക്ക് നാം രൂപം നല്കണം. വിദ്യാഭ്യാസം, തൊഴിൽ, ആരോഗ്യം, പാർപ്പിടം, നികുതി ഏർപ്പെടുത്തൽ, പൊതുജനങ്ങൾക്കായുള്ള അടിസ്ഥാന സൗകര്യങ്ങൾ, പൗരാവകാശങ്ങൾ, സ്ത്രീസുരക്ഷ, പരിസ്ഥിതി തുടങ്ങിയവയാണ് പ്രധാന പ്രശ്നങ്ങൾ. ഓരോ പ്രശ്നത്തിലും ഊന്നിയ മുദ്രാവാക്യങ്ങൾ ശരിയായ സമയത്ത് ഉരുത്തിരിഞ്ഞുവരണം.

ചില പ്രധാന പ്രശ്നങ്ങൾ

തൊഴിൽ

- ഗവൺമെന്റ് ഡിപ്പാർട്ടുമെന്റുകളിലെയും പൊതുമേഖലയിലെയും ഒഴിവുകൾ, നികത്തപ്പെടാത്ത മുൻകാല ഒഴിവുകൾ, സ്വകാര്യമേഖലയിലെ സംവരണം, വൈദഗ്ദ്ധ്യവികസനം, റിക്രൂട്ടുമെന്റുമായി ബന്ധപ്പെട്ട വിഷയങ്ങൾ, പൊതുഏജൻസികളിലൂടെ സ്വകാര്യ റിക്രൂട്ടുമെന്റുകളെ ചിട്ടപ്പെടുത്തൽ, സ്വകാര്യ കൺസൾട്ടൻസികളെ നിയമങ്ങളുടെയും ചട്ടങ്ങളുടെയും പരിധിയിൽ കൊണ്ടുവരൽ.
- വിസയുമായി ബന്ധപ്പെട്ട പ്രശ്നങ്ങൾ

വികസന പ്രശ്നങ്ങൾ

- റോഡുകളും കണക്ടിവിറ്റിയും
- പിന്നോക്ക പ്രദേശങ്ങളിൽ വ്യവസായങ്ങൾ
- ദളിത് - ഗോത്രവർഗ്ഗ പ്രദേശങ്ങളുടെ വികസനം
- നഗരവികസനത്തിനായുള്ള പശ്ചാത്തല സൗകര്യങ്ങൾ.
- ജലസേചനവും വൈദ്യുതിയും
- ഡിജിറ്റൽ ഏകോപിപ്പിക്കൽ (എല്ലാവർക്കും ബൈറ്റുകൾ, അതായത് എല്ലാവർക്കും ഇന്റർനെറ്റ് കണക്ടിവിറ്റി)

തൊഴിൽ സാഹചര്യങ്ങൾ

- തൊഴിൽ നിയമങ്ങൾ, കൂലി, ജോലിസുരക്ഷ, ആർബിട്രേഷൻ സംവിധാനങ്ങൾ, കൗൺസിലിങ്/മാനസിക പിരിമുറുക്ക മാനേജ്മെന്റ് സെന്ററുകൾ എന്നിവ നടപ്പാക്കൽ.

വിദ്യാഭ്യാസം

- വിദ്യാഭ്യാസ അവകാശം (RTE), സ്വകാര്യ സ്ഥാപനങ്ങളിൽ ഫീസ് നിയന്ത്രണം, കോച്ചിങ് സെന്ററുകളെ നിയന്ത്രിക്കൽ.

ആരോഗ്യം

- പൊതുജനാരോഗ്യം ശക്തിപ്പെടുത്തൽ, പത്തോളജി ലാബുകളുടെ ലഭ്യതയും താങ്ങാനാകുന്നവിധത്തിലുള്ള ചെലവും, കോർപ്പറേറ്റ് ആശുപത്രികളിൽ നിയന്ത്രണം, അടിയന്തര സേവനങ്ങളുടെ ലഭ്യത.

പാർപ്പിടം

- താങ്ങാനാവുംവിധമുള്ള ഭവനവിലകൾ, റിയൽ എസ്റ്റേറ്റുകളെ നിയന്ത്രിക്കൽ (പരിഗണനയിലുള്ള 2013 ലെ ബില്ല്), വീട്വയ്ക്കുന്നതിനുള്ള വായ്പയുടെ പലിശനിരക്കിൽ സ്ഥിരത, ഗവൺമെന്റ് സ്കീമുകളുടെ ദ്രുതഗതിയിലുള്ള നിർവ്വഹണം, ഗവൺമെന്റ് സ്കീമുകളിലെ വീടുകളുടെ ഗുണനിലവാരം ഉറപ്പാക്കൽ.

കൈയേറ്റങ്ങൾ

- ഈ കാലഘട്ടത്തിൽ റിയാൽറ്റർമാരും (വസ്തുക്കച്ചവട ഇടനിലക്കാർ) മാഫിയകളും സ്വകാര്യവസ്തുക്കളും പൊതുഇടങ്ങളും ഒരേപോലെ വലിയ തോതിൽ കൈയേറുന്നുണ്ട്. യഥാർത്ഥത്തിൽ മാഫിയകളുമായും റിയാൽറ്റർമാരുമായും കൂട്ടുകെട്ടുള്ള പ്രാദേശിക രാഷ്ട്രീയക്കാരെ സമീപിക്കാൻ മറ്റൊരു ഗതിയുമില്ലാത്ത ഇടത്തരം വർഗ്ഗക്കാരും ദരിദ്രരുമായ ഇരകൾ നിർബ്ബന്ധിതരാകുന്നു; ഇരകൾക്കുമേൽ അ

ന്യായമായ ഒത്തുതീർപ്പുകൾ അടിച്ചേല്പിക്കപ്പെടുന്നു. ഈ രാഷ്ട്രീയക്കാർ ജനങ്ങൾക്കുമേലുള്ള തങ്ങളുടെ പിടി മുറുക്കിവരികയാണ്. ഗവൺമെന്റുകളുടെ പഴുതുകളുള്ളതും വികലവുമായ രേഖ തയ്യാറാക്കൽ രീതി ഈ വിഭാഗങ്ങൾക്ക് അനായാസം ചൂഷണം ചെയ്യാനാകുന്നു. ഇവ വ്യക്തിഗതമായ പ്രശ്നങ്ങളായി തോന്നാമെങ്കിലും വ്യക്തതയുള്ള നിയമനിർമ്മാണത്തിനും നടപടിക്കുംവേണ്ടിയുള്ള ആവശ്യം ഇതിന്മേൽ ഏറ്റെടുക്കാൻ സാദ്ധ്യമാണ്.

- 99 വർഷത്തേക്കും മറ്റും നാമമാത്രമായ പാട്ടത്തിന് ഗവൺമെന്റുകൾ തന്നെ നല്കിക്കൊണ്ട് പൊതുഇടങ്ങളുടെ കൈയേറ്റത്തിനു സൗകര്യമൊരുക്കുകയാണ്.
- അതേസമയം, പബ്ലിക്ക് പാർക്കുകൾ, ടൗൺഷിപ്പുകൾക്കുള്ളിലെ പൊതുഇടങ്ങൾ, കുളങ്ങൾ, തടാകങ്ങൾ, നദീതീരങ്ങൾ, ഗവൺമെന്റ് വസ്തുക്കൾ എന്നിവ ഉൾപ്പെടെ കൈയേറാൻ രാഷ്ട്രീയക്കാരും ഉദ്യോഗസ്ഥരും ഭൂമാഫിയയും തമ്മിൽ അവിശുദ്ധ കൂട്ടുകെട്ടുണ്ട്. താഴ്ന്ന ഇടത്തരക്കാരും ദരിദ്രരും ഈ സ്ഥലങ്ങൾ കൈവശപ്പെടുത്തി പാർപ്പുറപ്പിച്ചിട്ടുള്ള ഇടങ്ങളിൽ അവരെ അവിടെനിന്നു ബലം പ്രയോഗിച്ച് ഈ കൈയേറ്റക്കാർ ഒഴിപ്പിക്കുന്നു.

നികുതി ചുമത്തൽ

- ആദായനികുതി യുക്തിസഹമാക്കൽ, നികുതി പരിധി വർദ്ധിപ്പിക്കൽ (10 ലക്ഷം രൂപ വരെ), കോർപ്പറേറ്റ് നികുതിപിരിക്കൽ, സ്വത്തുനികുതിയുമായി ബന്ധപ്പെട്ട പ്രശ്നങ്ങൾ.

പൊതുജനങ്ങൾക്കായുള്ള അടിസ്ഥാന സൗകര്യങ്ങൾ

- കുടിവെള്ളം, വൈദ്യുതി, ഡ്രെയിനേജ് സിസ്റ്റം, പാർക്കുകൾ, ഗതാഗതം, ജലസംഭരണികളെ നിലനിർത്തലും സംരക്ഷിക്കലും.
- യൂസർ ചാർജുകൾ, ടോളുകൾ
- കളിസ്ഥലങ്ങൾ, വിനോദകേന്ദ്രങ്ങൾ, നീന്തൽകുളങ്ങൾ, കുട്ടികളുടെ പാർക്കുകൾ.
- എല്ലാ സർട്ടിഫിക്കറ്റുകളും ഓൺലൈനിൽ ലഭ്യമാക്കൽ.
- ഫിൽറ്റർ ചെയ്യപ്പെട്ട കുടിവെള്ള വിതരണം (പ്രതിദിനം ഒരു കുടുംബത്തിന് 20 ലിറ്റർ വെള്ളം)

നഗരവുമായി ബന്ധപ്പെട്ട പ്രശ്നങ്ങൾ

- ടൗൺ പ്ലാനിങ്, നഗരങ്ങളുടെ ആസൂത്രണം, ചേരിവികസനം, തെരുവ് കച്ചവടക്കാർ.
- കമ്യൂട്ടേഷൻ, പൊതുയാത്രാ സൗകര്യം, സൗജന്യനിരക്കിലുള്ള പാസുകൾ, കാൽനടക്കാർക്കുള്ള പാതകൾ, സൈക്കിൾ യാത്രക്കാർക്കുള്ള പാതകൾ.

പരിസ്ഥിതിയും പരിസ്ഥിതി മലിനീകരണവും

- പാരിസ്ഥിതികമായി ശുചിയായ ഹരിതനഗരം.
- ചവറ് ശേഖരണവും ഖരമാലിന്യം കൈകാര്യം ചെയ്യലും
- കുളങ്ങളും തടാകങ്ങളും നിലനിർത്തലും സംരക്ഷിക്കലും
- വ്യാവസായിക, രാസ, മെഡിക്കൽ, ജൈവമാലിന്യങ്ങളുടെ സംസ്ക രണവും അഴുക്കലും
- നഗര സാമൂഹ്യവനവല്ക്കരണവും ഹരിതബെൽറ്റുകളും
- ഭൂഗർഭ ജല പുനഃചംക്രമണ കുഴികൾ

ജനാധിപത്യവും അധികാരവികേന്ദ്രീകരണവും

- വികേന്ദ്രീകൃത, പങ്കാളിത്ത, സദ്ഭരണം; നഗര തദ്ദേശഭരണ സ്ഥാപ നങ്ങളുടെ ജനാധിപത്യപരമായ പ്രവർത്തനം ഒരു പ്രശ്നമാക്കപ്പെ ടേണ്ടതുണ്ട്.
- തിരഞ്ഞെടുപ്പ് പരിഷ്കാരങ്ങളെ പറ്റി - ആനുപാതിക പ്രാതിനിദ്ധ്യ രീതിക്കായി.
- പൊലീസ് പീഡനം
- പങ്കാളിത്ത ബജറ്റിങ് ആവശ്യപ്പെടുക, നാം അധികാരത്തിലിരിക്കു ന്നിടങ്ങളിൽ അത് നടപ്പാക്കുക.
- സൗജന്യ വിജ്ഞാന സമൂഹത്തിനായി - ഫ്രീ സോഫ്ട്വെയറിനെ പ്രോത്സാഹിപ്പിക്കുക. ഔഷധ വ്യവസായം ജൈവ സാങ്കേതിക വിദ്യ എന്നിവ പോലെയുള്ള പഠന വിഷയങ്ങളിലാകെ നോളജ് കോമൺസ് പ്രോത്സാഹിപ്പിക്കപ്പെടണം.

സുരക്ഷ

- സ്ത്രീ സുരക്ഷ, പ്രത്യേക ബസ് സർവ്വീസ്, ഫലപ്രദമായ അപകട സൂചന സംവിധാനങ്ങൾ.
- ദരിദ്രരും ഇടത്തരം വർഗ്ഗക്കാരുമായവരുടെ സ്വകാര്യസ്വത്തിനു സംരക്ഷണം.
- മിശ്രവിവാഹം നടത്തുന്നവർക്ക് സംരക്ഷണവും പ്രോത്സാഹനവും.
- സാമൂഹ്യവിരുദ്ധ - ലുംപെൻ വിഭാഗങ്ങളിൽ നിന്നു സുരക്ഷ.

വിലക്കയറ്റം

- പൊതുവിതരണം, അവശ്യസാധനങ്ങൾക്ക് നിയന്ത്രണം, റേഷൻ കാർഡ്.
- ഭക്ഷ്യസാധനങ്ങളുടെയും പാനീയങ്ങളുടെയും ഗുണനിയന്ത്രണം.

മറ്റുള്ളവ

- ഓഹരിവിപണിയുടെയും മറ്റും ഇളകിയാട്ടം.

- വൃദ്ധപൗരരുടെ പ്രശ്നങ്ങൾ ഏറ്റെടുക്കുക
- എൽ ജി ബി ടി അവകാശങ്ങൾ അംഗീകരിക്കൽ

പ്രക്ഷോഭരീതികൾ

ടീം സ്പിരിറ്റ് വളർത്തുന്ന താഴെ തലങ്ങളിലെ കൂട്ടായ പ്രക്ഷോഭ രീതികൾ. ഉദാഹരണത്തിന്, ഫ്ളാഷ്മോബ്, മോബ്ഫ്രീസ്, ഓൺലൈൻ പരാതികൾ, സോഷ്യൽ മീഡിയ, സംഘഗാനങ്ങളും നൃത്തങ്ങളും ഫ്യൂഷൻ മ്യൂസിക്, ഹ്രസ്വചലച്ചിത്രങ്ങൾ, ആർ ടി ഐ, പി ഐ എൽ എന്നിവ ഉപയോഗിച്ചും അവയിൽ പ്രവർത്തിച്ചും ബദൽ മാധ്യമത്തെ പ്രോത്സാഹിപ്പിക്കണം.

ഇടപെടലുകൾ

സേവന നടപടികൾ, തൊഴിൽരഹിത യുവജനങ്ങൾക്ക് വാർത്താ വിനിമയ വൈദഗ്ദ്ധ്യം പകർന്നുകൊടുക്കൽ, വിദ്യാഭ്യാസം കുറഞ്ഞവർക്ക് കമ്പ്യൂട്ടർ വിദ്യാഭ്യാസം, ദരിദ്രരായ കുട്ടികൾക്ക് വിദ്യാഭ്യാസം, ഉത്സവങ്ങൾ, സാംസ്കാരിക പരിപാടികൾ, കായികാഭ്യാസങ്ങൾ, ഓട്ടം, തീമുകൾ, വാക്കിങ് ക്ലബുകൾ തുടങ്ങിയവയിൽ ഇടപെടൽ, ഇ ലിറ്ററസി കാംപെയ്നുകൾ.

ഉത്സവങ്ങൾ

ഉത്സവങ്ങൾ ഇപ്പോൾ വലിയ ആൾക്കൂട്ടങ്ങൾ ഉണ്ടാകുന്ന ഇടങ്ങളായി ഉയർന്നിരിക്കുകയാണ്. നാം അന്ധവിശ്വാസങ്ങൾ പരത്താൻ പാടില്ലെങ്കിലും ജനങ്ങൾ വൻതോതിൽ കൂടാൻ സാദ്ധ്യതയുള്ള ഇടങ്ങളിലെല്ലാം അവരുമായ ബന്ധം സ്ഥാപിക്കാനും അവരെ സ്വാധീനിക്കാനും നാം ഇടപെടണം. വിവിധ വിഭാഗങ്ങൾക്കായുള്ള മത്സരങ്ങളും സാംസ്കാരിക ഉത്സവങ്ങളും സംഘടിപ്പിക്കൽ, മെഡിക്കൽ ക്യാമ്പുകൾ, സ്പോർട്ട്സ് പരിപാടികൾ, വളന്റിയർ സേവനം, ഭക്തജനങ്ങൾക്കും മറ്റും കുടിവെള്ളം/മോര് വിതരണം.

സേവന നടപടികൾ

അപകടങ്ങളും ദുരന്തങ്ങളുമുണ്ടാകുമ്പോൾ നാം സ്ഥിരമായി ജനങ്ങൾക്കൊപ്പം നില്ക്കണം. നാം മെഡിക്കൽ ക്യാമ്പുകളും നിയമസഹായ കേന്ദ്രങ്ങളും സംഘടിപ്പിക്കുകയും നടത്തുകയും വേണം. സ്കൂൾ വിദ്യാഭ്യാസം കഴിഞ്ഞവർക്ക് നാം നിയമപരിശീലനവും പാരാ മെഡിക്കൽ പരിശീലനവും പകർന്നു നല്കണം; 1950 കളിലെ കമ്യൂണിസ്റ്റു പ്രസ്ഥാനത്തിന്റെ കാര്യത്തിലെന്നപോലെ ജനങ്ങളെ സഹായിക്കാൻ ഇതവരെ പ്രാപ്തരാക്കും.

സഹകരണ സംഘങ്ങൾ

എവിടെയൊക്കെ ഏതെല്ലാം രംഗങ്ങളിൽ ലഭ്യമായാലും സഹകരണ സ്ഥാപനങ്ങൾ നടത്തിക്കൽ. പുരോഗമനവാദികളായ വ്യക്തികളുടെയും ഗ്രൂപ്പുകളുടെയും വിദ്യാഭ്യാസ - ആരോഗ്യരംഗങ്ങളിലെ ഇത്തരം സംരംഭങ്ങളെ നാം പ്രോത്സാഹിപ്പിക്കുകയും സംരക്ഷിക്കുകയും വേണം.

സോഷ്യൽമീഡിയ

സോഷ്യൽ മീഡിയയിൽ നാം സജീവമാകണം; പാർട്ടി പേജുകളിൽ മാത്രം നാം ഒതുങ്ങിനില്ക്കരുത്; മറിച്ച് വിവിധ ഗ്രൂപ്പുകൾക്ക് രൂപം നല്കി ഇടപെടണം. പ്രത്യയശാസ്ത്രപരവും രാഷ്ട്രീയവുമായ ആക്രമണങ്ങളോട് പ്രതികരിക്കുക മാത്രമല്ല നാം ചെയ്യേണ്ടത്; മറിച്ച്, നമ്മുടെ പ്രത്യയശാസ്ത്രത്തിന്റെ പ്രചാരണത്തിനായി സൃഷ്ടിപരമായ മാർഗ്ഗങ്ങൾക്ക് രൂപം നല്കുകയും വേണം. നാം രൂപം നല്കുന്ന സോഷ്യൽ മീഡിയ ഗ്രൂപ്പുകൾക്ക് പ്രക്ഷോഭ സംഘങ്ങളായി മാറാൻ കഴിയണം.

പാർട്ടിയുടെ ഇടപെടലുകൾ സംബന്ധിച്ച്

1990 കൾ മുതൽ തന്നെ വിദ്യാഭ്യാസം, ആരോഗ്യം, മറ്റു സേവനങ്ങൾ തുടങ്ങിയവയുടെ സ്വകാര്യവല്ക്കരണംപോലെയുള്ള നവലിബറൽ നയങ്ങളെ വിട്ടുവീഴ്ച കൂടാതെ നാം എതിർക്കേണ്ടതാണ്. ഗുണനിലവാരമുള്ള സേവനങ്ങൾ ലഭ്യമാകണമെന്ന് ആഗ്രഹിക്കുന്ന ജനങ്ങളെ ഈ നയങ്ങൾ ബാധിക്കുന്നുവെന്നു മാത്രമല്ല, അവ സഹിക്കാനാകാത്തത്ര ബുദ്ധിമുട്ടുള്ളതായതിനാൽ നിഷേധിക്കപ്പെടുകയുമാണ്. ജനങ്ങളുടെ ആഗ്രഹാഭിലാഷങ്ങൾ വേണ്ടവിധം പ്രകടിപ്പിക്കുന്നതിനും ശരിയായ മുദ്രാവാക്യങ്ങൾകൊണ്ട് അവരുടെ നിരാശ പ്രകടമാക്കുന്നതിനുമുള്ള അവസരം നാം പാഴാക്കി. ഇടത്തരം വർഗ്ഗങ്ങളെ നാം അവഗണിക്കുകയാണെന്ന് പാർട്ടിക്കുള്ളിലും നമ്മുടെ അനുഭാവികൾക്കിടയിലും ശക്തമായ അഭിപ്രായമുണ്ട്. നമ്മളും ഇപ്പോഴത്തെ പുതുതലമുറയും തമ്മിൽ വലിയ വിടവും ഉണ്ട്.

നാം ഇടപെടാത്തതോ വേണ്ടവിധം ഇടപെടാത്തതോ ആയ ചില മേഖലകൾ:

- എഞ്ചിനീയറിങ് സ്ഥാപനങ്ങളിലും മെഡിക്കൽ സ്ഥാപനങ്ങളിലും മറ്റു പ്രൊഫഷണൽ സ്ഥാപനങ്ങളിലും ഇടപെടുന്നതിനു നാം പദ്ധതി ഇട്ടിട്ടില്ല.
- സ്വതന്ത്ര സോഫ്ട്വെയർ പ്രസ്ഥാനത്തിലൂടെ ഐ ടി യിൽ ഇടപെടുന്നതിനു സാദ്ധ്യത ഉണ്ടായിരുന്നെങ്കിലും നാം വേണ്ടത്ര ശ്രദ്ധ ചെലുത്തിയില്ല.
- താഴേക്ക് കിനിഞ്ഞിറങ്ങൽ എന്ന സാമ്പത്തിക സിദ്ധാന്തത്തെ സൈദ്ധാന്തികമായി നാം എതിർക്കുകയാണെങ്കിലും അതിലെ കിനി

ഞ്ഞിറങ്ങലിന്റെ ആക്കത്തെക്കുറിച്ച് വിലയിരുത്തൽ നടത്തുന്നതിൽ നമുക്ക് വീഴ്ചപറ്റി. ആയതിനാൽ ജനങ്ങളുടെ ആഗ്രഹാഭിലാഷങ്ങളുമായി പൊരുത്തപ്പെടുന്നതായില്ല നമ്മുടെ ഡിമാൻഡുകൾ.

- കിനിഞ്ഞിറങ്ങൽ സിദ്ധാന്തത്തെ നാം എതിർക്കുമ്പോൾ തന്നെ, ഈ കിനിഞ്ഞിറങ്ങൽ എത്രത്തോളം പരാജയമാണെന്ന് നാം പൂർണ്ണമായി വിലയിരുത്തിയില്ല. ആയതിനാൽ നമ്മുടെ ഡിമാൻഡുകൾ ഇടത്തരം വർഗ്ഗത്തിൽപെട്ടവരുടെ ആശയാഭിലാഷങ്ങളുമായി പൊരുത്തപ്പെടുന്നതായില്ല.
- അഴിമതിയെ നാം വിട്ടുവീഴ്ച കൂടാതെ എതിർക്കുന്നുണ്ട്; എന്നാൽ, നവലിബറലിസത്തിന്റെ ഉപോല്പന്നമാണ് അഴിമതി എന്നു പ്രസ്താവിക്കുന്നതാണ് നമ്മുടെ നിലപാട്; നമ്മുടെ ഈ സമീപനം അഴിമതിവിരുദ്ധ പ്രസ്ഥാനത്തിൽ മൂർത്തമായി ഇടപെടുന്നതിൽനിന്നും നമ്മെ പരിമിതപ്പെടുത്തുന്നു. അതിനുംപുറമെ അഴിമതിക്കെതിരെ ഇന്ത്യ എന്ന പ്രസ്ഥാനത്തോട് വിമർശനാത്മകമായ സമീപനം സ്വീകരിക്കുന്നതിനുപകരം നാം നിഷേധാത്മക നിലപാട് കൈക്കൊണ്ടു. ഇത് യുവജനങ്ങളിൽനിന്നും നമ്മെ അകറ്റി.
- നാം അഴിമതിയെ വിട്ടുവീഴ്ച കൂടാതെ എതിർക്കുമ്പോൾ തന്നെ അഴിമതി നവലിബറലിസവുമായി ബന്ധപ്പെട്ടിരിക്കുന്നതായി പ്രസ്താവിക്കുമ്പോൾ അഴിമതിവിരുദ്ധ പ്രസ്ഥാനങ്ങളിൽ കൃത്യമായി ഇടപെടുന്നതിൽനിന്നും നമ്മുടെ ഈ ധാരണ നമ്മെ വിലക്കുന്നു. അഴിമതിക്കെതിരെ ഇന്ത്യ എന്ന പ്രസ്ഥാനത്തോട് വിമർശനാത്മക നിലപാടെടുക്കുന്നതിലുപരി നിഷേധാത്മക സമീപനം സ്വീകരിച്ചത് ചെറുപ്പക്കാരായ പങ്കാളികളിൽനിന്നും നമ്മെ അകറ്റി.
- നിർഭയപ്രക്ഷോഭത്തിൽ നാം സ്വതന്ത്രമായി പങ്കെടുത്തെങ്കിലും മൊത്തം പ്രസ്ഥാനത്തിൽനിന്നും നാം ഒറ്റപ്പെടുത്തപ്പെട്ടതായി തോന്നിച്ചു.
- സോഷ്യൽ മീഡിയയുടെ പ്രാധാന്യത്തെക്കുറിച്ച് യഥാസമയം അംഗീകരിക്കാൻ നമുക്കായില്ല. അതിൽ ഇടപെടാൻ നാം തീരുമാനിച്ചെങ്കിലും അതിന്റെ ചലനാത്മകത സമഗ്രമായി നാം മനസ്സിലാക്കിയിട്ടുണ്ടെന്ന് പറയാൻ കഴിയില്ല.

കമ്യൂണിസ്റ്റുകാരെ സംബന്ധിച്ചിടത്തോളം ഏറ്റവും വലിയ വെല്ലുവിളിയും പരമപ്രധാനമായ കടമയും പുതിയ തലമുറയെ സോഷ്യലിസത്തിലേക്ക് ആകർഷിക്കുകയാണ്. ‘‘സോഷ്യലിസം പരാജയപ്പെട്ട ആശയമാണ്’’ എന്ന് വിശ്വസിക്കുന്നവിധം അവർ തെറ്റിദ്ധരിപ്പിക്കപ്പെട്ടിരിക്കുകയാണ്.

തന്ത്രപരമായ സമീപനം

എഞ്ചിനീയറിങ് കോളേജ് വിദ്യാർത്ഥികളെയും തൊഴിൽരഹിതരും പരിമിതമായി മാത്രം തൊഴിലുള്ളവരുമായ യുവജനങ്ങളെയും ഐ ടി

പ്രൊഫഷണലുകളെയും സമീപിക്കുന്നത് താരതമ്യേന എളുപ്പമാണ്; അവർ ആധുനികരീതികളും അയവേറിയ സമീപനങ്ങളും സ്വീകരിക്കുന്നവരും അവർ ലോജിസ്റ്റിക് സംവിധാനങ്ങളെയും പിന്തുണ സംവിധാനങ്ങളെയും കൈകാര്യം ചെയ്യാൻ പ്രാപ്തരുമാണെന്നതിനാൽ അവരിൽ ശ്രദ്ധ കേന്ദ്രീകരിക്കേണ്ടത് അനിവാര്യമാണ്. തൊഴിലില്ലായ്മ, വേണ്ടത്ര തൊഴിലില്ലാത്ത സ്ഥിതി, വികസനം തുടങ്ങിയ വിഷയങ്ങളിൽ ശ്രദ്ധ കേന്ദ്രീകരിക്കുന്നതും കോളേജുകളും പാർപ്പിട പ്രദേശങ്ങളും പോലെയുള്ള ഇടപെടൽ ഇടങ്ങളും സംഘടനയ്ക്കായി ഉപയോഗപ്പെടുത്താൻ കഴിയും. ഒരു ദീർഘകാല സമീപനം സ്വീകരിക്കേണ്ടതാണ്; അഭ്യസ്തവിദ്യരും തിളക്കമാർന്നവരും ഊർജ്ജസ്വലരുമായ കാഡർമാരുമായി ബന്ധപ്പെടാനും അവരെ വളർത്തിക്കൊണ്ടുവരാനുമുള്ള കേന്ദ്രങ്ങളെന്ന നിലയിൽ എഞ്ചിനീയറിങ് കോളേജുകളെ കാണേണ്ടതാണ്; ഈ കാഡർമാർ പില്ക്കാലത്ത് വ്യാവസായിക തൊഴിൽസേനയുടെ ഭാഗമായി മാറും. പുതിയ തൊഴിൽ കേന്ദ്രങ്ങളിലേക്ക് നമുക്ക് കടന്നുചെല്ലാൻ ഇത് അവസരമൊരുക്കും. നാം സ്ഥിരതയോടുകൂടി പ്രവർത്തിക്കുകയാണെങ്കിൽ 4-5 വർഷംകൊണ്ട് അതിന്റെ ഫലം കാണാനാവും.

നഗരകേന്ദ്രങ്ങളിൽ താവളങ്ങൾ കെട്ടിപ്പടുക്കാൻ ഈ സമീപനം നമ്മെ സഹായിക്കും; അസംഖ്യം യുവജനങ്ങളുടെ പാർപ്പിട പ്രദേശമാണ് ഈ നഗര കേന്ദ്രങ്ങൾ; ഗ്രാമപ്രദേശങ്ങളെ സ്വാധീനിക്കുന്ന രാഷ്ട്രീയ - പ്രക്ഷോഭ കേന്ദ്രങ്ങളുമാണിവ. പാർട്ടി കേന്ദ്രത്തിൽ നഗര പ്രശ്നങ്ങൾ സംബന്ധിച്ച് ഒരു സ്ഥിരം പഠന ടീം ഉണ്ടായിരിക്കണം.

സംഘടനാരൂപങ്ങളും ശൈലികളും

പ്രൊഫഷണലുകളെ ഉൾപ്പെടുത്തുന്നതിനു തികച്ചും ജനാധിപത്യപരമായ ഒരു പ്രവർത്തനശൈലി അവലംബിക്കേണ്ടതാണ്. പരമ്പരാഗതമായ ശൈലികൊണ്ട് പ്രൊഫഷണലുകളെ ആകർഷിക്കാനാവില്ല. നിലവിലുള്ള നമ്മുടെ ബഹുജനസംഘടനകളിലേക്ക് അവരെ ഉൾക്കൊള്ളിക്കാനാവില്ല. അതുകൊണ്ട് പുതിയ മേഖലകളുടെ ആവശ്യങ്ങളും പ്രശ്നങ്ങളുമായി പൊരുത്തപ്പെട്ടുപോകുന്ന പുതിയ സംഘടനാരൂപങ്ങൾ നാം ആരായേണ്ടതുണ്ട്. പുതിയ സംഘടനകളും പ്ലാറ്റ്ഫോമുകളും സൃഷ്ടിക്കപ്പെടാനാകും; അതേപോലെതന്നെ താല്കാലിക വേദികളും.

സ്വതന്ത്ര സോഫ്ട്‌വെയർ പ്രസ്ഥാനങ്ങളെ നാം പ്രോത്സാഹിപ്പിക്കണം. ഐടി ജീവനക്കാരെയും മറ്റും സംഘടിപ്പിക്കാൻ കഴിയുന്ന ഒരു വേദിയാണിത്. ഇതിനായി അനുയോജ്യരായ കാഡർമാരെ നിയോഗിക്കണം; അതേപോലെ എഞ്ചിനീയറിങ് കോളേജുകളിൽ കേന്ദ്രീകരിക്കണം.

ഈ ജോലിക്ക് കാഡർമാരെ വളർത്തിയെടുക്കേണ്ടത് അനുപേക്ഷണീയമാണ്. വിരമിച്ചവരുടെയും ജീവനക്കാരുടെയും സഖാക്കളുടെ കുട്ടികളുടെയും പാർട്ട്ടൈം സേവനം നമുക്ക് ഇതിനായി ഉപയോഗിക്കാനാകും.

ഇടത്തരം വർഗ്ഗക്കാർക്കിടയിൽ നാം ഒരു സാംസ്കാരിക പ്രസ്ഥാനം കെട്ടിപ്പടുക്കേണ്ടതുണ്ട്. ഉത്സവങ്ങളിലും ആഘോഷങ്ങളിലും നാം ഇടപെടേണ്ടതുണ്ട്. നഗരങ്ങളിലെ പൗരരെ ബാധിക്കുന്ന വിവിധ വിഷയങ്ങളിൽ ഇടപെടുന്നതിന് നാം പൗരസമിതികൾക്കു രൂപം നല്കുകയോ നിലവിലുള്ള സമിതികളിൽ പ്രവർത്തിക്കുകയോ വേണം. റസിഡൻഷ്യൽ വെൽഫെയർ അസോസിയേഷനുകളിൽ നാം സജീവമായി പങ്കെടുക്കണം. നഗരങ്ങളിലെ ചേരികളിൽ ജീവിക്കുന്ന ദരിദ്രരെ അണിനിരത്തുന്നതിനു നാം സംഘടനകൾക്ക് രൂപം നല്കണം.

പരിസ്ഥിതി മലിനീകരണം സംബന്ധിച്ചും ഉപഭോക്തൃ വേദികൾക്കായും കുട്ടികൾക്കായും മറ്റും നാം ശില്പശാലകൾ നടത്തണം. നാം സാംസ്കാരിക ഉത്സവങ്ങളും കായിക സംരംഭങ്ങളും സംഘടിപ്പിക്കണം.

ജനങ്ങളുടെ ബോധനിലവാരത്തിനു അനുയോജ്യമായ മുദ്രാവാക്യങ്ങളും ആഹ്വാനങ്ങളും ഉരുവംകൊള്ളപ്പെടണം. ഉശിരന്മാരുമായി നാം ബന്ധം സ്ഥാപിക്കണം. പ്രശ്നങ്ങളെ അടിസ്ഥാനമാക്കി നാം ഉശിരനും ഈടുറ്റതുമായ സമരങ്ങൾ സംഘടിപ്പിക്കണം; അങ്ങനെ ചെയ്യുന്നത് ജനങ്ങൾക്ക് പാർട്ടിയിലുള്ള വിശ്വാസം വർദ്ധിപ്പിക്കുന്നതിനിടയാക്കും.

പുത്തൻ തൊഴിൽശൈലി സംബന്ധിച്ച് കാഡർമാർക്ക് പുതിയ ദിശാബോധം

നവലിബറൽ വാഴ്ച ഉയർത്തുന്ന പുത്തൻ വെല്ലുവിളികളെ നേരിടുന്നതിന് നമ്മുടെ കാഡർമാരെ പുനഃപരിശീലിപ്പിക്കേണ്ടതുണ്ട്. നഗരപ്രദേശങ്ങളിലും പുതിയ ഇടത്തരം വർഗ്ഗങ്ങളിലും കേന്ദ്രീകരിക്കേണ്ടത് ആവശ്യമായിരിക്കുന്നു. സമീപനം ദ്വിമുഖമായിരിക്കണം. ഒരുവശത്ത്, വിവിധ വിഷയങ്ങളിലുള്ള പാർട്ടിയുടെ നിലപാട് പരസ്യമായി വ്യക്തമാക്കപ്പെടണം; മറുവശത്ത്, അവർക്കിടയിൽ നാനാരൂപങ്ങളിലുള്ള സംഘടനകളിലൂടെ/അസോസിയേഷനുകളിലൂടെ നാം പ്രവർത്തിക്കേണ്ടതുമുണ്ട്.

എല്ലാ തലങ്ങളിലുമുള്ള നേതൃത്വം പ്രാദേശിക സമരങ്ങളിൽ നേരിട്ട് പങ്കെടുക്കണം. ഇത് നമ്മുടെ കാഡർമാരെ ആവേശഭരിതരാക്കും. നമ്മുടെ സംസാരശൈലി, നമ്മുടെ ഭാഷ, നമ്മുടെ പ്രചാരണ വസ്തുക്കളുടെ ഭാഷ എന്നിവയെല്ലാം മാറണം. നമ്മുടെ പ്രത്യയശാസ്ത്രം പ്രചരിപ്പിക്കുന്നതിന് നാം ആധുനിക സാങ്കേതികവിദ്യയും ആശയവിനിമയ ഉപാധികളും ഉപയോഗിക്കണം. സ്മാർട്ട്ഫോണുകളെ പ്രധാന ആയുധമാക്കാനാവും. ഇടത്തരം വർഗ്ഗങ്ങൾക്കിടയിൽ ഇടതുപക്ഷത്തിന്റെ സ്വാധീനം വർദ്ധിപ്പിക്കുന്നതിന് നാം നിരന്തരം ശ്രമിക്കണം.

തൊഴിലാളിവർഗ്ഗത്തിന്റെ കടമകൾ

പ്രസ്ഥാനങ്ങൾ കെട്ടിപ്പടുക്കുകയും എല്ലാ പ്രക്ഷോഭങ്ങളിലും ഇടപെടുകയും പങ്കെടുക്കുകയും നവലിബറലിസത്തിന്റെ നാനാവശങ്ങൾ

ക്കുമെതിരെ ഇടത്തരം വർഗ്ഗം സമരങ്ങളിലേക്ക് വലിച്ചിഴയ്ക്കപ്പെടുമ്പോൾ അവരെ പിന്തുണയ്ക്കുകയും ചെയ്യേണ്ടത് തൊഴിലാളിവർഗ്ഗത്തിന്റെ ഉത്തരവാദിത്വമാണ്. തൊഴിലിടങ്ങളിൽ പോരാടുമ്പോൾതന്നെ, ഇടത്തരം വർഗ്ഗങ്ങൾക്കൊപ്പം ചേർന്ന് പാർപ്പിട പ്രദേശങ്ങളിൽ തൊഴിലാളിവർഗ്ഗത്തിന്റെ നേതാക്കൾ പ്രവർത്തിക്കണം; ഭരണകൂടത്തിന്റെയും കമ്പോളശക്തിക ളുടെയും ചൂഷണത്തിന്റെ നാനാരൂപങ്ങൾക്കുമെതിരെ പൊരുതണം.

നിർദേശങ്ങളും ശുപാർശകളും

1. ഇടത്തരം വർഗ്ഗം നേരിടുന്ന സാമ്പത്തികവും സാമൂഹികവും സാംസ് കാരികവുമായ വിഷയങ്ങളിലെ നമ്മുടെ ഇടപെടലുകളിലൂടെ മാത്രമേ അവർക്കിടയിലുള്ള പ്രവണതകളെ നമുക്ക് ചെറുക്കാനും പുരോഗമ നധാരയ്ക്കൊപ്പം അവരെ അണിനിരത്താനുമാകൂ.
2. ബദൽ മുദ്രാവാക്യങ്ങൾക്കൊപ്പം പുതിയ സമീപനത്തോടുകൂടിയ പുതിയ സംഘടനാക്രമീകരണവുമായി ഈ പുത്തൻ ഇടത്തരം വർഗ്ഗങ്ങൾക്കിടയിലേക്ക് നമുക്ക് നുഴഞ്ഞുകയറാനാകും. നമ്മുടെ പ്രവർത്തനങ്ങളിൽ സാധാരണ യുവജനങ്ങളുടെ പങ്കാളിത്തത്തിനു അവസരമൊരുക്കാൻ ബഹുജനസംഘടനകളുടെ ജനാധിപത്യപര മായ പ്രവർത്തനം പ്രഥമവും പ്രധാനവുമാണ്. പുതിയ ഇടത്തരം വർഗ്ഗങ്ങളുടെ കാര്യത്തിൽ ഇടപെടുന്നതിനു വേദികൾ രൂപീകരിക്കു ന്നതുൾപ്പെടെയുള്ള പുതിയ സംഘടനാരൂപങ്ങൾ നാം അംഗീകരി ക്കണം.
3. കേന്ദ്ര - സംസ്ഥാന ഗവൺമെന്റുകളുമായി ബന്ധപ്പെട്ട പ്രാദേശിക പ്രശ്നങ്ങളിലെ നയപരമായ വിഷയങ്ങൾ സംബന്ധിച്ച് യഥാക്രമം പാർട്ടിയുടെ കേന്ദ്ര - സംസ്ഥാന നേതൃത്വങ്ങൾ പ്രതികരിക്കണം.
4. പ്രധാനപ്പെട്ട പ്രാദേശിക സമരങ്ങളിൽ താഴെ തലംമുതൽ മുകളറ്റം വരെയുള്ള നേതൃത്വം സജീവമായി പങ്കെടുക്കണം. ദേശീയ പ്രശ്ന ങ്ങളിൽ പ്രാദേശിക തലങ്ങളിലെ ഉന്നത നേതൃത്വത്തിന്റെ പങ്കാളിത്തം ദേശീയമായ പ്രസ്ഥാനത്തിലെന്നപോലെതന്നെ ഒരു അജൻഡ താഴെ തലത്തിലും ഫലപ്രദമായി കൊണ്ടുവരും.
5. എല്ലാ സംസ്ഥാനങ്ങളിലും പിന്നീട് ദേശീയതലത്തിലും സംരക്ഷക സംഘടന (Umbrella Organisation) എന്ന നിലയിൽ പുതിയ ഒരു നഗരമുന്നണിക്ക് തുടക്കംകുറിക്കണം. കേന്ദ്രത്തിൽനിന്നും സംസ്ഥാ നത്തിൽനിന്നും ഇതിനെ ഏകോപിപ്പിക്കാനുള്ള പാർട്ടി കമ്മിറ്റികൾക്ക് ഉടൻ തന്നെ രൂപം നല്കണം.
6. മാറിവരുന്ന സാഹചര്യത്തിനനുസരിച്ച് നമ്മുടെ ഇടത്തരം വർഗ്ഗ സം ഘടനകളെയും പാർട്ടി കേഡർമാരെയും നാം പുനഃക്രമീകരിക്കേ ണ്ടതുണ്ട്. നിലവിലുള്ള നമ്മുടെ സംഘടനകൾ ബന്ധപ്പെട്ട വിഭാഗ ങ്ങളെ അവരുടെ ജോലിയുമായി ബന്ധപ്പെട്ട് ഫലപ്രദമായി സംഘ

ക്ഷിക്കുന്നതിൽ ശ്രദ്ധ കേന്ദ്രീകരിക്കുകയും അവരിൽ സ്വാധീനം ചെലുത്തുകയും വേണം. ഉദാഹരണത്തിന്, നമ്മുടെ അദ്ധ്യാപകർ വിദ്യാർത്ഥികൾക്ക് മികച്ച ദിശാബോധവും മാർഗ്ഗദർശനവും പ്രദാനം ചെയ്യുന്നതിൽ ശ്രദ്ധ കേന്ദ്രീകരിക്കൽ തുടങ്ങിയവ.

7. വിവിധ തലങ്ങളിൽ പുതിയ ഇടത്തരം വർഗ്ഗങ്ങൾക്കിടയിൽ പ്രവർത്തിക്കുന്നതിന് പുതിയ മുന്നണികൾക്കായി അനുയോജ്യമായ സംഘടനാക്രമീകരണങ്ങളും കാഡർമാരെ കൃത്യമായി നിയോഗിക്കലും ആവശ്യമാണ്.
8. നമ്മുടെ പാർട്ടിയുടെയും ബഹുജന സംഘടനകളുടെയും പ്രസിദ്ധീകരണങ്ങളിലൂടെയും മാധ്യമങ്ങളിലൂടെയും വെബ്സൈറ്റുകളിലൂടെയുമുള്ള പ്രത്യയശാസ്ത്ര സമരം.
9. സ്റ്റഡി സർക്കിളുകളിലൂടെയും മറ്റു മാർഗ്ഗങ്ങളിലൂടെയും സ്ഥിരമായി കാലിക വിഷയങ്ങൾ സംബന്ധിച്ച് കാഡർമാരെ സജ്ജരാക്കുക.
10. പ്രാദേശിക ഭാഷകളിൽ വിവിധ വിഷയങ്ങൾ സംബന്ധിച്ചുള്ള സാഹിത്യം സ്ഥിരമായി പ്രസിദ്ധീകരിക്കണം. അങ്ങനെ ചെയ്യുന്നതിനു കേന്ദ്രത്തിലെയും സംസ്ഥാനങ്ങളിലെയും പ്രസിദ്ധീകരണ വിഭാഗത്തെ ശക്തിപ്പെടുത്തണം.
11. വിവിധ വേദികളിൽനിന്നും സോഷ്യൽ മീഡിയ നെറ്റ്‌വർക്ക് ഗ്രൂപ്പുകളെ ശക്തിപ്പെടുത്തണം. ആളുകളെ അണിനിരത്തുന്നതിനുള്ള ന്യൂക്ലിയസ് ആയും ഇതിനെ ഉപയോഗപ്പെടുത്താം.
12. കലാകാരന്മാർ, ചിത്രകാരന്മാർ, നാടകം, ഫ്യൂഷൻ, ഡ്രമ്മുകൾ, ബാൻഡുകൾ എന്നിവപോലെയുള്ള ആധുനിക സാംസ്കാരിക വേദികൾക്ക് സൗകര്യമൊരുക്കുകയും അവയെ പ്രോത്സാഹിപ്പിക്കുകയും വേണം.
13. വിവിധ രംഗങ്ങളിൽനിന്നും യുവകാഡർമാരെ കണ്ടെത്തുകയും രാഷ്ട്രീയമായും സംഘടനാപരമായും ആശയവിനിമയശേഷിയിലും അവരെ പരിശീലിപ്പിക്കുകയും വേണം.

(പരിഭാഷ: ജി വിജയകുമാർ)

പഠനഗ്രൂപ്പ് അംഗങ്ങൾ:

വി ശ്രീനിവാസറാവു (കൺവീനർ), അശോക് ഭട്ടാചാര്യ,
ശ്രീദീപ് ഭട്ടാചാര്യ, ഡോ. സ്മിത ഗുപ്ത,
ഡോ. തോമസ് ഐസക്, കിരൺ

www.ingramcontent.com/pod-product-compliance
Lightning Source LLC
LaVergne TN
LVHW060113051026
849517LV00007B/2293